మోహనరూప

మాదిరెడ్డి సులోచన

క్వాలిటీ పబ్లిషర్స్

రామమందిరం వీధి, విజయవాడ - 520 002

ఫోన్ : (0866) 2433261

Mohana Roopa

Madireddy Sulochana

© M. Ramakrishna Reddy

Published by

Quality Publishers

Ramamandiram Street,
Vijayawada- 2.
Ph : (0866) 2433261

January 2022

ISBN No. 978-81-941490-0-2

Price
Rs. 100-00

Type Setting
Ramana Murthy Vinjarapu
Vijayawada-2

Title Design
Giridhar

Printed at
Lavanya Offset Printers
Vijayawada.

ఈ పుస్తకంపై వచ్చే పారితోషికం
కరుణశ్రీ సేవాసమితి
(హైదరాబాద్) వారికి చేరుతుంది

ముందుమాట

దాదాపు ఏభై యేళ్ళ క్రితం, అచ్చమైన తెలంగాణా వాతావరణం, పొందికైన మానవ సంబంధాలూ కలగలిపి చక్కని యితివృత్తాలు మాదిరెడ్డి సులోచన సాహిత్యంలో కనిపిస్తాయి. డెబ్భై పైగా నవలలు ఆమె రచించారు. వాసిలోనూ, రాశిలోనూ కూడా సులోచన రచనలు ఎన్నతగినవే. ఆమె ప్రమాదవశాత్తూ అకాలమరణం పాలు కాకుండావుంటే, మరెన్ని మంచి నవలలు రాసి వుండేవారోననేది ఊహకు మాత్రమే మిగిల్చి వెళ్ళిపోయారు.

ఇప్పుడు యీ నవలల్ని చదువుతున్నపుడు కొన్ని కొన్ని సందర్భాలలో పాఠకులకు అసహజంగా వున్న భావన కలిగే అవకాశం వుంది. ఎందుకంటే గడచిన ఏభై సంవత్సరాలలో ఆర్థిక, సాంఘిక, సాంస్కృతిక రంగాలలో గణనీయమైన మార్పులు వచ్చాయి. ఆనాటి రూపాయికి, నేటి రూపాయికి పొంతన లేదు. కొన్ని వూళ్ళపేర్లు, కొన్ని మాటల అర్థాలు సైతం మారిపోయాయి. వేషధారణ మారింది. దూరాలు తగ్గిపోయాయి. భూగోళం గుప్పెట్లో వొదిగిపోయింది. ఆనాడు వంద రూపాయలంటే చాలా పెద్ద మొత్తం. నేడు అది చిల్లర డబ్బు. కనుక ఇలాంటివి మాదిరెడ్డి నవలలలో తారసపడి నప్పుడు విజ్ఞులైన మా పాఠకులు కాలంతో అన్వయించుకుని అర్థం చేసుకో గలరని ఆశిస్తున్నాము. ఆచార వ్యవహారాలలో, మాటతీరులో వున్నట్టుండి ఎన్నో మార్పులు వచ్చాయి. గత యిరవై సంవత్సరాలలో యీ మార్పు అత్యంత వేగంగా జరిగింది.

ఎన్ని మార్పులు వచ్చినా మానవనైజాలు, ప్రవృత్తులు ఎన్నటికీ మారవు. ప్రేమ, ద్వేషం, స్వార్థంలాంటి ముడి దినుసుకు ఎన్ని తరాలు గడిచినా చలనం వుండదు. అందుకే మాదిరెడ్డి సులోచన కాల్పనికసాహిత్యంలో మౌలిక అంశాలు నేటికీ నూతనంగానే వుంటాయి.

మాదిరెడ్డి సులోచన సమగ్ర సాహిత్యం ఈ తరం పాఠకులకు అందచెయ్యాలనీ, ఈ నవలల్ని పాఠకులు ఆదరిస్తారనీ మా ఆలోచనలకు మిత్రులనుండి, పాఠకులనుండి, సోదర ప్రచురణకర్తలనుండి ఎంతో ప్రోత్సాహం వచ్చింది. వారికి మా ధన్యవాదాలు.

మా ఈ ప్రతిపాదనకు అనుమతి యిచ్చిన సులోచనగారి కుమారుడు రామకృష్ణారెడ్డి గారికి మా కృతజ్ఞతలు.

నవోదయ రామమోహనరావు

విజయవాడ

1-5-2016

మోహనరూప

****

దక్షిణ్ ఎక్స్‌ప్రెస్ లయబద్ధంగా శబ్దంచేస్తూ హైద్రాబాద్ వెడుతూంది.

పేరుకు మాత్రమే ఎక్స్‌ప్రెస్. వేగం మాత్రం మందంగా పెళ్ళికూతురు నడకలా ఉంది. ఇంద్రమోహన్ కళ్ళు విప్పి చుట్టూ కలయజూచాడు. త్రీ టైర్ స్లీపర్ కోచ్‌లో అందరూ నిదురబోతున్నారు.

కొందరు ఖరీదయిన పరుపులు పరుచుకుంటే మరికొందరు దుప్పట్లు పరచుకుని చేతిసంచో, తోలుపెట్టో, చెయ్యో తలక్రింద పెట్టుకుని నిదుర బోతున్నారు.

మూడో అంతస్తులో పడుకున్నాడు. ఇంద్రమోహన్‌కి క్రింది సీటే దొరికింది. నాగపూర్‌లో ఓ లావుపాటి స్త్రీ యెక్కింది. ఆమెను చూస్తే నీళ్ళగోళెంపై చెంబు బోర్లించినట్లు అనిపిస్తుంది.

ఆమెకు పై అంతస్తులో ఇచ్చారు బర్త్. అది చూచి ఆముదం త్రాగినట్టు పెట్టిందామె ముఖం.

"యెలా! యెక్కనండీ" దిగులుగా, కోపంగా అడిగిందామె.

"నిచ్చెన ఉందిగా." అని చార్టు చూచే నెపంతో తలవంచి ముసిముసిగా నవ్వాడు టి.సి.

ఇంద్రమోహన్‌కు ఒళ్ళు మండిపోయింది. ఫైరింజన్ వచ్చినా ఆగని మంట అది. పవిత్ర భారతంలో స్త్రీకి ఇంత అవమానమా!

"లేడీస్ కంపార్టుమెంటులో ఖాళీ ఏదయినా ఉందేమో చూడాలి". ఆవిడ ముందుకు వెళ్ళింది. ఆమె నడుస్తుంటే డ్రిల్లు చేస్తుండగా నడుము అటు, ఇటు వచ్చినట్టు లయబద్ధంగా వంచి, ఆయాసపడుతూ ముందుకు సాగింది.

ఇంద్రమోహన్ గుండెనిండా కొండంత జాలి చోటుచేసుకుంది. జాలి కరిగి వరదలయింది.

"అది అన్యాయం సర్!" అన్నాడు పదునుగా.

"నేను టీసీని కావటమా, లేక ఇక్కడ కూర్చోవటం అన్యాయమా?" కాస్త వెటకారంగా, కాస్త నవ్వులాటగా అడిగాడు టి.సి.

"ఆమెనలా అవమానించడం!"

"ఆమె నీకు ఏమవుతుంది?"

ఏట్లో ఎదురవుతుంది, కాట్లో దెయ్యమవుతుంది అనబోయి ఆగాడు.

"అత్త, అమ్మ కాదు కాని ఆంటి అవుద్ది." అన్నాడు కాస్త చురుకుగా.

"అంతేకదా! మా పాలిట ఆదిశక్తి. ఆవిడకు పై సీటు ఆలోచించే ఇచ్చాము."

"ఏమాలోచించి ఇచ్చారండీ...." ఇంద్రమోహన్ ఏదో అనబోయాడు విశ్వం అతని భుజం పట్టి కుదిపాడు.

"అంత జాలిగుండె, గాలికి ఎగురనియ్యకు. నీది క్రింది బర్తుకదా. ఇవ్వకూడదూ?"

అదీ పాయింటే అనుకున్నాడు ఇంద్రమోహన్. ఈలోగా ఆవిడ రానే వచ్చింది.

"ఆంటీ! ఈ సీటు మీరు తీసుకోండి. నేను పైకి వెళ్ళిపోతాను" ఆవిడ ముఖం చిట్లించింది.

"ఆంటీలేదు, సొంటిలేదు. నా పేరు మిస్ గంగ...." అని ఉరిమిచ్చూచింది.

అందరూ ఉలిక్కిపడ్డారు.

"ఇంకా ఆవిడకు సీటు ఆఫర్ చేస్తావా?" గుసగుసగా అడిగాడు విశ్వం.

"అన్నమాట తప్పడీ హరిశ్చంద్ర వారసుడయిన ఇంద్రమోహన్! అది కాదురా, ఆమె ఒళ్ళును చూస్తే జాలి వెయ్యటంలేదూ?" అన్నాడు.

మిస్ గంగ క్రింది బర్తు ఆక్రమించుకుంది. అయిదు నిముషాలకోసారి లేస్తుంది కంపార్టుమెంటంతా కలయతిరుగుతుంది. రాజకీయాలు మాట్లాడుతుంది.

"అబ్బాయ్! స్టేషన్ రాగానే పళ్ళు తెచ్చిపెట్టు.... ఆఁ! బుక్ స్టాల్‌లో చేజ్ నవలలున్నాయేమో చూడు.... అలాగే ఓ కిళ్ళీ". ఆవిడ ఆజ్ఞ అక్షరాలా పాటించారు. స్టేషన్ స్టేషన్లో ఏదో కావాలంటుంది. తెచ్చాక ఒంకలు పెడుతుంది. అశాంతిగా తిరుగుతుంది. గిల్లి కయ్యాలంటారే అలా చేస్తుంది. టి.సి. ఇంద్రమోహన్ వంక చూచి ముసిముసిగా నవ్వాడు. ఒంటికి రాచుకున్నట్టు అయింది. మామూలు ఒంటికి కాదు. గాయం అయినచోట వ్రాసుకున్నట్టుంది.

"ఆంటీ.... సారీ! మిస్ గంగా మీరు మీ పై బర్తుకు వెళ్ళిపొండి. నేను పడుకుంటాను" అన్నాడు.

"నా కిస్తానన్నావుగా, మాట తప్పుతావా?"

"మహా, మహావాళ్ళే తప్పుతున్నారు మాట."

ఆ దెబ్బతో మిస్ గంగ హాయిగా ముడుచుకుని తన సీటుమీద పడుకుంది.

"ఏ ఊరబ్బాయ్ మనది?"

"హైద్రాబాద్ దగ్గర పల్లెటూరండి" అన్నాడు పోనీ కదా అని.

"యెక్కడికి వెళ్తావ్?"

"నేను, నా స్నేహితులు విశ్వం, సుధీర్, చక్రం, పాషా, స్యామ్‌సన్, బి.ఏలు, బియెస్సీలు పాసయిన సందర్భంగా ఢిల్లీ, ఆగ్రా చూడాలని బయలు దేరాం. స్యామ్‌సన్ మాత్రం భోపాల్‌లో ఆనర్స్ చదువుతున్నాడు..." ఇంద్రమోహన్ పరిచయం చేశాడు.

"ఇంకా ఏమయినా వివరాలు కావాలాండి?" చక్రం అడిగాడు. ، మటి సీటుపై నుండి. ఆమె మాట్లాడలేదు. మళ్ళీ నోరు విప్పితే పైకి వెళ్ళమంటారో ఏమో అన్నట్టుగా ఆమె ముడుచుకుని పడుకుంది. అందరూ నిశ్చింతగా నిదురబోయారు. తనెలా నిదురపోగలడు?

విశ్వానికి ఉద్యోగం చేయవలసిన అగత్యం లేదు.

చక్రం పాసవ్వడమే తరువాయి, కూతుర్ని, ఆమెతోపాటు తన ఫ్యాక్టరీలో ఉద్యోగాన్ని ఇవ్వటానికి సిద్ధంగా ఉన్నాడు అతని మేనమామ.

సుధీర్ తండ్రి మంచి వ్యవహర్త! ఏ మంత్రిసత్తముడి దగ్గరో పి.ఏ గా వేయించినా, వేయించగలడు. అన్నిటికన్నా అతను క్రింది జాతులకు చెందినవాడు, ఉద్యోగం రిజర్వ్ అయివుంటుంది.

స్యామ్‌సన్ డిసెంబర్ వరకు కాలక్షేపం చేసి, కన్సాన్ యూనివర్సిటీలో ఉద్యోగం. పోస్ట్‌గ్రాద్యుయేషన్ చెయ్యటానికి వెళ్ళిపోతాడు.

పాషా తండ్రికి పోష్ హోటల్ ఉంది. సరదాకు చదువుతున్నాడు. రేపు అన్న ఆలోచన ఆందోళన యెవరికి లేవు. తల కిటికీవైపు తిప్పి పడుకున్నాడు.

ఊహుం నిదురరాందే. తనే గనక కవి అయితే "విద్యార్థి జీవితమే మధురం" అంటూ పాటలు వ్రాసేవాడు. ఎంత హాయిగా ఉండేది. ఆరుగురికి మూడు గదులయినా, ఏదో ఒక గదిలో చేరి అల్లరి చేసేవారు.

విశ్వం యెప్పుడూ నీటుగా, పూలరంగడికిమల్లె ఉండాలనుకుంటాడు. అతనితో అమ్మాయిలు సరదాగా మాట్లాడుతారు. ఇంద్రమోహన్‌కు అమ్మాయిలతో సరదాగా మాట్లాడాలని లేకపోయినా జువాలజీ మేడమ్ ముందు ట్రిమ్‌గా ఉండాలని తాపత్రయం. తను ఏనాటికయినా ఉపాధ్యాయుడే అయితే ఆమెలా పాఠం చెప్పాలని కలలు కనేవాడు. ఒకసారి ఆమె స్పెషల్ క్లాసులు తీస్తానని అన్నది. తన పెట్టె అంతా వెతికాడు. ఒక్క షర్టు ఉతికింది లేదు. విశ్వం మంచంమీద అప్పుడే ఫ్యాషన్స్ నుండి వచ్చిన గంధరంగు గళ్ళచొక్కా కనిపించింది. అది వేసుకున్నాడు. ఠీవిగా క్లాసుకు వెళ్ళాడు. మేడమ్ తబిత చెప్పిన పాఠం విన్నాడు. ఆమె విసిరిన చిరునవ్వు స్వీకరించాడు.

"గాలికన్నా పిలదానికన్నా పదాబిరానా..." అని గొణుక్కుంటూ హుషారుగా గదికి వచ్చాడు.

"ఇక్కడే పెట్టుకున్నాను యెలా మాయం అయిందో అర్థంకావటంలేదు. అప్పుడే మూడయింది. శ్రీలతకు మ్యాటినీ ప్రామిస్ చేశాను...." విశ్వం ఏడ్వలేక అరుస్తున్నాడు.

"శ్రీలతకు సినిమా ప్రామిస్ చేశావ్, మేం స్నేహితులం కదరా! స్నేహమేరా జీవితం అని పాడకపోతే మానెయ్యి. టీ నీళ్ళు పొయ్యక సినిమాకు వెడతావ్! మా ఉసురు ముట్టదూ, మా శాపం కొట్టదూ! నేను గనుక సత్యవరపు వారింటివాడినయితే ఆ ఫ్యాంటు కూడా అమాంతం మాయం అయి...పోనీ..." చక్రం గొంతు మధ్యలోనే ఆగింది. ఇంద్రమోహన్ గదిలో అడుగుపెట్టాడు. స్నేహ బృందమంతా అక్కడే ఉన్నారు. విశ్వం "చక్రం నోరు మూసి నిలబడ్డాడు. నాల్గుజతల కళ్ళు ఇంద్రమోహన్‌ను చుట్టుముట్టాయి.

"అబే ఇంద్రా! అరే చోర్.... నీఫనా!" పాషా అరిచాడు.

"ఇరేయ్! నీకు బుద్ధి ఉందా? మతిఉన్న పనేనా?" విశ్వం అరిచాడు.

"ఏమిట్రా ఇది?" సుధీర్ ఆరా.

"సోషియలిజమ్... అప్లయిడ్ సోషియలిజమ్ అర్థం అయిందా!" ఇంద్ర మోహన్ అరిచాడు.

"నీ సోషియలిజమ్ పాడుగాను, మొదట నా చొక్కా విడవరా నేను సినిమాకు వెళ్ళాలి."

"అదీ గర్లు ఫ్రెండ్‌తో...." చక్రం అందుకున్నాడు.

"నువ్వు ముందు నోరు ముయ్యి."

"ఇంపరేటివ్ సెంటెన్స్ కొంప ముంచుతుంది. నీ నోరు ముయ్యనా, ఇంద్రిగాడిదా?" చక్రం అడిగాడు.

"ఒరేయ్ నేను గాదిదనట్రా?"

"మీరంతా గాడిదలు కాదు అడ్డగాడిదలు. నా షర్టు యివ్వరా."

"తల దిమ్ముగా ఉందిరా. షర్టిప్పే ఓపిక లేదు."

"ఊఁ తెలిసింది. ఈ రూపాయి తీసుకెళ్ళి టీ త్రాగి తగలడు" ... విశ్వం రూపాయి నోటిచ్చాడు. ఇంద్రమోహన్ అంతే వేగంగా షర్టు విప్పి ఇచ్చాడు. ఆ షర్టు తొడుక్కుంటూ పరుగెత్తు కెళ్ళాడు విశ్వం.

ఇంద్రమోహన్ చేతిలోని రూపాయి లాక్కొని పాషా బయటికి వెళ్ళాడు.

"ఓరేయ్! టీ త్రాగాలని యెవరికయినా ఉంటే త్వరగా కాంటీన్‌కు రండిరా..." అనుసరించాడు చక్రం.

"ఒర్రేయ్... అన్యాయంరో..."

"కాదు ఇంద్రా! సోషలిజమ్...." సుధీర్ వెక్కిరించాడు. నల్గురు వెళ్ళి కాంటీన్‌లో టీ త్రాగారు.

ఆ అరకప్పు టీ అమృతంకన్నా మిన్నా! ఆ రోజులు మళ్ళీ రమ్మని ఆహ్వానించినా రావేమో.

"ఇంద్రా! వచ్చేది ఏ స్టేషన్‌రా!" ఆవులిస్తూ అడిగాడు విశ్వం.

"కాజిపేట కాబోలు...."

"ఒరేయ్ సికింద్రాబాద్ వచ్చేముందు లేపెయ్యరా."

"సామాన్లు నేను కడతానుగాని హాయిగా పడుకో. అవునూ, అందరం యెక్కడికో వెళ్ళాలన్నావ్."

"రేపటివరకు ఆగరాదు...."

"ఏమిట్రా ఆ గుసగుసల్! ఈ ఇంద్రిగాడికి నిదురరాదు" మధ్య సీటునుండి అరిచాడు పాషా.

"ఒరేయ్ పాషా! బండెక్కినప్పటినుండి ఒక్క నిముషం కూర్చున్నావట్రా! ముసలిపీనుగ...." అరిచాడు.

"ఇదిగో బాయిస్! యెక్కువ మాట్లాడారంటే న్యూసెన్స్ కేసు పెట్టాల్సి వస్తుంది" మిస్ గంగ ఆవులిస్తూ అన్నది.

మాట్లాడక ముసుగుతున్నారు. అయిదు నిమిషాల తర్వాత విశ్వం గుఱ్ఱు వినిపించింది.

"అదృష్టవంతుడు!" అనుకున్నాడు.

ఇంద్రమోహన్‌ను వెలివేసి, వెళ్ళిపోయింది నిదురాదేవి. అతని కళ్ళముందు ఎఱ్ఱకోట సుందరి ప్రత్యక్షమై మాయం అయింది. తను పాలరాతి వస్తువులు, పట్టుబట్టలు కొనలేదు. ముఖమల్ పై చమ్కీకుట్టిన మనీపర్సులు రెండేసి

రూపాయలకు అమ్ముతున్నారు. చెల్లెలికి ఒక పర్స్, తమ్ముడికి తాజ్‌మహల్ బొమ్మ అమర్చిన కీ చైను కొన్నాడు. ప్రక్కన జలతరంగిణి మ్రోగినట్టయింది.

"ఆ ఎఱ్ఱరంగు వద్దండీ? ఎండకే ఫేడవుతుంది."

వీణానాదం యెక్కడిది? తిరిగి చూచాడు. అందమైన అమ్మాయి అంతకంటే అందమైన చిరునవ్వుతో, తను తొడుక్కున్న కాశ్మీర్‌కోటు జేబుల్లో చేతులు పెట్టుకుని నిల్చుంది.

"క్షమించండి, కొందరికి ఎంపిక తెలియదని, మీ ఆవిడచేత చీవాట్లు యెందుకు తింటారు."

నవ్వితే తళుక్కుమంది అందమైన పలువరుస.

"రామ్మా! వెళ్ళేటప్పుడు కొనుక్కుందాం- " ఓ నడివయసు స్త్రీ అనగానే, ఓ చిరునవ్వు విసిరి వెళ్ళిపోయింది. ఆ చిరునవ్వుకు అతని హృదయం లంగా తప్పింది.

ఏ మొగలాయిహసీనా సజీవంగా రాలేదుకదా! ఆమె తీయని ఊహలలో కన్ను మూతపడింది ఇంద్రమోహన్‌కు. లయబద్ధంగా ఇంజన్ ముందుకు సాగిన శబ్దం వస్తూనే ఉంది ఆ నిశ్శబ్ద వాతావరణంలో.

2

ఇంద్రమోహన్ విశ్వం వాళ్ళ అక్క ఇంటికి వచ్చేశాడు. బయటికి వెళ్ళినవారు రానట్టుంది. ఒక ముసలమ్మ మాత్రం కునికిపాట్లు పడుతోంది.

తండ్రి మరీ, మరీ చెప్పాడు, హైదరాబాద్‌లో ఐ.డి.పి.ఎల్.లో పనిచేస్తున్న తను బంధువును కలుసుకొమ్మని. అతను ఉద్యోగం వేయిస్తానన్నాడు. అతనికి

ఫోన్ చేస్తే పదకొండు గంటలకు కలవమన్నాడు. పదకొండు గంటలకే విశ్వం బయటికి వెళ్దాం అన్నాడు.

"ఎందుకు చెప్పరాదురా! ఏది ముఖ్యమో తేల్చుకుంటాను."

"రేయ్.... రేయ్! నా పని అంటే యమధర్మరాజు పిలచినా పెండింగ్‌లో పెట్టాలిరా!" అన్నాడు విశ్వం.

"యమధర్మరాజు పిలిస్తే ఆ పనే చేసేవాడిని, పిలిచింది ఓ ధర్మరాజు ఉద్యోగం యిస్తానని---"

"అయితే క్షమించాం--" అభయహస్తం చూపాడు చక్రం.

"చాల్లే! నీ క్షమార్పణ యెవరికి కావాలి. యెందుకు వెడుతున్నావో, యెక్కడికి వెడుతున్నావోగాని - నీ - నీవు...." మాట పూర్తికాకముందే టపీ, టపీమని రెండు సార్లు తుమ్మాడు ఇంద్ర. రుమాలుతో ముక్కు నలుపుకున్నాడు.

"సారీ బ్రదర్! ఢిల్లీ వెదర్ పడలేదు. నీవు వెళ్ళే పని విజయవంతముగా కావాలని కోరుకుంటున్నాము."

"మేమూ అంతే...." విశ్వం, చక్రం అరిచారు.

ఇంద్రమోహన్ వెళ్ళి ఐ.డి.పి.ఎల్.లో పనిచేసే ఆఫీసర్ని కలుసుకున్నాడు.

అతను తల పంకించాడు అతని డిగ్రీ! పేరు, ఊరు విని.

"నేను పేదవాడినిసార్, ఉద్యోగం చాలా ముఖ్యం. ఎమ్మెస్సీలో సీటు వచ్చినా వెళ్ళలేదు....."

"అది సరేనోయ్! మాకు అనుభవం - అంటే ఎక్స్‌పీరియన్స్ చాలా ముఖ్యం...." అన్నాడు నింపాదిగా.

"యెవరో ఒకరు మీలాంటివారు దయతలచకపోతే అనుభవం ఏ కాలేజీలో దొరకదు చదువుదామన్నా, కొందామన్నా? ప్లీజ్ సర్...."

"ఇదిగో చూడవయ్యా, కనీసం రెండేళ్ళ అనుభవం కావాలి" అతనో ఫైలు ఇంద్రమోహన్ ముందుకు త్రోశాడు.

"సార్ మీరు అవినీతిని, అబద్ధాలను ప్రోత్సహిస్తారా?"

"అదేమిటలా అడిగావ్!"

"నేను రెండు రోజులలో నా అనుభవము తెలిసే సర్టిఫికెటు తెస్తాను. కాని అది అబద్ధపుది. బి.ఎస్సీ, చదువుతూనే రాత్రుళ్ళు యెక్కడో పనిచేశానని..."

"అలాంటిదేదో తీసుకురా. పేచీ ఉండదు" అన్నాడు ఆయన.

"యువతరానికి మీరిచ్చే సందేశమా!"

"ఏదయినా అనుకో.... మీ నాన్నను అడిగానని చెప్పు. అయినా ఏదయినా అవకాశం ఉంటే ఉత్తరం వ్రాస్తాను. అడ్రసు ఇచ్చి వెళ్ళు ....." అన్నాడాయన.

ఆయన ఉత్తరం దక్షిణానికే వెడుతుందని బాగా తెలుసు. అసహాయంగా వెనుతిరిగాడు. రాగానే స్నేహితులన్నా ఉంటే ఊరట చెందేవాడు. వీళ్ళు యెక్కడికి వెళ్ళి ఉంటారబ్బా అనుకుని కుర్చీలో కూర్చుని వార్తాపత్రిక తీశాడు.

ఓ అంబాసిడర్ కారు రావడం అందులోనుండి బిలబిల మంటూ, స్నేహ బృందం, విశ్వం అక్కా, బావ దిగారు. డ్రైవరు సలామ్‌పెట్టి వెళ్ళిపోయాడు. విశ్వం అక్కా, బావ లోపలికి వెళ్ళారు.

"ఒరేయ్ ఇస్సుబాయి నసీబ్ అంటే నీదేరా...."

"ఆమాట మెల్లగా అంటావేంరా! ఢంకాబజాయించి మరీ చెప్పాలి."

"గాడ్ ఈజ్ గ్రేట్! అందమయిన అమ్మాయే కాక సభ్యత సంస్కారాలు తెలిసింది."

"ఒరేయ్! అన్నింటికన్నా అతనున్నాడే.... అంబాసిడర్ కారు అతను. అతను, అతనిల్లూ, ఒళ్ళూ అంతా రిచ్చేరా...."

స్నేహితులంటున్న మాటలకు ముసి,ముసిగా నవ్వాడు విశ్వం.

"కంగ్రాచ్యులేషన్స్!" ఇంద్రమోహన్ స్నేహితుడి భుజం తట్టాడు. అప్పటికి గాని పెళ్ళిచూపులకు వెళ్ళారని అర్థం కాలేదు అతనికి.

"థాంక్స్! పదండిరా భోజనంచేసి మాట్లాడుకుందాం" అన్నాడు విశ్వం.

"అప్పుడే పకోడి, బాసుంది అరిగిపోయిందట్రా!"

"వాడు ఆ అమ్మాయిని చూస్తూ తిండి తిన్నాడా వెర్రినాగన్న...."

"షటప్..."

చక్రం చెయ్యితో బిగ్గరగా నోరు మూసుకున్నాడు.

"మా బావకు మధ్యాహ్నం డ్యూటీ. మనం మేసిన చెత్తంతా మన ఇంద్రిగాడు మెయ్యలేదు. అందుకని...."

"అవునవును, వాడిమాటే మరిచిపోయాము. ఏరా ఇంద్రా నీ ఉద్యోగం ఏమయింది?"

"ఇదేం దేవలోకపు సింహాసనము కాదు యెవర్నో పంపి తపస్సు భంగం చేయించి ఉద్యోగం సంపాదించటానికి, అనుభవం కావాలటరా అనుభవం..."

అయితే ఓ పనిచెయ్యి, ఓ గది అద్దెకు తీసుకో ఓ ట్యుటోరియల్ కాలేజి పెట్టి అనుభవం నేర్పుతాం అని ప్రకటించు పేపర్లో...."

"నిజమేనా, డాక్టరు కయితే వెయ్యి, ఇంజనీరుకయితే అయిదు వందలు, మరితరత్రా ఉద్యోగాలకు మూడు, రెండు వందలు డిపార్టుమెంటును బట్టి, పైనవచ్చే ఆమ్యామ్యాలనుబట్టి" సలహా ఇచ్చాడు చక్రం.

"నీబుర్ర పుచ్చిపోయింది గాని పద...." అందరూ డైనింగు హాల్లోకి వెళ్ళి భోజనాలకు కూర్చున్నారు. విశ్వం అక్క సుగుణ వడ్డనచేస్తూ అందరి అభిప్రాయం అడిగింది.

16 ****************************** మాదిరెడ్డి సులోచన

ఏకగ్రీవంగా అందరూ విశ్వంకోసం చూచిన పెళ్ళికూతురు బావుందని నిర్ణయించారు.

"నువ్వూ రావల్సిందయ్యా మోహన్..." అన్నది సుగుణ.

"మనమంతా ఉత్తుత్తిగాళ్ళమక్కయ్యా! అసలువాడు చూచి మెచ్చితే చాలు. ఆ అమ్మాయి యెవరోగాని కాస్త సత్తెకాలపుదానిలా ఉంది. లేకపోతే ఇందర్ని పెళ్ళిచూపులకు రానిస్తుందా!"

"ఆః.... ఆడపిల్ల ఆ మాత్రం అణుకువ లేకపోతే యెలా!" ఆమె భర్త అన్నాడు.

ఇంద్రమోహన్ జాలిగా నవ్వాడు. ఆధునిక సమాజంలోని పురుషుడి భావాలు ఇవి. ఆధునికత వేషభాషల్లోనేగాని భావాలలో, ఆచరణలో కాదన్నమాట.

భోజనాలు అయ్యాక అందరూ కార్డ్సు ముందేసుకుని కూర్చున్నారు గదిలో.

"ఓరీ.... విశ్వం! నీ కిష్టమయిన జోకరురా రాణి... రాణి" అరిచాడు చక్రం.

"వాడి మనసు అసలు రాణిని వెతుక్కుంటూ పోయింది" సుధీర్ నవ్వాడు.

విశ్వం మాత్రం సీరియస్‌గా ఆలోచిస్తున్నాడు.

"ఏమిట్రా ఈ మౌన గంభీర ముద్ర, నీ రాణి పేరు?" ఇంద్రమోహన్ అడిగాడు.

"నాకో చిన్న సందేహం వచ్చిందిరా, మీరు జాగ్రత్తగా విని మీ అభిప్రాయాలు చెప్పాలి మరి...."

"ఆగాగు, జాగ్రత్తగా వినమన్నావు..." చక్రం మఠము వేసుకుని, చెవులమీది జులపాలు ప్రక్కకు నెట్టుకుని కూర్చున్నాడు.

"అదికాదురా, అమ్మాయిని చూడకపూర్వం, ఒక మొస్తరుగా ఉందేమో, డాక్టరీ చదివినా, బి.ఏ. గాడికి ఇస్తున్నారనిపించింది" అన్నాడు విశ్వం.

"ఏమిటి? అమ్మాయి డాక్టరా?" ఇంద్రమోహన్ గుడ్లు తీశాడు.

"కాదు యాక్టరు..... వినరా వాడి సందేహం ఏమిటో!"

"ఇంద్రా! అమ్మాయి డాక్టరు, వాళ్ళ తాతయ్య కోరిక ప్రకారం నాగార్జున సాగర్‌లో ప్రాక్టీసు పెట్టింది."

"మరి నీ కొచ్చిన సందేహం ఏమిటో!"

"నంబర్ వన్, మనము బి.ఏ., బి.ఎస్సీలు పాసయ్యే సరికే ఇరవైనాల్గు సంవత్సరాలు మన వయసు. ఆమె ఇరవైరెండంటే నమ్మమంటావా?"

"అవున్రోయ్! అదీ పాయింటే...." చక్రం వంతపాడాడు.

"నోరు ముయ్యి శకునపక్షి! విస్సీ నువ్వు ఇంటర్‌లో రెండేళ్ళు పల్టీలు కొట్టావ్, మరో ఏడాది చదువనని మొరాయించావ్, నా ఆర్థిక పరిస్థితి బాగాలేక చదువలేదు. ఆ అమ్మాయికి అవకాశముండి చక్కగా చదివి ఉంటుంది...."

"ఆఁ.... మరీ ఇరవై రెండేళ్ళకు ఎం.బి.బి.యస్సంటే నేను నమ్మను.

"పోనీ మరో రెండేళ్ళు వేసుకో వచ్చిన నష్టం ఏముంది" చికాకుగా అన్నాడు ఇంద్రమోహన్.

"అదే... అదే అమ్మాయి నాకంటే పెద్దది."

"అయితే ఏం? ఆ అమ్మాయి డాక్టరు కాబట్టి వయసు అంచనా వేస్తున్నావ్. యెందరో ఊళ్ళలో పాతికేళ్ళ పడుచులున్నారు."

"మన ఇంద్రుడి సలహామేరకు వయసు ప్రశ్న తీసివేస్తున్నాను. ఇక రెండో సమస్య. అందమయినదీ, ఆస్తిపరురాలు, ఇంజనీరుగారి ఏకైక పుత్రిక, ఏ ఫారిన్ రిటన్డ్‌కో ఇవ్వక, మామూలు గ్రాడ్యుయేటయిన..."

"అందులో ఒక్కొక్క క్లాసులో రెండేళ్ళు పల్టీలు కొట్టిన... అహఁ చిన్న సవరణ...." చక్రం నవ్వాడు.

"ఏదోలే, మామూలు గ్రాద్యుయేటునయిన నాకు ఇస్తున్నారంటే ఆలోచింప తగినదిగా అనిపించటం లేదూ?"

"అవుననుకో, ఆ అమ్మాయి ఆదర్శవాది కాబోలు...." అన్నాడు సుధీర్.

"అదికాదురా, ఒకే ప్రొఫెషన్‌లో ఉండే వారంటే బోరు అనుకుని ఉంటుంది. అదిగాక ఒక చదువు మినహాయిస్తే నువ్వూ ఐశ్వర్యవంతుడవే" అన్నాడు సామ్‌సన్.

"అదీ కాదురా మీది తెల్గు రచయిత్రులు కొందరు రాస్తారుగా, ఒకప్పుడు బాగా బియ్యే, ఎమ్మే చదివిన మగాడు సదువులేని ఆడపిల్లను చేసుకోలేదా అని, సదువుకున్న ఆడపిల్ల సదువు తక్కువవాడిని చేసుకుంటే ఏం అని? ఆ రచనలు సదివి మనసు మార్చుకుందేమో...."

"భాషను ఖూనీ చెయ్యకురా బాబూ. ఈ పిచ్చి ఆలోచనలు, తిక్క సందేహాలు పెట్టుకోకు. కాలం మారుతుంది. ఆడపిల్లల ఆలోచనలు మారుతున్నాయి. నీ స్థాయి డిగ్రీలతో కొలువాలని ఎక్కడుంది? ఆమె గుణగణాలు నచ్చితే హాయిగా వివాహం చేసుకో...." ఇంద్రమోహన్ అన్నాడు.

"నాలుక గీసుకో అన్నంత తేలికగా చెప్పావ్రా మగాడు" చక్రం అరిచాడు.

"ఏం వాడన్న దాంట్లో పొరపాటు ఏముంది?"

"చెప్పాలా? మన వేషభాషలు మారుతాయిగాని మన భావాలు మారవు. ఎట్టి పరిస్థితుల్లో మన తెలుగు అమ్మాయి తనకన్నా అన్నివిధాలా అధికుడయిన భర్తను కోరుకుంటుందని బల్లగుద్ది మరీ చెప్పగలను...."

"ఈ బల్ల మనదికాదు. నువ్వు బల్లగుద్ది చెప్పకపోయినా, నీ కంఠంలో మైకుందిగాని విషయమేమిటో సెలవియ్యి" ఇంద్రమోహన్ చక్రం చెయ్యి పట్టుకున్నాడు.

"నంబర్ వన్ ఆ అమ్మాయికి తనకన్నా తక్కువ చదివినవాడయితే తనమాట వింటాడని ఒక దురభిప్రాయం ఉండవచ్చు. నంబర్ టు నాకు ఎక్కువ చదివిన అమ్మాయిల శీలం పట్ల సదభిప్రాయం లేదు..."

"షటప్! దొంగవెధవ. మనకు అక్కా చెల్లెళ్లు ఉన్నార్రా."

"ఉంటే ఏం? అందునా డాక్టరు కోర్స్ చదివిన అమ్మాయిని అసలు నమ్మడానికి వీలులేదు. నో... నో" ఇంకేదో అనబోయాడు.

"మళ్ళీ ఇలాంటి కబుర్లు చెబితే నోటికి కుట్లువేస్తాను. శకునపక్షీ! కన్య లందరి శీలాలు నిర్ణయించే నికృష్టుడు, బయలుదేరాడు" ఇంద్రమోహన్ కోపంగా లేచాడు.

"మైగాడ్! వీడిదెంత సంకుచిత స్వభావం. నా పేరుమీదుగా నాల్గు అంటించు" దూరంగా మంచంమీద నడుము వాల్చిన స్యామ్‌సన్ అన్నాడు.

"యా అల్లా! చక్రం, నీ బుర్ర వక్రం రా! ఆ హసీనాను చూస్తే అట్లా అనిపించిందా?" పాషా కూడా బాధపడ్డాడు.

"విశ్వం! సదానందంగారు కారుపంపుతానన్నారు. ఆ అమ్మాయితో సినిమా ప్రోగ్రాముంది. త్వరగా తయారవ్వు" అన్నది సుగుణ వచ్చి.

"ఓ.... మరిచేపోయాను. అక్కా, కాస్త టీ పెట్టవే నిదురవస్తుంది" అన్నాడు విశ్వం. ఆమె వెళ్ళింది.

"స్యామ్ లే...లే..." చక్రం లేచాడు.

"మనం యెందుకురా! వాళ్ళు ఒంటరిగా వెడితే ఒకరి భావాలు ఒకరు అర్థం చేసుకుంటారు. ఓ విధమైన కోర్ట్‌షిప్" అన్నాడు శ్యామ్‌సన్.

"అది నిజమేగాని వీడిని మనము ఒంటరిగా వదులుతున్నందుకు తృణమో ఫణమో...." ఆగాడు సుధీర్.

"ఇదిగో.... సినిమాకు మీరు వెళ్ళండి" ఇరవై రూపాయలు తీసి బల్లమీద పెట్టాడు విశ్వం.

"అరే బర్‌కుర్దార్! రామకృష్ణ థియేటర్‌కు వెడితే నల్గురి టిక్కెట్లకే ఇరవై రూపాయలు కావాలి భయి. ఆటో ఛార్జీలు నాస్తా, చాయ్..." పాషా విశ్వం జేబులో చెయ్యిపెట్టాడు. "నా దగ్గర ఇక డబ్బు లేదురా. బస్సులో వెళ్ళండి."

"ఆc.... ఇంత అవమానం చేస్తావా? నువ్వు అంబాసిడర్ కార్లో వెడతావా! మమ్మల్ని బస్సులో వెళ్ళమంటావా! నువ్వు వెడుతుంటే నీ కారు టైర్లు పంక్చరు కాని, సినిమా టిక్కెట్లు దొరక్కపోను..." చక్రం అరిచాడు.

"అరే భాయి ఇయ్యాల రేపు వచ్చే సినిమాలకు చాయ్, నాస్తా కాక ఆస్ప్రిన్, అనాసిన్ బిళ్ళ కావల్సివస్తుందిరా" అన్నాడు పాషా.

"నోరు ముయ్యండిరా! వాడేదో ఇచ్చాడు తృప్తిపడండి. వి.ఐ.పీలట కార్లు, నాల్గు రూపాయల టికెట్లు కావాలంట, హాయిగా నడిచి వెడదాం. వెడుతూ అర్ధరూపాయి వేరుశెనగకాయలు కొనుక్కుందాం"నాస్త" అవుతుంది. వెళ్ళరా విశ్వం" అన్నాడు ఇంద్రమోహన్.

విశ్వం వెళ్ళిపోయాడు.

"అరె బెయిమాన్ కె బచ్చే! వాడు ఖుశీల ఉన్నాడురా. ఎంత అడిగినా ఇచ్చేవాడు" పాషా అన్నాడు.

"ముందు నువ్వు నోరు ముయ్యి."

పాషా చటుక్కున వచ్చి ఇంద్రమోహన్ నోరుమూశాడు. స్యామ్‌సన్ నవ్వాడు.

"వాడు నీ నోరు మూసుకొమ్మన్నాడు.

"సారీ!..." పాషా చెయ్యితీశాడు. అందరు సినిమాకు తయారయ్యారు.

3

రూపాదేవి ఆఖరు పేషెంటును పంపి, స్టెత్ తీసుకుని మెల్లగా ఇంటిదారి పట్టింది. ఆమెకు నాగార్జున సాగర్ అంటే చాలా ఇష్టమైన ప్రదేశం! ఇంటికి అడ్డదారి ఉన్నా చుట్టూ తిరిగి వెడుతుంది. తండ్రికి హిల్ కాలనీలో ఇల్లుంది. మరో అయిదారు నెలల్లో రిటైర్డు కాబోతున్నారాయన, చుట్టూ తిరిగి, కాసేపు ప్రకృతిలోని చిత్రాలకు పరవశించి, ఇంటిదారి పట్టింది. దారిలో సత్యనారాయణ స్వామి ఆలయం ఉంది. అక్కడ చేరిన భక్తులను చూచింది. ఆలయాని కొచ్చినప్పుడు కూడా అయిదు నిమిషాలు మౌనంగా ఉండలేరు.

ఆలయ ప్రాంగణంలో కూర్చున్న స్త్రీ పాట ఆసక్తిగా విన్నది. "సత్యనారాయణ, నిత్యపారాయణ ముత్యాల హారతిదే... ఈ ముదనష్టపు పిల్ల కూరలకని వెళ్ళి గంట, సరిగ్గా గంటయింది" అని చెయ్యి కళ్ళకు గొడుగుపట్టి చూచింది.

"నీకు పచ్చులహారతిదే" పాలు నెయ్యి పంచదారయు... ఏమన్నా అంటే అత్త పాపిష్టిది అంటారు. నా కర్మ." నుదురు బాదుకుని లేచింది.

రూప నవ్వుకుంది. హుందాగా ఉండాలని, జడనే ముడిగా చుట్టింది. అది ఊడి జడబారుగా వీపున పడింది. "కారు తీసుకు వెళ్ళమ్మా..." అంటారు శ్రీహరి కూతుర్ని. ఆమెకు అలా నడిచి వస్తేనే ఆనందంగా ఉంటుంది.

"అవునండీ, మీ ఆదర్శాలు, మీరేగాని నా మాట వినరన్నమాట" రుక్మిణి అడుగుతుంది.

"అసలు అభిప్రాయం అమ్మాయిది. దాని కిష్టం అయ్యాక మధ్య నీ కభ్యంతరం ఏమిటే?" శ్రీహరి విసుక్కున్నాడు.

"ఒక్కగానొక్క పిల్ల. హాయిగా ఏ ఫారిన్ రిటర్న్‌కో ఇచ్చుకుంటే ఘనంగా ఉంటుంది. మీ నాన్నకు అబ్బాయి తాత స్నేహితుడయితే అవచ్చుగాక."

"నాన్నగారి మీద గౌరవం కొద్దీ ఇదంతా చేస్తున్నానా! నా వల్ల కాదంటే ఈ ప్రపంచాన్నే యెదిరిస్తాను."

"నాన్నా! ఇంకా మీ మధ్య జరుగుతున్న కోల్డ్‌వార్ సీస్ ఫైర్ కాలేదా!" లోపలికి వెళ్ళి అడిగింది రూప.

శ్రీహరి కూతురివంక చూచి ప్రసన్నంగా తలఎగరవేశాడు. "ఈ అమ్మాయికి చిరునవ్వు పెట్టని ఆభరణమా" అనుకున్నాడు. రూపాదేవిలో రెండు మంచి గుణాలు ప్రత్యేకంగా కనిపిస్తాయి. ఆమెకు కోపానికి ఆమడదూరం, ఎప్పుడూ నవ్వుతూ, నవ్విస్తూ ఉంటుంది.

"అదికాదు రూపా..." రుక్మిణి ఈ వైపు నుండి నరుక్కు రావాలని చూచింది.

"అమ్మా! మొదట ఓ కప్పు వేడి తేనీరు పడితేగాని మన బుర్రలోకి ఏం ఎక్కదు."

"అంతా ఆ తండ్రి పోలికేగా..." ఆమె లోపలికి పోబోయింది.

"థాంక్స్ ఫర్ ద కాంప్లిమెంట్" శ్రీహరికూడా చిన్నగా నవ్వాడు.

"ఉహుఁ!" ఉరగిలా వెళ్ళిపోయింది.

"మీ అమ్మ ఈ మధ్య కోపం భోజనము చేస్తూ చికాకు టిఫిన్ చేస్తూ..."

"ఆ.... చాలు నాన్నా! మీరు మాత్రం అన్నమేతినండి" అన్నది రూప. ఇద్దరూ నవ్వుకున్నారు.

"నేనో మాట అడగనా రూపా?"

"ఊఁ! ఏమడుగుతారో నాకు తెలుసు. నిన్న నేను మిష్టర్ విశ్వనాథం గారు ఏమేం మాట్లాడుకున్నామని కదూ మీ ప్రశ్న."

"ఓ.... నీకు దివ్యదృష్టి ఉంది. నా కూతురివి."

"నన్నేం మునగచెట్టు ఎక్కించవద్దు నాన్నా. అతను ఎందుకో మధ్యాహ్నం స్నేహితుల మధ్యే స్వేచ్ఛగా ఉన్నారు. సినిమాలో పరధ్యానంగా ఉన్నారు" అన్నది.

"కొందరి స్వభావమే అంత. ఏకాంతం వచ్చేసరికి యెక్కడలేని సిగ్గు వస్తుంది" అన్నాడు.

"మనకు ఆ భాగ్యం లేదు కదా..." టీ తీసుకువచ్చింది రుక్మిణి.

"నా వంతు, నీ వంతు సిగ్గు నువ్వేపడ్డావు కదోయ్" అన్నాడు. ముగ్గురు టీ త్రాగారు.

"రూపా ఆ విశ్వం నీకు యెందుకు నచ్చాడో మొదట చెప్పు."

"మరి నీ కెందుకు నచ్చలేదో చెప్పమ్మా."

"అతను ఒఠ్ఠి బి.ఏ...."

"ఓ? గట్టి బి.ఏ కూడా ఉంటుందేమిటి? అమ్మా విప్లవం అంటే ఏమిటి? మీ క్లబ్బులో విప్లవం, విప్లవం అంటూ ఉపన్యాసాలు దంచేస్తావ్..."

"దంచటానికి ఒడ్లుకావు. విప్లవం అంటే మార్పు. ఆ మాత్రం తెలియంది ఈ అయోమయం మనిషితో పాతికేళ్ళు కాపురం యెలా చేశాను?"

"ఆ మార్పుచే చేతలలో చూపించాలని, డాక్టర్ చదివిన అమ్మాయి డాక్టరియో, ఇంజనీరింగ్ చదివిన అబ్బాయినే చేసుకోవాలని యెక్కడుంది? ఏ శాస్త్రంలో ఉంది."

"శాస్త్రం, జోస్యంకాదు. జీవిత సత్యం చెబుతున్నాను. అతను ఇన్‌ఫీరియారిటితో బాధపడితే!"

"పడకుండా చూసుకోగలనన్న ధైర్యం ఉంది."

"అక్కడెవరూ తానా అంటే తందాన అనేవారుండరు మీనాన్నలా అన్నది కసిగా.

"అలాంటప్పుడు అమ్మాయి సారెలో నన్ను ఇచ్చెయ్యి" అన్నాడు శ్రీహరి.

"మీకంతా హాస్యమే" రుసరుసలాడింది రుక్మిణి.

"అమ్మా! ఇద్దరం ఒకే రకమైన వృత్తిలో ఉన్నవాళ్ళమయితే, మా జీవితం వైవిధ్యం లేక బోరుగా ఉంటుంది. నేను అన్నీ ఆలోచించే ఈ నిర్ణయానికి వచ్చాను" రూప లేచి గదిలోకి వెళ్ళింది.

ఆమె ఆస్పత్రినుండి రాగానే స్నానంచేసి బట్టలు మార్చుకుంటుంది. ఆమె బాత్‌రూమ్‌లోకి వెళ్ళింది.

"రుక్కూ!"

"ఒంటరిగా ఉంటే ఈ రుక్కే దిక్కు అది అన్నదల్లా అంగీకరిస్తారు."

అతను లేచివచ్చి ఆమె భుజాలమీద చేతులువేశాడు. సూటిగా ఆమె కళ్ళల్లోకి చూచాడు.

"రుక్కూ! నేను తీసుకున్న నిర్ణయాలు అసమంజసంగా ఉండి బాధ కల్గించాయా చెప్పు."

ఆమె జవాబు చెప్పలేనట్టు అతని భుజంపై తల వాల్చింది.

"నా బాధ మీకు అర్థం కాదండీ, డబ్బు, హోదా ఉన్నంత మాత్రాన సరిపెట్టుకోలేకపోతున్నాను. మీ పట్టుదల ఏమిటో అర్థంకాదు. మీ అల్లుడు ఏం చేస్తాడని అడుగుతారుగాని ఎంత డబ్బుందని అడగరు...."

"ఆ పిచ్చి ఊహలన్నీ మానెయ్యి. మనకున్నది ఒక్క అమ్మాయి. నాన్నకు నేను ఒక్కడినే. అది కళ్ళముందుండాలని కోరుకుంటూ ఈ సంబంధం సూచించాను. రూపకు నచ్చకపోతే వదిలేసేవాడినే."

"అది ఆదర్శం దృష్ట్యా చూస్తుందేగాని రేపు వచ్చే కష్ట, నష్టాలు చూడటం లేదు".

"అన్నీ అవే సర్దుకుంటాయి. వాళ్ళిద్దరికి ఢిల్లీలోనే పరిచయం చేద్దాం అనుకున్నాను. కాని అతను స్నేహితులతో వచ్చాడు. ఏది జరిగినా మనమంచికే అన్నట్టు కార్తీకం వరకు ముహూర్తాలులేవుట. వారు ఒకరిని ఒకరు బాగా అర్థం చేసుకుంటారు."

"మనము అర్థం చేసుకున్నామా. హాయిగా లేమూ!"

"ఇంతసేపటికి మనము హాయిగా గడిపామని అంగీకరిస్తున్నావ్. థాంక్స్!" అన్నాడు ఆమెను దూరంగా జరుపుతూ.

"ఊం కబుర్లు - ఆ వంటావిడ ఏదో తగలేస్తోంది. వాసన...." ఆమె భర్త చేతులు మృదువుగానెట్టి వెళ్ళిపోయింది.

శ్రీహరి కూతురి గదిలోకి వెళ్ళి మౌనంగా బయటికి చూస్తూండటం గమనించి వెళ్ళిపోయాడు.

రూపాదేవి ఆలోచనలు యెటో వెడుతున్నాయి. జీవితంలో జరిగిన కొన్ని అపురూపమైన సంగతులు నీడల్లా వెంటాడుతుంటాయి. బయటికి చూచింది సంధ్యాదేవి కూడా చీకటిమాటుకు తప్పుకుంటున్నది. పక్షుల కిలకిలలు వినిపించాయి. ఆమెకు తాజ్‌మహల్ సందర్శనం ఒక మధురానుభూతి, షాజహానంత పిచ్చిప్రేమికులుంటారా! సమాధికట్టి చరిత్రలో అమరుడయ్యాడు. విశ్వం గుర్తుకువచ్చాడు. ప్రేమ, అర్థం చేసుకోవటం అంటే అట్టే నమ్మకంలేదు రూపకు. ఈ మారుతున్న సాంఘికపరిస్థితులు నిలకడ లేకుండా చేస్తాయి మనిషిని. కోర్ట్‌షిప్ అంటూ సంవత్సరాల తరబడి తిరిగి చేసుకున్న వివాహాలు సఫలమవుతున్నాయా? ఒకరి బలహీనతలు ఒకరు క్షమించే గుణం ఉంటే నెట్టుకు పోవచ్చేమో. మెడికల్ కాలేజి హాస్టల్లో వుండగా, క్లాసుమేటు సుధ

దూకుడు భరించింది. అందరూ తనను కవ్వించేవారు. తను నవ్వి ఊరుకునేది. సుధకు ప్రేమించే వ్యక్తుల సహచర్యంలేదు. మారుటితల్లి, బాధ్యతగా చూచే తండ్రి అడిగినంత డబ్బు పంపేవారు.

తనను లేపక, యెవరి మానాన వారులేచి చదువుకుంటే అప్పుడూ దెబ్బలాటే.

"పరీక్షలు దగ్గరకొస్తున్నాయి. లేపితే మీ సొమ్ము ఏం పోయింది. నేను చదివి ఫస్ట్ వస్తానని మీ ఏడ్పు" అనేది.

పాపమని రెండవరోజు పనిగట్టుకుని లేపితే గయిమనేది.

"మీకు బుద్రుందా! నేను ఏదయినా సహిస్తానుగాని నిదుర పాడయితే సహించను" ఆ రోజంతా చిందులు వేసేది. ఆమెతోడి సహచర్యం నిప్పులమీద నడక అన్నారు అందరూ. ఆమె రూమ్‌నుండి అంతా మారారు. రూపాదేవి తప్ప సుధ చిటపటల వెనుక ఉన్న ఆంతర్యం గ్రహించేది. జాలిగా నవ్వేది. దానికి సుధకు కోపమే. రూపను కవ్వించేది.

"తప్పుచేసిన వాళ్ళు నంగనాచుల్లా పడి ఉంటారు."

"నేను ఫ్రాంక్‌నబ్బా! ఏమన్నా ముఖాన అనేస్తాను. చాటుమాటు వ్యవహారాలు నాకు తెలియవు" అనేది. మళ్ళీ అన్నీ చాటుమాటు వ్యవహారాలే తను బ్రాహ్మిన్! మాంసాహారం తీసుకునేది.

"నా కిష్టం, తీసుకుంటాను" అనే ధైర్యం లేదు.

"ఛీ...ఛీ"! వెధవ ఫాతిమా అలవాటు చేసింది" అనేది.

ఆమె చిన్నపిల్లల తత్వంచూచి నవ్వుకునేది రూపాదేవి. ఆమె, ఈమె, అతడు, ఇతడు, అన్న సంబోధన చాలా దూరంలో ఉండేది. వాడు, వీడు అది, ఇది అనేది. కొందరు ఆమెను మోసగించటానికి స్నేహం చేస్తారు. మరి

అంతేవాసియైన రూప యెందుకు సహిస్తుందన్నది అందరికి ప్రశ్నగానే మిగిలి పోయింది. కొందరు దూకుడుగా రూపాదేవిని ఆ మాట అడిగేవారు.

"సుధను సానుభూతితో అర్థం చేసుకొండర్రా..." అనేది.

"మీతో దెబ్బలాడితే నా మనసులోని బాధ వెల్లడించుకోవటానికి నాకు అత్యంత ఆప్తురాలు అమ్మ ఉంది. తను ఒంటరిది."

అలా సుధతో అయిదేళ్ళు నెట్టుకువచ్చింది. దాని వల్ల నష్టపోయిందేం లేదు.

రూపాదేవి ఆలోచనలు మళ్ళీ వర్తమానంవైపు వచ్చేశాయి. కథల్లో చదివినట్టు ముగ్ధమనోహరంగా నవ్వలేదు అతను. సినిమాల్లో చూసినట్టు చేతులు చాపలేదు విశ్వం.

"మీరు వచ్చి చాలాసేపయిందా?" అన్నాడు వస్తూనే.

"అరగంట అయిందేమో" అన్నది చిన్నగా నవ్వి.

డ్రైవరు టిక్కెట్లు తెచ్చాడు. శతదినోత్సవం చేసుకుని ఇంకా ఆడుతున్న సినిమా జనం అట్టేలేదు. ఇద్దరూ ఒక మూలకువెళ్ళి కూర్చున్నారు.

"మీకు ఏ సినిమాలంటే ఇష్టం?" మెల్లగా అడిగాడు.

"ప్రత్యేకంగా ఫలానా అనిలేదు. ఎంటర్‌టేన్‌మెంటున్నవి ఇష్టపడతాను. దుఃఖపూరితమయిన వంటే భయం."

"మన సినిమాల్లో నూటికి తొంబయి దుఃఖపూరితాలే. మళ్ళీ దుః ఖాంతాలుకావు. ప్రాణంపోతున్న సమయంలో యెవరో ఒకరు పాట పాడి ప్రాణం నిలుపుతారు. అందుకే ప్రతి ఆస్పత్రిదగ్గర ఓ ఆలయం ఉండాలంటాను. ఆఖరు రిసార్ట్‌గా ఏడుస్తూ ఓపాట పాడితే రోగి లేస్తాడేమో."

రూపాదేవి కిలకిల నవ్వింది.

"నాకు హింట్ ఇస్తున్నారా ఏం? ఈమధ్య ఓ హిందీ సినిమా చూచి నేను అలాగే అనుకున్నాను."

"కొంతలో కొంత ఇంగ్లీష్ సినిమాలు నయం..."

"టెక్నికల్‌గా ఇంప్రూవ్ అయ్యాయేమోగాని, కొన్నింటిలో మన వాళ్ళ చాదస్తం అక్కడా ఉంటుంది."

న్యూస్‌రీల్ ప్రారంభం అయింది. సీరియస్‌గా సినిమా చూడటం మొదలు పెట్టాడు.

"మీరు ఆటలు ఆడుతారా?" మెల్లగా అడిగింది.

అతను వినిపించుకున్నట్టు లేదు. మరోసారి ప్రయత్నం చేసి, తనూ సినిమా చూడటంలో నిమగ్నురాలయింది. మధ్యాంతరంలో లేచాడు

"టీ త్రాగుతారా!"

"ఊఁ...." అన్నది. అతను టీ తెచ్చేసరికి సినిమా మొదలయింది. ఒకటి రెండుసార్లు ఆమె తిరిగి చూచేసరికి తనవైపే చూస్తున్న అతను ముఖం తిప్పుకున్నాడు.

అదోక అద్భుతమైన అనుభవంలా మధురానుభూతిగా మిగలలేదు యెందుకో.

4

పద్దాపూర్‌లో సంపన్నుడు కాకపోయినా, సంపన్నుడనే మకుటం ధరించి బ్రతుకుతున్నవాడు, రామలింగం. అతనికి ఒక్క కూతురు, ఇద్దరు కొడుకులు. అదే ఊరిలో పెద్దకాపు కొడుకు విశ్వనాధ్ లక్షల ఆస్తికి ఏకైక వారసుడు.

విశ్వనాథ్‌ను అందరూ విశ్వం అంటారు. విశ్వంతోపాటు రామలింగం పెద్దకొడుకు ఇంద్రమోహన్ చదివాడు.

"మా వాడిని ఓర్సిల్ కోర్సే సదివిస్తాము. లంచాలు బాగా దొరుకుతాయి" అని కొందరంటారు.

"అదికాదమా, మా వాడిని పదివేలు లంచం ఇచ్చయినాసరే పోలీసు ఇన్‌స్పెక్టర్‌ను చేస్తాము" అని మరికొందరంటారు.

"అప్పో, సప్పో చేసి ఇంజనీరో, డాక్టరియో చదివిస్తే లక్షల కట్నం వస్తుంది. చదువుకయ్యే ఖర్చు పెట్టుబడి మాత్రమే" అని ఇంకా కొందరు అనుకుంటారు.

రామలింగానికి ఇవి ఏమీ తెలియవు. హెచ్.ఎస్సీ. ఫస్ట్‌క్లాసులో పాసయినప్పుడు సంతోషించాడు.

"నాన్నా! నేను ఇంటర్ చదువుతాను" ఇంద్రమోహన్ అడిగాడు.

"దానికేం భాగ్యం చదువు" అన్నాడు ఆ రెండేళ్ళు బహుకష్టంగా గడిచాయి.

"ఇంద్రా! ఈ ఏడు జీతగాడిని పెట్టుకునే శక్తిలేదురా. ఇద్దరం పని చేసుకుందాం. వచ్చే ఏడు చదువుదువుగాని..."

"నాన్నా!" తండ్రికి యెలా చెప్పాలో తెలియలేదు. విశ్వం ఫేలయ్యాడు.

"ఒరేయ్ బాబాయి మాట వినరా ఇంద్రా! వచ్చే ఏడు ఇద్దరం వెడదాం."

"అలాగే వెడదాం...." అన్నాడు ఏడ్వలేక నవ్వుతూ. విశ్వం రెండేళ్ళు పల్టీలు కొట్టాడు. ఇంద్రమోహన్ రెండేళ్ళు వ్యవసాయం చేశాడు. అతనికి తండ్రిని యెదిరించే ధైర్యంలేదు. రెండేళ్ళు తరువాత ఫస్ట్‌క్లాసొచ్చిందని డాక్టరీ చదువుతానన్నాడు. .స్వార్థం, లంచగొండితనము అంటువ్యాధిలా సంఘాన్ని పీడిస్తుంది. దాని ప్రభావం విద్యావిధానంపై బడింది. కొందరికోసం అందరు

శ్రమపడుతున్నారు మనదేశంలో. కొందరి అధికారుల సంతానము కోసం డాక్టరీ సీట్లు జిల్లాలవారిగా పంచారు ఒకప్పుడు. ఎంట్రన్స్ అంటున్నారు. ఈ ఎంట్రెన్స్‌లో నిజాయితీగా పాసయ్యేవారి సంఖ్య చాలా తక్కువ.

"ప్రవేశపరీక్ష వ్రాయి తరువాత చూద్దాం" విశ్వం అన్నాడు.

"తరువాత నా ఏడ్పుముఖం చూస్తావా? ఫీజు దండగ."

"ఎక్కడివాడ్రా వీడు? యెప్పుడూ పైస, పైస లెక్కచూస్తాడు." విసుక్కున్నాడు విశ్వం.

డాక్టరీకి ప్రవేశార్హత కోసం పరీక్ష వ్రాశాడు. తన పేరు రిజల్ట్స్ లిస్ట్‌లో ఆఖర్న చూసుకుని నవ్వుకున్నాడు.

"ఒరేయ్ ఇంద్రా! ఆల్గి అంటే జంతుజాతా, వృక్షజాతిరా..."

"ఓ బాస్ ఏమిటి బర బర గీకేస్తున్నావ్! ఆర్గానిక్ కెమిస్ట్రీ అంటే జీర్ణకోశానికి సంబంధించినదికదూ?"

"ఆబ్‌స్ట్రాక్ట్ నౌన్ అంటే అందరినీ కలిపి వాడే పదం."

అన్న మేధావులంతా ఇంద్రమోహన్‌ను ప్రబుద్ధుడిని చేసి సీటు సంపాదించారు.

ఇంద్రమోహన్ బియస్సీలో, విశ్వం బి.ఏ.లో చేరారు. సిన్సియర్‌గా బియస్సీ పూర్తి చేశాడు. ఎమ్మెస్సీ చదివించే ఓపిక తండ్రికి లేదని తెలుసు.

"అన్నయ్యా! వాసాలు లెక్కపెట్టం అయిందట్రా!" పూర్ణవచ్చి అతని ప్రక్కన కూర్చుంది.

"ఏయ్! నీకు బాగా పొగరు ఎక్కిందే. నేను వాసాలు ఎప్పుడు లెక్కపెట్టాను".

"పొద్దటినుండి చేస్తున్న పని ఏమిటో!"

"మా పుత్తడిబొమ్మ పూర్ణకి మొగుణ్ణి తేవాలా మొద్దునా అని ఆలోచిస్తున్నాను".

"ఏయ్! ఏమన్నావ్, అమ్మతో చెబుతాను."

"ఏమని మొగుడు కావాలనా మొద్దా?"

"ఊఁ.... చూడమ్మా...."

"అమ్మ కళ్ళు మూసుకుందా?"

ఇద్దరూ వంట ఇంట్లోకి వెళ్ళారు. చందు అన్నం తింటున్నాడు. అతను ఏమడిగాడోగాని జయమ్మ నచ్చచెబుతోంది.

"అన్నయ్య చదువు అయిపోయింది, రేపో, మాపో ఉద్యోగం చేస్తే, నీవు అడిగినవి అన్నీ కొంటాన్రా."

"ఏడ్చినట్టుంది నీ మాట! అక్కయ్య పెళ్ళీ, షావుకారు దగ్గరున్న అప్పూ, నాకు కావల్సినవి అన్నీ అన్నయ్య ఉద్యోగం చేస్తే వచ్చే డబ్బు కోసం చూడాలన్నమాట...."

"నా మాట వినరా చందూ...."

"రెండేళ్ళనుండి ఒకటే మాట అన్నయ్య చదువు, అన్నయ్య ఉద్యోగం అంటూ దాటవేశావ్. అన్నయ్యకు ఉద్యోగం రాకపోతే నాకు బూట్లు కొనరన్నమాట" అన్నం వదిలి లేచాడు చంద్రమోహన్. అతను స్థానిక పాఠశాలలో పదవతరగతి చదువుతున్నాడు.

"అయ్యో.... అదేం అపశకునపు మాటరా..." తల్లి లేచింది. ఇంద్రమోహన్ మ్లాన వదనముతో, అసహాయిలా వెనక్కు తిరిగాడు. అతని ఆనందం యెగిరి పోయింది. మళ్ళీ నిరాశానిస్పృహలు యెదురయ్యాయి. తను చెయ్యగల్గింది, తనవల్ల అయింది తండ్రి చదివించినందుకు ఫస్ట్‌క్లాస్ తెచ్చుకున్నాడు.

ఉద్యోగం తనచేతిలోలేదు. ఘాటుగా సిఫారసు చేసేవారు లేరు. ఓ అయిదారువేలు లంచం ఇచ్చే స్థితిలో లేదు.

"అన్నాయ్యా! అప్పెందుకు చేశార్రా నాన్న?"

"తాతయ్య తద్దినాలు పెట్టటానికి."

"నేను సీరియస్‌గా అడుగుతుంటే..." బుంగమూతి పెట్టింది పూర్ణ.

"నేనంతకంటే సీరియస్‌గా చెబుతున్నానే. ఆ రోజుల్లో అప్పు చెయ్యవల్సిన పనేం ఉంది? ఏదో పెద్దపెద్ద కార్యాలు చెయ్యాలి. నా యెరుకలో నాన్న చేసిన పెద్ద కార్యాలు తాతయ్య తద్దినాలే...."

అతని మాట పూర్తికాకముందే దూకుడుగా చందు ఇంట్లోంచి అరుస్తూ వెళ్ళిపోయాడు.

"పాడు కొంప, పాడు మనుషులు! పలక, బలపం కొనాల్సిన నాటి నుండీ చూస్తున్నాను, ఒకటే గోల. అప్పు తీరాక, అప్పు తీరాక అని, మాతోపాటు పెరుగుతున్న ఆ అప్పు ఈ జన్మలో తీరదు."

"వీడి నోరు పడిపోను యెంతెంత మాటలన్నాడు" జయమ్మ గొణుక్కుంది. వాలకం చూస్తే ప్రతిరోజు అలాంటి మాటలు అలవాటే అన్నట్టుంది.

అతను గబగబ బయటికి వెళ్ళాడు. ఈ సమస్యలనుండి దూరంగా వెళ్ళాలని ఉంది. ఎక్కడికి? మెల్లగా నాల్గురోడ్లకూడలి దగ్గరకు వచ్చాడు. అక్కడ వచ్చేపొయ్యే బస్సులూ, యెప్పుడూ నాగార్జునసాగర్‌కు వెళ్ళే టూరిస్టులు కనిపిస్తారు. అక్కడ నిల్చుని రకరకాల మనుష్యుల్ని పరీక్ష చేయటం సరదా. ఈ రోజు పరమ చికాకుగా ఉంది.

చిన్న డబ్బాహోటల్లో తంద్రి కంచుకంఠం వినిపించింది.

"ఓ రెండు మూడు నెలలు ఆగమను ఆ కూటుపల్లివారిని. అబ్బాయి కెలా ఉద్యోగం రాగానే ఇలా ముహూర్తాలు పెట్టుకుందాం.... ఆ రెండు ప్లేట్ల పకోడి ఆచారికి పెట్టి లెక్క వ్రాయవయ్యా" రామలింగం ఆజ్ఞాపించాడు.

"మునుపటి పద్దే చాలా ఉంది" హోట తను గొణుక్కున్నాడు.

"అవునూ! హోటలమ్ముకుని నువ్వు ఊరువిడుస్తావేమో గాని, ఇల్లు అమ్ముకుని పోనయ్యా! మోదుగులున్న వనం చెడదు, మగపిల్లలున్న ఇల్లు చెడదు అన్నారయ్యా."

అక్కడ ఒక్కక్షణం ఉండలేకపోయాడు. తన ఉద్యోగం చుట్టూ యెన్ని ఆశలు అల్లుకున్నాయి! ఏం చేయాలి? అతనికా క్షణంలో ఆపద్బాంధవుడిలా, అనాథ రక్షకుడిలా విశ్వం కనిపించాడు.

అతనింటికి వెళ్ళాడు. విశ్వం ఆలోచిస్తూ తోటలో తిరుగుతున్నాడు.

"ఇదిగో మనసులో అనుకుంటున్నాను. మనిషివి ప్రత్యక్షం అయ్యావు..." విశ్వం వచ్చి చెట్టు మొదట్లో కూర్చున్నాడు.

"ఒరేయ్ అబద్ధాలాడకు ఆడపిల్లలు పుడతార్రా! నన్ను కాదు నువ్వు తలుచుకుంటుంది, రూపాదేవిని..."

చిన్నగా సిగ్గుపడ్డట్టు నవ్వాడు విశ్వం.

"అదీ నిజమేననుకో. ఈ రూపాదేవి నాకో తీరని సమస్య అయిందిరా."

"అదేం?" ఆశ్చర్యంగా చూచాడు.

"అదేరా చక్రిగాడు..."

"మళ్ళీ అలాంటి అనుమానాలు వచ్చేయంటే నీ స్నేహితుడిని అయినందుకు నేను ఉరేసుకుంటాను గుర్తుంచుకో."

విశ్వం నవ్వేశాడు. కాని ఆ నవ్వు సహజంగా లేదు.

"విశ్వం! నువ్వే నన్ను గట్టెక్కించాలిరా."

"నువ్వు నీళ్ళల్లో మునిగితే గట్టు ఎక్కించేవాడినిరా నా దగ్గరే ఉన్నావ్..."

"నీ జోకుకు నవ్వే స్థితిలో లేనుగాని, నీకు తెలిసిన అతను యెవరికో లంచం ఇస్తే హెచ్.ఏ.ఎల్ లో ఉద్యోగం ఇస్తాడని అన్నావుకదరా."

"లంచం ఇవ్వటం నీ ఆశయాలకు గొడ్డలిపెట్టేమో!"

"నిజమే కాని గత్యంతరంలేదు. ఆ లంచం డబ్బులు కూడా నువ్వే ఇవ్వాలి. ఉద్యోగంవచ్చాక తీర్చుకుంటాను?"

"వడ్డీ ఏ రేటున ఇస్తావ్?"

"ఆఁ... వడ్డీ... నీ ఇష్టం..." తెల్లబోయినట్టుచూచాడు.

"ఇప్పుడెవడోయ్ నిన్ను అప్పు తీర్చమన్నది. మొదట ఉద్యోగస్తుడివయి మగాడి వనిపించుకో" అన్నాడు నవ్వుతూ.

"ఒరేయ్... విశ్వం..." స్నేహితుడి భుజం చరిచాడు. తన కళ్ళు చమర్చితే తుడుచుకున్నాడు.

"రూపాదేవి సాగర్‌కు రమ్మని ఆహ్వానించిందిరా."

"హాయిగా వెళ్ళిరా ఆలోచనలు మాని"

"నువ్వూ రాకూడదూ?"

"మీ రూపాదేవి పానకంలో పుడక అనుకుంటుంది."

"మా వాడు మీగడ తరక అని చెబుతాను. నువ్వు మొదట వెళ్ళి శశిధర్‌ను కలువు. అతనికి డబ్బివ్వు ఉద్యోగం సంగతి అతను చూచుకుంటాడు."

"మెనీ మెనీ థాంక్స్‌రా."

"ఏడ్చావ్! సాగర్ వెళ్ళటం ఖాయమేకదా!"

"నీ మాట హైకోర్టు తీర్పుతో సమానం. గాకుండా ఉంటానా?" ఇంద్రమోహన్ హాయిగా నవ్వాడు. కొండంత బరువు దూదిపింజలా తేలికయినట్టు అనిపించింది. హుషారుగా ఈలవేస్తూ ఇంటికి వచ్చాడు.

"అన్నయ్యా! అమ్మ పకోడీలు, పాయసం చేసింది."

"యెందుకు?" ముఖం చిట్లించాడు.

"పట్నం మామయ్య వచ్చాడు."

"ఊఁ...." అదిరిపడ్డట్లు చూచి మెల్లగా జారుకోబోయాడు. ఆయన ఉచిత సలహాలు ఇవ్వటంలో ఉద్దండపిండం. అతని కంపెనీ అంటే నిప్పులమీద నడకలా ఉంటుంది.

"అమ్మ పిలుస్తోంది."

"మా పూర్ణ బంగారుతల్లి, బయటినుండి రాలేదని చెప్పు" అని గబగబ వచ్చినంత వేగంగా బయటికి వెళ్ళాడు.

5

"**రా** నాయనా!" ఆప్యాయంగా యెదురు వచ్చాడు శ్రీహరి.

"నమస్తే.... ఇతను నా స్నేహితుడు. ఆరోజు రాలేకపోయాడు."

"నమస్కారమండీ" ఇంద్రమోహన్ నమస్కరించాడు. అతను లోపలి గుమ్మం వైపు చూచి తెల్లబోయాడు. అతను ఒక్కడుగు ముందుకు వేశాడు.

"మీరు ఢిల్లీలో..."

"ఆఁ ఉచిత సలహా ఇచ్చిన రూపాదేవిని..."

"ఓ మైగాడ్! ఓరేయ్ విశ్వం ఈవిడ నాకు ముందే పరిచయంరా" తమాషాగా తాము కలుసుకున్న సన్నివేశం చెప్పాడు.

"ఐసీ!" విశ్వం ముఖం అప్రసన్నంగా మారటం ఇద్దరూ గమనించలేదు.

"మీరు ఏ ఇంటర్‌మీడియట్ చదువుతున్న అమ్మాయో అనుకున్నాను. మైగాడ్! మీరు డాక్టరంటే పేషెంట్లు నమ్మరండి" అన్నాడు.

"మీకు పెషెంట్ల సంగతి బాగా తెలుసు అనుకుంటాను..." నవ్వుతూనే వ్యంగ్యంగా అన్నది.

"నిజం! ఇంకా నాకు నమ్మకం కలగటంలేదు. డాక్టరంటే ఎత్తు, దానికి తగిన లావు, ముఖం గంభీరంగా, మొరటుగా ఉండాలి..."

"ఏ శాస్త్రంలో వ్రాసి ఉందో..."

"రూపా కూర్చుని మాట్లాడుకొండమ్మా" శ్రీహరి అన్నాడు.

అందరూ కూర్చున్నారు.

రూపాదేవి అందం పిచ్చివాళ్ళను చేస్తుంది. లేతాకు పచ్చ చీరలో విరిసిన గులాబి మొగ్గలా ఉంది. ఫలహారాలు అయ్యాయి. ఇంద్రమోహన్ ఏదో అనటం, ఆమె నవ్వటం విసుగ్గా చూస్తున్నాడు విశ్వం. శ్రీహరి అడిగిన ప్రశ్నలకు అవును కాదు అంటూ జవాబు లిస్తున్నాడు.

అతనెందుకో స్వేచ్ఛగా ఉండలేకపోతున్నాడు. అతని ముఖాన్ని గంభీరతగా భావించారు.

"రూపా! విశ్వానికి నీ నర్సింగ్‌హోమ్ చూపించమ్మా." శ్రీహరి అన్నాడు.

"పదండి..." ఆమె కారు కీస్ తీసుకుని లేచింది. విశ్వం, రూప ముందు కూర్చున్నారు. ఇంద్రమోహన్ వెనుక కూర్చున్నాడు. ఆమె కారు నడుపుతూ జాగ్రత్తగా ఎదుటకు చూచింది.

"మీకు కారు నడపటం ప్రాక్టీస్ లేదా?" విశ్వం అడిగాడు.

"తాపీగా పోవటానికి ఇవి సిటీ రోడ్లు కావు. ఎగుడు, దిగుడే కదా. నాకు నడకంటేనే ఇష్టం." అన్నది కారును టర్న్ చేస్తూ.

"ఆc.... అందుకే అంతబాగా ఫిగర్ని మేంటేన్ చేస్తున్నారు. ఈ కాలంలో అమ్మాయిలు ఇరవై దాటకమునుపే అరవైఏళ్ళ వారిలా వ్రేళ్ళాడిపోతున్నారు" వెనుకనుండి అరిచాడు ఇంద్రమోహన్.

"ఒరేయ్ మీగడ తరకా! పానకంలో పుడక అవుతున్నావు."

"సారీ...."

"మీ కోడ్‌భాష నాకర్థం కాలేదు. మరోసారి చెప్పండి." రూప అడిగింది.

"మంచి మాటలు మళ్ళీ, మళ్ళీ చెప్పబడవు." అన్నాడు ఇంద్ర. ఆమె నవ్వింది. కారు వెళ్ళి సగం, సగం కనిపించే గోడలముందు ఆగింది.

"ఇదండీ నర్సింగ్‌హోమ్, దీన్ని ప్రారంభించటానికి మాతాతయ్య ప్రోత్సాహంకంటే ప్రోద్బలం అంటే బావుంటుందేమో, ప్రోద్బలం ఎక్కువయింది. స్వర్గీయ మా నాయనమ్మ పేరున పెట్టమని గొడవ....."

"రేయ్ విస్సీ! రేపో ముద్దు పెట్టమన్నా తాతయ్య నడగాలంటుందేమో" మెల్లగా వినీ వినిపించనట్టు అన్నాడు ఇంద్ర.

విశ్వం ఫక్కున నవ్వాడు. రూప చకితురాలయినట్టు చూచింది. తన మాటల్లో అంతగా నవ్వాల్సిన అంశమేముందని! ఆమె చూపులకు అర్థం గ్రహించిన విశ్వం అసలు సంగతి చెప్పాడు. ఆమె ముఖం ఎఱ్ఱగా, పండిపోయిన టమోటా పండులా అయింది. ఒక నిముషంలో తనను తాను సంబాళించుకుని నవ్వేసింది.

"తాతయ్యకు ఆమె అంటే ప్రాణం. భౌతికంగా తనకు దూరం అయినా, తన తలపుల్లో జీవించే ఉందంటాడు. అందుకే "లక్ష్మీనర్సింగ్ హోమ్" అని

పెట్టాము" ఆమె తీసుకువెళ్ళి అవుట్ పేషెంట్లు గది, రోగుల గదులు, ఆపరేషన్ థియేటర్, విజిటింగ్ లాంజ్ అన్నీ చూపింది.

"అక్కడ ఖాళీస్థలం ఉంది చూచారూ, డాక్టర్స్ రెసిడెన్స్ ఉంటుంది. ఇది పూర్తి అయ్యాక, అది ప్రారంభించాలనే ఉద్దేశంలో ఉన్నాం" అన్నది.

"ఏమండీ! ఓ చిన్న సందేహం! మీ నాయనమ్మ పేరు పెట్టారుకదా, తాతయ్య చందాలాంటి దేమయినా...."

"భలేవారే! మా కున్నదంతా ఆయన సంపాదించిందే. మీలాంటి వారు అడుగుతారని ఊహించే కాబోలు లక్ష రూపాయలు చందా ప్రకటించారు."

"గుడ్...గుడ్! ఎక్కడయినా అవసరం అనుకుంటే ఆయన పేరు తగిలించెయ్యండి" అన్నాడు ఇంద్ర.

ఆమె వెనక్కు చూచి చిన్నగా నవ్వింది. ఇంద్రమోహన్ గుండె లయతప్పింది.

"నర్సింగ్‌హోమ్ ప్రారంభమయ్యాక నాకు ఎక్కడ ఇష్టమయితే, ఫారిన్‌లో అయినా, హైద్రాబాద్‌లో అయినా పోస్టుగ్రాడ్యుయేషన్ చెయ్యాలని ఉంది."

"ఇదీ తాతగారి సలహాయేనా?"

"ఇంద్రా! నువ్వు కాసేపు నోరు మూస్తావా?"

"మీ స్నేహితులూహించింది కరక్టే! తాతయ్య సలహామేరకు పనిచేస్తున్నాను. వచ్చేవారం ఓ గైనకాలజిస్ట్ వస్తుంది. ఆరునెలలు పోయాక ఓ పిల్లల స్పెషలిస్టను అప్పాయింట్ చేస్తాం. నర్సింగ్‌హోమ్ ఆదాయాన్నిబట్టి మిగతా విభాగాలు ప్రారంభిస్తాం."

"ప్చ్ ప్చ్! నేను డాక్టర్ని కాకపోవటం నా దురదృష్టం."

"మీరేం చేస్తున్నారు?" రూప వెనుతిరిగి అడిగింది.

"ఉద్యోగం వస్తుందని ఫీజు కట్టాను. పరీక్ష, తరువాత ఎంపిక."

"ఉద్యోగానికి ఫీజుంటుందా?" ఆమె ఆశ్చర్యంగా చూచింది.

"లంచం అంటే అవినీతి క్రింద వస్తుందండీ! అవినీతి నిరోధక కార్యాలయం అంటాడు. అక్కడ ఏదయిన ముడితేనే మనమాట వింటాడు. అలాంటప్పుడు కంచే చేను మేస్తుందంటే ఎవరికర్థం అవుతుంది?"

"అమ్మమ్మ! మీరు చెప్పిందికూడా నాకేం అర్థం కాలేదు."

"అయితే నేను ట్యూషన్లు చెప్పడానికి కూడా పనికిరానంటారు."

"చూడండి రూపా వీడు యెంత తిప్పి, తిప్ప మాట్లాడుతున్నాడో? ఉద్యోగం కోసం లంచమిచ్చాడు."

"ఓ.... అదా!" ఈసారి ఆమె పెదాలు బిగించి నవ్వింది.

"ఎలా ఉంది ప్రాక్టీసు?"

"ప్రాక్టీసు కేముంది, ఓపిక ఉంటే డబ్బులే డబ్బులు. జనానికి తమ ఆరోగ్యం పట్ల శ్రద్ధ పెరిగింది. ఏ కాస్త అస్వస్థత అయినా డాక్టరు దగ్గరకు వస్తారు. రావటమే కాదు ఏ మందు ఇవ్వాలో కొందరు సలహా కూడా ఇస్తారు."

"మీ పనే హాయిగా ఉంది. ఫీజులో భాగం అడగనంతసేపు హాయిగా వారి సలహాలు స్వీకరించండి" ఇంద్ర సలహా ఇచ్చాడు.

"ఏమండీ! నేను జైలుకు వెళ్ళాలని ఉందా?"

"అమ్మమ్మ.... యెంత మాట! మా వాడి కోసమయినా మీరు నాల్గు కాలాలపాటు చల్లగా ఉండాలి." అన్నాడు.

రెండెకరాల ఆవరణలో హాస్పత్రి ప్లాను చూచి ఇంటికి వచ్చారు. భోజనాలు చేసి, ఇంద్రమోహన్ హాయిగా నిదురబోయాడు.

విశ్వం నిదురకు దూరం అయి అటు, ఇటు దొర్లసాగాడు. అతని హృదయంలో ఏదో అశాంతి. ఇది అని తెలియదు. మూడుగంటలకు బయట శబ్దం అయితే లేచాడు.

ఒక క్షణం కాళ్ళు చేతులు విదిలించాడు. బయటికి వచ్చాడు. ఒక స్ఫురద్రూపి అయిన యువకుడి గుండెలపై "స్టెత్" పెట్టి చూస్తోంది రూపాదేవి. ప్రక్కన నడివయస్సు స్త్రీ నిలబడి ఉంది.

"ఎక్కువ శ్రమవల్ల అలా అయ్యారు అత్తయ్యా ఏం కాదు. రెండురోజులు విశ్రాంతి చాలు. ఈ టానిక్కు తెప్పించు." అన్నది చీటి వ్రాస్తూ.

"ఛ! అతని కంత దగ్గరగా వెళ్ళకుంటేనేం?" విసుక్కున్నాడు విశ్వం. ఆ వచ్చినతను రోగిష్ఠిలా లేడు. అందుకే అతని బాధ.

"నీకేమిటయ్యా హార్టు ఎటాక్ రావటం! మిడిమిడి జ్ఞానంతో ఆలోచించ కూడదు" అన్నది నవ్వుతూ. పిలువకుండానే వస్తుంది నవ్వు, అనుకున్నాడు. వారిని సాగనంపి వచ్చారు తల్లీ, కూతుళ్ళు.

"ఓ... మీరు లేచారా? కాఫీ పెడతాను" రుక్మిణి వెళ్ళిపోయింది.

రూపాదేవి వెళ్ళి కూర్చుంది. అతనికది నచ్చలేదు. తను నిల్చుని ఉండగా ఆమె కూర్చోవడమా?

"చాలా అలసటగా ఉందండీ. ఆ కన్‌స్ట్రక్షన్ పని నాన్నగారు చూచుకో లేకపోతున్నారు. నాకు వెళ్ళక తప్పటం లేదు."

"నేనుండిపోనా!" అన్నమాట నోటివరకు వచ్చింది.

"రండి కూర్చోండి...." అన్నది కుర్చీ చూపుతూ.

అతను ఆమె ఎదురుగా కూర్చుని ఒక్కమాట మాట్లాడలేకపోయాడు.

"ఈ పూట విశ్రాంతి తీసుకుంటే రేపు యెత్తిపోతలు, మాచర్ల, మ్యూజియమ్ చూడవచ్చు" అన్నది.

అతనికి మండిపోయింది. ఏమిటా ఈమె ఉద్దేశం! తను లోగడ చూడలేదనా ఈమె భావన!

"మేం చాలాసార్లు చూశాం. మళ్ళీ చూడాలంటే విసుగు."

"నాకు మాత్రం పడవలో వెళ్ళి మ్యూజియమ్ చూడాలని ఉంది." ఇంద్రమోహన్ ఆవులిస్తూ వచ్చాడు.

"మనము చూచాం కదరా..."

"అప్పుడు కడుతున్నారు. మనము పడవలో దాటామా! అప్పుడు మధ్యన భూభాగం ఉంది."

"ఇప్పుడు నీళ్ళలో పడితేగాని భరించలేనంటావ్."

"అలా నీళ్ళలో వెళ్ళటం యెంత అద్భుతంగా ఉంటుందో నీకేం తెలుసురా! చుట్టూ నీళ్ళూ, స్వేచ్ఛగా తేలిపోయే మేఘాలను చూస్తూ, చిరుగాలుల తాకిడికి ఒళ్ళు గగుర్పొడుస్తుంటే ఆ అనుభూతి, ఆనందం...." అతని మాట పూర్తి కాకముందే భుజంపై గట్టిదెబ్బపడింది. అదిరిపడి చూచాడు.

"అయిందా మైమరుపు?" విశ్వం అడిగాడు.

"ఆఁ... మైమరుపు కాదు నిజంరా..."

"రేపు ఉదయం నాకు హైదరాబాదులో ముఖ్యమయిన పని ఉంది రాత్రికి వెళ్ళిపోదాం...."

"జీ హుజూర్! ఆజ్ఞ." నవ్వేశాడు ఇంద్రమోహన్.

"మీ స్నేహితులు అన్నదాంతోనే ఏకీభవిస్తారా?"

"ఏకీభవించటం అంటే వాడితోపాటు నాకు పని ఉంది అనేవాడిని, స్మాల్ అడ్జెస్టమెంటు. మిడిల్ క్లాస్ ఫ్యామిలీస్‌పై నియంతృత్వం ప్రదర్శిస్తున్న అడ్జెస్టమెంటు...."

"మొదట నోరు ముయ్యి."

"టీ త్రాగాక. భోజనం వరకు నోరు విప్పమన్నా, విప్పనురా"

"ఏడ్వు..." నవ్వుతూ విసుక్కున్నాడు. అందరూ టీ త్రాగారు. ఎంత ఉండమన్నా పని ఉందంటూ బయలుదేరాడు విశ్వం.

"థాంక్స్!" అన్నాడు ఇంద్రమోహన్.

"నేనే మీకు చెప్పాలి. లైవ్‌లీ కంపెనీ..." అన్నది బస్‌స్టాండ్ వరకు వచ్చి.

"విస్సీ! ముద్దు, సుద్దులు ఉంటే చెప్పు అలా వెళ్ళొస్తాను" గుసగుసగా అడిగాడు.

"నీ వీపుపై గుద్దులున్నాయి. వెధవ వాగుడూ నువ్వూ..." అన్నాడు నవ్వుతూ బస్సురావటంతో మాటలు ఆపాడు.

6

"సారీ ఇంద్రా! శశిధర్ ఇంత మోసగాడని తెలియదు" విశ్వం బాధ పడుతూ నుదురు రాసుకున్నాడు.

"నాలాంటివాడిని చూచే అన్నార్రా దురదృష్టవంతుడు స్నానమాడబోతే వడగండ్లవానని! నా రాతను మార్చగలవా!" ఇంద్రమోహన్ దిగులుగా అన్నాడు. విశ్వం కడుపులో దేవినట్టు అయింది. ఏనాడు స్నేహితుని ముఖంమీద చిరునవ్వే తప్ప మరోభావం చదువలేదు. అతని మతి పోయింది.

"ఒరేయ్! ఈ ఉగ్యోగం కాకపోతే మరొకటి వస్తుందిరా. నువ్వు దిగులు పడకు."

"నా గురించి కాదురా దిగులు. నీగురించి, అడగ్గానే ఇచ్చినడబ్బు సద్వినియోగం చేసుకోలేకపోయాననే అనే బాధరా."

"శశిధర్‌ను నమ్మటం నా పొరపాటు."

"ఒరేయ్ విస్సీ! బ్రతికిఉంటే వడ్డీతో కాకపోయినా అసలు అప్పు తీరుస్తానురా."

"అప్పుకోసం తప్పు పట్టటం లేదురా. ఆ శశిగాడి మోసం తలుచుకుంటే దిగులుగా ఉన్నది. మన ఒక్కరినేకాదు. మరో అయిదారుగురిని మోసగించాడు."

ఇద్దరూ ఎన్నోరకాలుగా బాధపడ్డారు. శశిధర్ చదువుకున్నవాడే. విశ్వానికి అక్కడ, అక్కడ కలసి పరిచయమై నమ్మకం సంపాదించాడు. ఉద్యోగాలిప్పిస్తానని మోసంచేసి డబ్బులాక్కొని బ్రతుకుతున్నాడు. అది వీళ్ళు ఆరాతీస్తే తెలిసింది. అతడిని వెతికి అత్తవారింట్లో పట్టుకున్నారు.

అమాంతంగా వచ్చి విశ్వం కాళ్ళు పట్టుకున్నాడు.

"నన్ను చంపు, కొట్టు, నేను ద్రోహినిరా...."

"చాలించు ఈ మెలోడ్రామా? మీ బాస్‌తో చెబుతాను."

"చెబితే నీకేం వస్తుంది? నా ఉద్యోగం పోతుంది. నెలకింత ఇస్తాన్రా!" బ్రతిమాలాడు.

"అక్కరలేదు. స్కూటర్ లాక్కెళ్ళిపోతాను."

"మీకంటే ముందే ఆ పని యెవరో చేశారన్నయ్యా" అన్నది అతని భార్య.

చేసేదిలేక వచ్చేశాడు విశ్వం. ఇంద్రమోహన్‌కు ఇది విన్నప్పటినుండి మతిపోతోంది. ఒకటా, రెండా, రెండువేల రూపాయలు తన చేత్తో కట్టాడు.

ఇంటికి నీరసంగా వచ్చాడు. బెలూన్‌లో గాలిలాగేసినట్టు అతని బలమంతా లాగేసిందా సంఘటన.

"వచ్చావా ఇంద్రా! నీకోసం పట్నం మామయ్యవచ్చాడు."

"ఊ.... నా ధర యెంతో ఖచ్చితంగా చెప్పమను అమ్మా. కాస్త ఎక్కువే అడిగి వ్యాపారమో, పూర్ణకి వివాహమో చేస్తాను." అన్నాడు వెటకారంగా.

"అంత కోపం యెందుకురా! మన శ్రేయోభిలాషి. కాబట్టే అదిలించినా, విదిలించినా, వస్తున్నాడు."

"మహావచ్చాడులే కమీషను యెంత తీసుకుంటున్నాడో..."

"అరేయ్! పాపంరా... అలా అనొద్దు..."

"అసలు విషయం చెప్పమ్మా యెంత పలుకుతున్నారు."

"కట్నం తీసుకోవటం అమానుషత్వం. ఆ సంగతి తెలుసు. అందుకే వాళ్ళబ్బాయికి మన పూర్ణను చేసుకుంటారట. వాళ్ళమ్మాయిని నీకిస్తారట. కానీ కట్నం వద్దు...."

జయమ్మ ఆశగా కొడుకువంక చూచింది. ఆమె కళ్ళలో వేడికోలు ఉంది. ఒక్క ఆడపిల్లను పంపివేసే మార్గం మూసివెయ్యకు అని అర్థించినట్టు ఉంది.

"అమ్మా!" అన్నాడు అతని మనసు, బుఱ్ర రెండు మొద్దుబారి పోయాయి తను ఏం చేయాలో తోచలేదు.

"వద్దనకు నాయనా! అమ్మాయి అందంగానే ఉంది. మన ఇంట్లో కాపురం చెయ్యవలసిన పిల్ల ఆ సంగతి నాకు తెలియదా?" అన్నది అతని జుట్టు నిమురుతూ.

"మనకు గడవటమే కష్టంగా ఉంది. రేపు మరొక అమ్మాయి వస్తే యెలా పోషిస్తాం? అది ఆలోచించవేం?"

"పూర్ణ వెడుతుంది. ఆ అమ్మాయి వస్తుంది. కొత్తగా ఆలోచించడానికి ఏముంది?"

"పూర్ణ మనలో ఒకర్తి! మనం తింటే తిన్నది, ఉపవాసం ఉంటే మనతోపాటు తనూ ఉన్నది. పరాయి ఇంటిపిల్ల...."

"అది నిజమేననుకో! మీ కాబోయే మామగార్కి మంచి పలుకుబడి ఉంది. ఎక్కడయినా నీకు ఉద్యోగం వేయిస్తాడు."

"బావుందే.... నీ స్వర్గానికి నిచ్చెనలు వేసే పద్ధతి!"

"అన్నింటికి ఆ దేవుడే ఉన్నాడు..."

"ఇదిగో అమ్మా! ఇక్కడే నాకు వొళ్ళుమండుతుంది. చేసేవన్నీ మనము చేసి ఫలితాలు ఆ దేవుడున్నాడంటే వచ్చేస్తాయా!"

"ఫైరింజనుకు ఫోన్ చెయ్యనా అన్నయ్యా?" చందు అడిగాడు.

"అదెందుకురా! యెవరి కొంపలంటుకున్నాయి?"

"నువ్వు ఒళ్ళు మండుతుందన్నావుగా..."

"నోరుముయ్యి! ఈ తెలివితేటలు చదువులో చూపించు, సంతోషిస్తాం."

"మరో నిరుద్యోగి తయారవుతాడు. చందూ వెళ్ళిపోయాడు. కర్తవ్య విమూఢుడై తిరిగి పోతుందనుకున్న తలను పట్టుకుని కూర్చున్నాడు. తలయెత్తి చూస్తే దిగులుగా చూస్తూ పూర్ణ నిల్చుంది.

అతని హృదయం కదిలిపోయింది. ఆశలకు, ఆశయాలకు బంధాలు బంధుత్వాలు అడ్డు వస్తుంటాయి. ఇప్పట్లో ఉద్యోగం వస్తుందన్న ఆశకూడా లేదు.

"అమ్మా! .... వాళ్ళెవరో, వాళ్ళు పూర్ణను చేసుకుంటానన్నారుకదా, నా కిష్టమేనని చెప్పమ్మా" అన్నాడు బయటికి వెడుతూ.

"మరి అమ్మాయిని యెప్పుడు చూద్దాం!"

"నువ్వేచూడు అందకత్తె అన్నావుగా!" అన్నాడు విసుగ్గా.

"ముక్కుమీదే ఉంటుంది కోపం యెట్లా బ్రతుకుతాడో...... నిజంగా అంటున్నావుట్రా!"

"ఉహుఁ! అబద్ధంగా అంటున్నాను" అన్నాడు విసుగ్గా.

"అన్నయ్య నేను చూడనా అమ్మాయిని..." చందు అడిగాడు.

"అదీ పాయింటే! అమ్మా ఖర్చు కలిసివస్తుంది. యెక్కడయినా పిల్లఉంటే చూడండి చందుకు కూడా ముడిపెట్టేద్దాం.

"అన్నయ్యా! వదినను చూస్తాననన్నానురా."

"తంతాను..." అనవసరంగా తమ్ముడిని విసుక్కున్నాడు.

ఇంద్రమోహన్ బయటికివెళ్ళి నాల్గురోడ్లకూడలిలో నిల్చున్నాడు. ఓ టూరిస్ట్ బస్ వచ్చింది. దాంట్లోనుండి మహిళాకళాశాల విద్యార్థినులు, అధ్యాపకురాండ్రు దిగారు. అందులో ఒకామెను చూస్తే మిస్ గంగ గుర్తుకు వచ్చింది. అచ్చు అలాగే ఉందనుకున్నాడు.

"హాయ్! మిస్టర్ మీ పేరేదో చెప్పావు, జ్ఞాపకం రావటంలేదు" అన్నది, ఆమె దగ్గరగా వచ్చింది. ఆమె నిజంగానే మిస్ గంగ.

"హాయ్! మీరు మిస్ గంగ... కదూ!"

"ఎక్జాక్టలీ! మీదెంత గొప్ప జ్ఞాపకశక్తి" అన్నది.

ఆమె కట్టిన జార్జెట్టు చీరలో దాగలేమని కండరాలు బయటికి వచ్చాయి. పిలకజడ వేసుకుంది. దిద్దినబొమ్మలు, అద్దిన పౌడరు ముదిమిని దాచలేక పోతున్నాయి.

"మీరు చాలా చిక్కిపోయారండీ!"

"ఆఁ... మార్పు కనిపిస్తుందా! అయామ్, ఆన్‌డయట్!" నవ్వింది. నిండు కుండ బ్రద్దలయినట్టుందా నవ్వు!

"అచ్చం హిందీతార యెవరబ్బా...." టున్, టున్‌తో పోలిస్తే తంతుందని తెలుసు, ఆలోచనలో పడిపోయాడు.

"నర్గీస్‌లా ఉన్నానని అంటారందరూ" ముసిముసిగా నవ్వింది.

"నిజం! నూటికి రెండువందలపాళ్ళు నిజమండీ" అన్నాడు హుషారుగా.

"ఏం చేస్తున్నావ్?"

"ప్రస్తుతానికి మీతో మాట్లాడుతున్నాను. చెయ్యవలసినపని అంటూ ఏం లేదండీ! మిమ్మల్ని చూడగానే ప్రాణం లేచివచ్చిందంటే నమ్మండి. ఏదయినా ఉద్యోగం చూపిస్తే చేస్తానండీ."

"ఉద్యోగాలకేం భాగ్యం! ఏ మినిష్టరయినా గంగ పంపింది అంటే చాలు అప్పాయింటుమెంటు ఆర్డర్ ఇస్తారు."

"ఒక్క ఆర్డర్ నాకిప్పించండి. జీవితాంతం రుణపడి ఉంటానండి. ఏం తీసుకుంటారు? ఈ ఊరు పకోడీలకు ప్రసిద్ధి."

"ఓ ప్లేటు పకోడీలు కట్టించుకురా. ఆ చెట్టుక్రింద కూర్చుంటాను."

ఆవిడ అటు, ఇటు ఊగుతూ జగన్నాథుని రథంలా కదిలింది. ఇంద్రమోహన్‌కు పచ్చి వెలక్కాయ గొంతులో పడ్డట్టు అయ్యింది. జేబులో చేయిపెట్టాడు. ఓ బఠానీగింజ దొరికింది. తన జేబులోకి బఠానీలు యెలా వచ్చాయని ఆశ్చర్యంగా చూచుకున్నాడు. అది తన చొక్కా కాదు చందూది.

అతనికి ఆపత్ బాంధవుడిలా తండ్రికి అప్పుపెట్టే కొట్టతను గుర్తుకు వచ్చాడు. అక్కడికి పరుగులమీద వెళ్ళాడు.

"ఆచారిగారూ! ఒక్క ప్లేటు స్పెషల్ పకోడీలు కట్టివ్వు. ప్లీజ్! నాకు ఉద్యోగం ఇచ్చిన ఘనత నీకే దక్కుతుంది." అన్నాడు ఆదుర్దాగా.

"ఏందయో! సుక్కేసుకున్నావా ఏంది! ఉద్యోగం నీకిచ్చేపాటి వాడినయితే పకోడీల కొట్టెందు కెట్టుకుంటా!...." తన బొంగురుగొంతుకతో అడిగాడు.

"అదికాదు ఆచారిగారూ నాకు ఉద్యోగం ఇప్పించే ఆవిడ ఇందిరాగాంధీకి దగ్గర బంధువు. అదిగో ఆ చెట్టుక్రింద ఉంది. మనూరి మీదుగా వెడుతుంది. ఆమాత్రం మర్యాద చెయ్యకపోతే యెలా?"

"అవును యెలా! ఇదిగో ఒక్క ప్లేటు కాకపోతే రెండు తీసుకుపో. కాని మనూరి విషయాలు ఆవిడ చెవిన వెయ్యి. ఈ స్థలం నాకొస్తుందేమో అడుగు."

"యెందుకురాదు తప్పక వస్తుంది" హామీ ఇచ్చి, అతనిచ్చిన పకోడీలపొట్లం తీసుకుని వెళ్ళి మిస్ గంగకిచ్చాడు. ఆమె కరకర నమిలి మింగేసి వెడుతూ, వెడుతూ, తన విజిటింగ్ కార్డ్ ఇచ్చి వెళ్ళింది. అక్కడకు వస్తే ఏదో ఒక ఉద్యోగం చూపిస్తానంది. అతనింకా ఏదో అడిగే లోపలే టూరిస్ట్‌బస్ తుర్రుమంది.

అతనింటికి వచ్చేశాడు. ఇంట్లో తల్లీ, తండ్రీ ఆనందంగా ఉన్నారు. ఒకరి గుండెల్లో మోయలేని బరువు అయితే మరొకరి గుండెల్లో దూదిపింజంలా వుంది సంతోషం.

"ఇంద్రా, రేపు అమ్మాయిని చూడటానికి మనము నల్గురం వెడుతున్నాం" అన్నది జయమ్మ.

"నువ్వు చూస్తే చాలన్నాను కదమ్మా."

"నీకు నాపై నమ్మకం ఉందిరా. ఆ పిల్లకు వాళ్ళ వాళ్ళపై నమ్మకం లేనట్టుంది. అదీకాక పూర్ణను చూపించినట్టు ఉంటుంది" అన్నదామె.

"సరే..." అన్నాడు.

"అమ్మా! మంచంకోళ్ళలా నల్గురెందుకే, పంచపాండవుల్లా అయిదుగురం వెళ్దాం" చందు అన్నాడు.

"కౌరవుల్లా వందమందిమి వెళ్ళొచ్చు. బంధుమిత్ర సకుటుంబ, సపరివారంగా. అక్కడికి ఛార్జీలు కావద్దూ! ఇప్పటికే నా ఉంగరం అమ్మారు" అన్నది పూర్ణ. ఆ తరువాత నాలుక కరుచుకుంది. అన్నవంక దీనంగా చూచింది.

"పూర్ణీ! నీ నోట్లో నువ్వుగింజ నానదుకదే. అంతా ఆ మహాతల్లి పోలికే" మెటికలు విరిచింది జయమ్మ.

ఏదయినా మంచిగుణం చెప్పుకోవల్సివస్తే తన తల్లి గురించి గొప్పగా చెబుతుంది. ఏదయినా చెడ్డగుణం చెప్పుకోవలసివస్తే, అత్తను చెప్పుతుంది జయమ్మ.

"చచ్చి ఏ లోకాన ఉందో నాయనమ్మ ప్రసక్తి దేనికే అమ్మా. మన సంగతులు తెలియవా అన్నకి దాచిపెట్టటానికి..."

"అవసరం అయితే మనల్ని అమ్ముతారు... అమ్మతున్నారు. రేపు నీ బేరం అయిపోతుంది. తరువాత నా వంతు.." చందూ అన్నాడు వేళాకోళంగా.

"యెంత మాటపడితే అంత మాట అంటాడమ్మా వీడి నోట్లో ...."

"పంచదార లడ్డు... లేదా బ్రెడ్డు అను. గుడ్డు అంటే తిడతావుగాని అమ్మా..."

"మధ్య నీ గోల ఏమిట్రా?" ఇంద్రమోహన్ కసిరాడు.

"మహా! మీ ఇద్దరికే పెళ్ళిళ్ళు అవుతున్నట్టు పోజు..." చందు ఉడుక్కున్నాడు.

ఆ మర్నాడు, ఉన్నవాటిల్లో మంచి బట్టలేసుకుని అందరూ బయలుదేరారు. పెళ్ళిచూపులకు వెళ్ళేటప్పుడు ఉంగరాలు, చెవిపోగులు అమ్మితే, పెళ్ళికి ఇల్లు అమ్మవల్సిందే, అనుకున్నాడు. ఇబ్రహీంపట్నంలో సంపన్న గృహస్తులు పెళ్ళివారు. వియ్యాలవారికి చాలా మర్యాదలు చేశారు. ఫలహారాలు అయ్యాక, పెళ్ళికొడుకు, పెళ్ళికూతురు వచ్చారు. పూర్ణ తలయెత్తి ఓరగా చూచింది.

అబ్బాయి ఆరోగ్యంగా ఉన్నాడు. అమ్మాయికూడా బాగానే ఉంది.

"మా వాడు ఎస్.ఎల్.సి చదివి వదిలేశాడు. చదువుకున్న అమ్మాయిలు చెడిపోతున్నారని అసలు నేను అమ్మాయికి చాకలిపద్దులు వ్రాయటం నేర్పాను" గృహస్థు సెలవిచ్చాడు.

తల వంచుకుని వింటున్నాడు ఇంద్రమోహన్.

"ఊర్లో ఉందని అమ్మాయిని చదివిచ్చాం. అది పరీక్ష తప్పింది" రామలింగం అన్నాడు.

"ఆఁ...." ఇంద్రమోహన్, పూర్ణ ఒకేసారి తండ్రివైపు చూచారు.

"నిజం చెబితే అమ్మాయి అంత చదువటం ఇష్టంలేదంటారేమోరా." అని కళ్ళతోనే చెప్పాడాయన.

తల వంచేశాడు.

"కట్నం గురించి ఖచ్చితంగా ముందే చెప్పండి. మేం ఏం అనుకోము. అబ్బాయి చదువుకున్నవాడు."

"మాకా పట్టింపులేం లేవండీ. మీరో పదిహేను వేలిచ్చి, దాంట్లోదే పదివేలు మళ్ళీ మేం ఇచ్చి ఈ తతంగమంతా యెందుకు చెప్పండి. మీకున్నది మీరు, మాకున్నది మేం పెట్టుకుందాం" అన్నాడు రామలింగం.

"అబ్బాయ్! ఇప్పుడే చెప్పు, తరువాత స్కూటర్ లాంటివి అడిగితే కష్టం."

"మీకా భయం అక్కరలేదండీ. స్కూటర్, మోటర్ ఏది కొన్నా సంపాదించే కొంటాను" చురుకుగా అన్నాడు ఇంద్రమోహన్.

"మరి మా అబ్బాయికి వెండికంచం, ఉంగరం...."

"అన్నీ పెడతాను" వెంటనే జవాబిచ్చాడు రామలింగం.

"పెళ్ళి కాస్త ఘనంగా జరుపాలి. వచ్చినవారికి బట్టలు పెట్టాలి."

"అది వేరే చెప్పాలా? మాకే పదిమంది ఉన్నారు" జయమ్మ అతి వినయంగా జవాబు ఇచ్చింది.

ఏ ధీమాతో వారి కోరికలు అంగీకరిస్తున్నారో యెంత ఆలోచించినా ఇంద్రమోహన్‌కు అంతుపట్టలేదు. అయినా కుండమార్పిడిలో ఒకవైపు నుండి ఈ కోర్కెలు ఏమిటో అర్థంకాలేదు.

"దీని దుంపతెగిరి, పుణ్యానికి వస్తువులు వస్తుంటే వద్దనడం ఎందుకు! స్కూటర్, సైకిల్ బదులు ఓ డొక్కు కారిచ్చినా దాన్ని టాక్సీగా మార్చి బ్రతికేద్దును" అనుకున్నాడు.

"మావాడు తెలుగు సినిమాలు తెగచూస్తాడు. ఆ సినిమా పందిరిలా ఉండాలంటాడు..." ఆయన నవ్వారు.

"సినిమాలోలాగా శోభనం గది వద్దూ! ప్రొద్యూసరంటే జనానికి ఎర వేయటానికి శోభనంగది అలంకరిస్తాడు. అదృష్టం కలిసివస్తే లక్షలు వస్తాయి, కలిసిరాకపోతే అడ్రసు లేకుండా పోతాడు. ఇది జీవితం" అనుకున్నాడు కసిగా.

అన్నింటికి తల ఊపి, ముహూర్తాలు పెట్టుకుందాం అన్నాడు రామలింగం.

"మా పురోహితుడు అవసర కార్యంపై వెళ్ళాడు. అతను పెడితేనే నాకు శుభప్రదం, అచ్చివస్తాయి. అతను రాగానే ఉత్తరం వ్రాస్తాను. మీరు ఒక్కరే వచ్చి ముహూర్తం నిర్ణయించుకోండి" ఆ గృహస్థు చెప్పాడు. తలాడించి బయలుదేరారు.

7

కాళ్ళీడ్చుకుంటూ ఇంటికి వచ్చేసరికి వాకిట్లో విశ్వం ఎదురయ్యాడు, ఇంద్రమోహన్‌కి.

"ఏరా, వెళ్ళిన పని ఏమయింది? కాయా, పండా!"

"నేను పండుముసలి నయ్యేవరకు పనులు పండేలా లేవు."

"మిస్ గంగగారు ఏమన్నారు."

"ఏమన్నా అనడాన్కి ఆవిడ కనిపిస్తేకదా!"

"అంత భారీ శాల్తీ కనిపించకుండా యెలా ఉంటుందిరా."

"ప్రొద్దున వెడితే పూజలో ఉన్నారు అంటారు. అంతకంటే ముందు వెడితే నిదురబోతున్నారు, అంటారు. పదిగంటలకు వెళ్ళితే అత్యవసరంగా బయటికి వెళ్ళారు అంటారు. మధ్యాహ్నం విశ్రాంతి, సాయంత్రం షికారు, రాత్రి చికాకుగా ఉండటం...."

"చాలులేరా నీ దండకం! ఒక రోజంతా అక్కడే ఉండకపోయావ్ నాల్గు అరటిపళ్ళు వెంటతీసుకుని..."

"అదీ అయింది. అక్కడ నాలాగే చేరినవారు సంవత్సరాల తరబడి తిరుగుతున్నారట. వాళ్ళయితే గార్డనింగ్ చేస్తూ ఇంట్లోకి కావల్సినవి తెచ్చి ఇస్తూ పడిగాపులు కాస్తున్నారు."

"నువ్వూ చేయలేకపోయావా! నామోషి యెందుకు!"

"ఆమె ఇప్పిస్తుందని నమ్మకం లేనందుకు! మనతోపాటు ఆరవ క్లాసు వరకు చదివాడు 'నారాయణ' అని గుర్తుందా!"

"ఆ... మనము యెప్పుడూ ఏడ్పించేవాళ్ళము. "నారాయణ, నారాయణ నక్కతోకా, నారాయణ పెళ్ళాం కుక్కతోక" అని..."

"వాడె ఇప్పుడు మిస్ గంగ దగ్గర "కుక్క" ఆమె భాషలో. ఎందుకో బయటికి వచ్చాడు. నన్ను చూచి, వెనుక తలుపుగుండా గృహప్రవేశం చేయించాడు. కాఫీ, టిఫిన్ యిచ్చి, ఓ సలహా యిచ్చి పంపాడు. మనుష్యుల్ని తన చుట్టూ తిప్పుకోవటం ఆమె హాబీఅట. ఇంకా నయం ఖర్చులకని, వెయ్యి, రెండువేలు తీసుకుంటుందట. నన్ను అడగనందుకు సంతోషం పొమ్మన్నాడు" గుక్క తిప్పుకోకుండా చెప్పాడు.

"నీకు రోజులు బాగాలేవురా" సానుభూతిగా చూచాడు ఏశ్వం.

"అంటే నాయనా! కాస్త నల్గురిలా నడువరా అంటే వినడు. అన్నీ నెత్తిన వచ్చిపడతాయి" తల్లి వెక్కిళ్ళు విని అటు తిరిగాడు. ఆమె కళ్ళు మంకెన పువ్వులా ఎఱ్ఱగా ఉన్నాయి. ఆమె చెంపలమీదుగా కన్నీటిచారలున్నాయి.

"ఏమిటమ్మా! ఏమయిందసలు?" ఆదుర్దాగా అడిగాడు.

"ఏం కావాలో అది జరిగింది. నీకు పిల్లనివ్వం, నీ చెల్లిని చేసుకోమని పెళ్ళివారు ఉత్తరం వ్రాశారురా."

"ఆఁ... యెందుకట?"

"వాళ్ళు స్కూటరిస్తానంటే వద్దంటావా! ఏది కావాలని అడగలేదట. నీలో ఏదో లోపం ఉందని అనుకుంటున్నారు."

"ఒరేయ్ యెవడ్రా! పీక నులిమేస్తాను. అల్లుడంటే శనికాదని నిరూపించా లనుకున్నాను.

"వాళ్ళు అలా అనుకోలేదు. అల్లుడంటే గొంతెమ్మ కోర్కెలు కోరాలి. మీ నాన్న ఇల్లు బేరం పెట్టాడు పూర్ణకోసం. అంతా తలక్రిందులయింది."

"నన్ను కాదంటే ఫరవాలేదు. పూర్ణను యెందుకు కాదనాలి?" అన్నాడు ఉక్రోషంగా.

"పదిహేనువేలు కట్నం, అయిదువేలు లాంచనం కావాలిట, ఇస్తావా?"

ఇంద్రమోహన్ నిలబడలేక కుర్చీలో కూర్చుండిపోయాడు. కట్నాల సమస్య యువకులమీదికి త్రోసి అమ్మాయిలు పుట్టెడు సానుభూతి సంపాదించారు. తనేం పాపం చేశాడు? ఆడపిల్ల తండ్రిని పీడించడం పాపం అనుకున్నాడు. నిజానికి అమ్మాయిది మెల్లకన్ను అని పూర్ణ గోలపెట్టింది. తనకే ఉంటే అనుకున్నాడు.

"నీవు స్నేహితులవెంట ఊళ్ళవెంట తిరుగుతావు, ఎదిగిన పిల్ల ఇటు చదువులేక, అటు బాధ్యతగల పనిపాటలేక వుందన్న జ్ఞానం లేకపోతే యెలా?" జయమ్మ శోకంలాంటి దీర్ఘం తీసింది.

"వాడు ఆదర్శవాదే. ఆ ఆదర్శాలను మెడలో వేసుకుని ఊరేగమను. నా తిప్పలేవో నేను పడతాను" రామలింగం అరిచాడు. పూర్ణ చిన్నబోయిన ముఖంతో నిల్చుంది.

"నేను ఏమన్నానని! గొంతెమ్మకోర్కెలు కోరలేదనేకదా! అమ్మా! మరో సంబంధం చూచి, విమానం అడగండి. కాదంటే అప్పుడీ నిందలు నిష్ఠూరాలు వెయ్యండి" అని, ఇక నిష్ఠూరాలు భరించలేక బయటికి వెళ్ళాడు.

"ఒరేయ్ ఎక్కడికిరా?" విశ్వం అరిచాడు.

"చావడాన్కి!" కోపంగా అరిచాడు.

"అది అంతతేలిక కాదురా బుజ్జాయి! విషంలో కల్తీ నీళ్ళబావులు వెలతీ. ఉరేసుకుందామన్నా తాడు గట్టిగా ఉండటంలేదు..." వెనకాలే వచ్చాడు. అప్పటికే ఇంద్రమోహన్ బస్‌స్టాండ్ దాటి బడి దగ్గరకెళ్ళిపోయాడు. విశ్వం చేసేదిలేక తన ఇంటికి వెళ్ళిపోయాడు.

ఇంద్రమోహన్ తిన్నగా ఊరి ప్రక్కనున్న బోరింగ్‌పంపు దగ్గరకు వెళ్ళి కడుపునిండా నీళ్ళు త్రాగాడు. అక్కడే చెట్టుక్రింద గడ్డిమీద పడుకున్నాడు. ఎంత ఉదాత్తమైన ఆశయాలుండేవి. ఒక్కసారి మళ్ళీ విద్యార్థి అయితే యెంత బావుండును.

అవి ఇంటర్ చదివే రోజులు.

డిబేట్ ఉందని నోటీసు వచ్చింది. కట్నాలుండాలా వద్దా అంటూ. ఆ రోజు కొందరు కట్నాలుండొద్దని, బల్ల గుద్ది మరీ వాదించారు. వరకట్నం పిశాచం అని, కన్యలపాలిట రాక్షసి అని చెప్పారు. మరికొందరు ఉండాలన్నారు.

అబ్బాయిలకే తల్లిదండ్రుల ఆస్తి లభ్యం అవుతుంది. కట్నరూపేణ అమ్మాయిలకు ఇవ్వాలన్నారు.

తనేమో డిబేటు అని మరిచిపోయి, దాన్నో ఉపన్యాసంగా మార్చాడు. అమ్మాయిలకు ఆస్తి హక్కులు అమల్లోకి తెచ్చి, ఈ దురాచారం మాపాలని, దాంపత్యం అంటే మధురమైన భావన, శాంతియుతమయిన సహజీవనమని, భర్తను కొన్నాను అన్న ధీమా భార్యకు తగదని, భార్య కట్నం తేలేదన్న చులకన భర్తకు తగదని సుదీర్ఘమైన ఉపన్యాసం ఇచ్చాడు.

తన లెక్చరరు, న్యాయనిర్ణేతగా ఉన్నాడు. బహుమతులు వేరేవారికిచ్చి, "ఇంద్రమోహన్! వాదనకాదు, సాంఘిక దురాచారాలపట్ల నిరసన, నిర్మూలించ లేకపోయానే అన్న ఆవేదన అందరిని ఆలోచింపజేసేదిగా ఉంది. అయితే అతను మూడు నిముషాలకు బదులు ముప్ఫైనిమిషాలు తీసుకున్నాడు. అతని భావాలకు, వాగ్ధోరణికి, ప్రత్యేకమయిన బహుమతి ఇవ్వాలని కోరుతూ అతడిని అభినందిస్తున్నాను...." అతని ఆఖరుమాట వినిపించనేలేదు. అందరూ చప్పట్లు కొట్టారు. ఆ ఉత్సాహం, ఆ ఆనందం వర్ణించలేనిది. స్నేహబృందమంతా తననో నాయకుడిని చేసి, నినాదాలు చేస్తుంటే ఆరడుగుల యెత్తు ఎదిగినట్టు, గాలిలో తేలిపోతున్నట్టు అనుభూతి చెందాడు.

"మన ఇంద్రమోహన్ డాక్టరయితే, తెల్లని దుస్తులేసుకుని, అంతకంటే స్వచ్ఛమైన అంతరంగంలో తిరుగుతుంటే, లక్షలు కుమ్మరిస్తామని వస్తే...."

"వస్తే మనవాడు కట్నం తీసుకోవడం అన్యాయం, అక్రమము, దురాచారం, దుష్టత్వం...."

"చాల్చాల్లే! నిరాకరిస్తాడని ఒక్కమాట అనలేవూ?"

స్నేహితులంతా తీసుకువెళ్ళి పార్టీ ఇప్పించారు. హోటల్లో మరో విషయం తెలిసింది. కట్నం ఇవ్వలేదని ప్రక్కింటి అమ్మాయిని చేసుకునే పెళ్ళికొడుకు

అలిగి వెళ్ళిపోతుంటే, పదహారేళ్ళ అమ్మాయిని, యాభైదాటిన విడోయర్ మేనమామ కిస్తున్నారని. ఉపన్యాసంలో వచ్చిన ఉత్సాహం, అందరి ప్రోత్సాహం గుర్తుకువచ్చి, తనేదయినా ఓ అద్భుతం చేయాలనుకున్నాడు. ఉత్సాహంగా చిటికె వేశాడు.

"ఓరేయ్! పక్కింటమ్మాయిని ఆ ముసలి మేనమామ బారినుండి రక్షించాలిరా."

"యెలా?" కొందరు తెల్లమొహాలు వేశారు.

"నువ్వుగాని చేసుకుంటావ్రా!" విశ్వం అడిగాడు.

"ఆ పెళ్ళికొడుకే చేసుకుంటాడు..." అందరికి ఆదేశాలు ఇచ్చాడు. అందరూ కలిసి, మరికొందరు విద్యార్థులను తీసుకుని బస్‌స్టాండ్‌కు వెళ్ళారు.

"పెళ్ళికొడుకుగారూ! మర్యాదగా వచ్చి పెళ్ళి చేసుకుంటారా! మర్యాదలతో మమ్మల్ని తీసుకెళ్ళమంటారా!" పెళ్ళివారంతా బిక్కమొహాలు వేశారు. చుట్టూ పరివేష్ఠితులయిన విద్యార్థులను చూడగానే నీరుగారిపోయారు.

"ఇస్తానన్న కట్నం ఇవ్వనిదే పెళ్ళికాదు" పెళ్ళికొడుకు తండ్రి అరిచాడు.

"పెళ్ళి మీ అబ్బాయికి, మీకు చేస్తాం. చూస్తారేంరా..." కళ్ళు చికిలించాడు ఇంద్రమోహన్.

అందరూ ముందుకు దూకారు. పెళ్ళివారు అదిరిపోయారు. స్థానబలం లేదు. ఏదో కొద్దిసేపు వాదించారు. వివాహం తరువాతయినా, వాయిదాలమీద కట్నం ఇవ్వాలని కోరి, పందిట్లోకి వచ్చారు.

"వీళ్ళు నాశనం అయిపోయిరీ! నాకో వంటమనిషి, ఇంటిమనిషి బెడద తప్పుతుందనుకున్నాను" పెళ్ళికూతురి ముసలి మేనమామ తిట్టుకున్నాడు. విచ్చుకత్తుల పహరా ఇస్తున్నట్టు అందరూ చుట్టూ నిలబడి శుభకార్యం పూర్తి

చేయించారు. ఆ తరువాత అందరూ వెళ్ళటానికి లేచారు. పెళ్ళికూతురు తండ్రి వచ్చి చేతులు పట్టుకున్నాడు.

"బాబూ! ఈరోజు మీరు పూనుకోకపోతే మా అమ్మాయిని ఆ ముసలాడి కిచ్చి చేసేవారము. మీ ఋణం ఈ జన్మలో తీరేదికాదు. కనీసం భోజనం చెయ్యండి" అని బ్రతిమాలాడు. అందరూ సుష్టుగా భోజనంచేసి, వచ్చేశారు! తలుపులో నిలబడి పెళ్ళికూతురు చూచిన చూపులు, ఈ జన్మలో మరిచిపోలేదు. బయట స్నేహితులతో కబుర్లు చెబుతున్న పెళ్ళికొడుకు చేయిబట్టి లాక్కొచ్చాడు.

"నువ్వూ మగాడివే. ఇంత ఇబ్బంది పడి ఇచ్చిన కట్నం ఉంటుందటయ్యా. కట్నం మిషతో అమ్మాయిని ఏమన్నా అన్నారో మా అసలు స్వరూపాలు చూస్తారు" బెదిరించాడు. "లేదండి, పొరపాటయింది" అన్నాడా యువకుడు సిగ్గుపడి. అందరు బయటకి వచ్చారు.

"ఇంద్రా! ఈ వార్త, వార్తాపత్రికకు ఇస్తే ఏం?"

"ఓయస్!" అన్నారు అందరూ.

"మనము ఒక అమ్మాయికోసం చేశాముగాని పబ్లిసిటీకోసం కాదుగా..." అన్నాడు ఇంద్రమోహన్.

"యువతరం యెప్పటికప్పుడు కన్ను విప్పుతుందని తెలియాలి, అందుకే ఇద్దాం" అన్నారు అందరూ.

"ఒరేయ్! నాకు తెలుగులో ఫస్టుమార్కు! నేను డిక్టేటు చేస్తాను. నువ్వు వ్రాయి" అన్నాడో షావుకారుగారి కొడుకు.

"ఏడ్వు..." ఓ పేపర్ సంపాదించాడు ఇంద్ర.

"ఈనాడు... గ్రామములో ఆగిపోయిన పెళ్ళిని రక్షించిన ఉదంతం..."

"పెళ్ళిని రక్షించడం ఏమిట్రా?" వ్రాయటం ఆపి అడిగాడు ఇంద్రమోహన్.

"కాదు.... కట్నంలేదని ఆగిపోయిన శ్రేష్టపరిస్థితులలో..."

"శ్రేష్ట ఏమిట్రా! నీ ముఖం క్లిష్ట అను" విశ్వం అన్నాడు.

"ష్ట ఒక్కటే కదరా. మొదటి అక్షరం కాస్త తప్పు."

"నీ ముఖం! నీకు నీ తెలుగుకు ఓ నమస్కారం. నేనే వ్రాసి పంపుతాను." ఇంద్రమోహన్ విసుగ్గా లేచాడు.

"నా పేరు.... వ్యాసకర్త...గా...."

"మా కర్మగాలి నువ్వే దొరికావుట్రా; సరే నీ పేరునే పంపుతాను. మొదట అందరికి టీలు పోయించు... ఊఁ..." అందరూ అతన్ని హోటల్‌కు తీసుకు వెళ్ళారు.

"ఒరే షావుకారు కొడుకూ! ఒఠ్ఠి టీ త్రాగటం అవమానకరంరా నీకు, మీ నాన్నకి. టిఫిన్ కూడా చేద్దాం." మరొక స్నేహితుడు అడిగాడు.

"మీవి కడుపులా, కాగులురా! అరగంట క్రితమే విందు భోజనం చేశారు. మామూలు విందు కాదు. పెళ్ళి విందు...." ఒకతను ఆశ్చర్యంగా చూశాడు.

"ఒరేయ్ అర్భకుడా! నోరుముయ్యి."

అందరూ రెండు స్వీట్లు, మిక్చర్, కాఫీ ఆర్డర్ చేశారు.

"అలాగే మిరపకాయబజ్జీలు ఆర్డర్ చేయనేమిట్రా?"

"ఊఁ...." అన్నాడు షావుకారిగారబ్బాయి.

రెండు మూడు రకాలు ఆర్డర్ చేసి తిన్నారు. అందరూ లేచారు

"దెయర్, దెయర్, బిల్, దే, దే, పే..." అని తుర్రుమన్నాడు షావుకారుగారి అబ్బాయి.

"ఆఁ.... ఏమిటి?" విశ్వం నోరు వెళ్ళబెట్టాడు.

"అర్థంకాలేదా విస్సీ! యెవరిబిల్లు, వారిచ్చుకోవాలట."

"చాలా బావుంది..." అందరూ జేబులు చూచుకున్నారు. ఒక్క విశ్వం దగ్గర తప్ప అందరిదగ్గర చిల్లర డబ్బులే ఉన్నాయి. తంటాలుపడి బిల్లిచ్చి బయటపడ్డారు. ఆనాటి ఉత్సాహం ఏమయింది! అడుగడుగునా జీవితం యెందుకింత కృంగదీస్తోంది.

తను కట్న, కానుకలు వద్దన్నాడు కాబట్టి తనది లోపమా! గుడ్ గాడ్! అనుకున్నాడు.

"ఇంద్రా.... ఒరేయ్ ఇంద్రిగా...." విశ్వం రోడ్డు మీద నిల్చుని పిలిచాడు. అన్నీ పోయాయి. తనకు మిగిలిందల్లా ఒక విశ్వం స్నేహం. అదీ పోగొట్టుకోలేదు. అతడిని చూచి లేచాడు.

8

విశ్వం యెన్నో విధాలుగా ధైర్యం చెప్పినా, ఇంద్రమోహన్‌కు భయంగా, సిగ్గుగాకూడా ఉంది. ఒక అమాయకురాలయినటువంటి స్త్రీ పైన తను నిఘా వెయ్యాలా! కాదు అని గట్టిగా అనలేడు. ప్రస్తుతం ఇంట్లో వాళ్ళను పస్తులనుండి తప్పించాలి. అందుకీ ఉద్యోగం ముఖ్యం!

"విశ్వం! నేనొక్కమాట చెప్పనా!"

"నువ్వు ఏం చెబుతావో నీ కళ్ళలో చదవగలనురా. నువ్వు ప్రత్యేకంగా పనికట్టుకుని ఆమె గుణగణాలను పరిశీలించటానికి వెళ్ళటం లేదు. వాళ్ళకు అక్కడ పని పర్యవేక్షణకు ఒక నమ్మకమయిన మనిషి కావాలి...."

"నా మాట వినరా! రూపాదేవిని అనుమానించటం...."

"నోరుముయ్యి! అనుమానించానుట్రా ఫూల్! అక్కడ ఉంటావు. ఓ కన్నేసి ఉంచమన్నాను."

"ఆ చక్రిగాడు నీబుర్ర పాడుచేశాడురో."

"ఏడ్సావ్..." అంటుండగానే బస్ వచ్చింది. ఇంద్రమోహన్ ఎక్కేడు.

"అన్నయ్యా! నువ్వు ఉత్త మతిమరుపువాడివి. అమ్మ... రాత్రంతా కష్టపడి...... విశ్వంఅన్నయ్య... భార్య.... కోసం చేగోడీలుగా..." ఒగరుస్తూ వచ్చాడు చందు. ఓచిన్న మూత బుట్టపట్టుకుని.

"అబ్బ! అంతలా పరుగెత్తకపోతేనేం!" విసుక్కున్నాడు. ఆ బుట్టతీసి బస్సులో సర్దుకున్నాడు.

"ఇంద్రా! నీ చేగోడీల బుట్ట ఇనాగరేషన్ చేద్దామా!" విశ్వం నవ్వుతూ అడిగాడు.

"రైట్...." అని కండక్టరు అనటం బస్ కదలటం ఒకేసారి జరిగాయి.

ఇంద్రమోహన్ చెయ్యూపి వచ్చి తన సీట్లో కూర్చున్నాడు. అంత భారమైన హృదయములో ఓ మరపురాని మధురస్మృతిలా చేగోడీల ఇనాగరేషన్ ఘట్టం మెదిలింది. తను, విశ్వం, చక్రి, సుధీర్ అంతా హాస్టల్లో చేరిన కొత్త. అక్కడ అన్నంతిన్నా అరగంటలో మళ్ళీ ఆకలి అయ్యేది. ఏదో చిరుతిండ్లు కొనుక్కుని తినేవారు. నెలాఖరు, బఠానీలు కొందామన్న ఒక్క చిల్లిపెంకు లేదు. ఆకలితో నకనకలాడుతూ గది చేరారు. సుధీర్ ఊరునుండి, ఊరగాయలు, నెయ్యి, చేగోడీలు వచ్చాయి. వాడింకా గదికి రాలేదు. "ఒరేయ్! ఈ చేగోడీల వాసన జీర్ణశక్తిని పెంచుతుంది కదరా!" అడిగాడు విశ్వం.

"నువ్వు డాక్టరువయితే జీర్ణశక్తి పెరగడానికి చేగోడీలు చేసుకోండి, అనేవాడివి నోరుమూయ్యి" ఇంద్ర అరిచాడు. "వాడు వచ్చేటప్పటికి మనము ఉంటామో ఉండమో ఇనాగరేట్ చేద్దామా! నల్గురం ఉన్నప్పుడు సందడిగా ఉంటుంది" విశ్వం చేగోడీల పొట్లం విప్పాడు. అందరూ చప్పట్లు కొట్టారు. తలా నాల్గు

ఒక్క ఊపులో, కసిఉన్నట్టు, కరకర నమిలి మింగేశారు. పొట్లంలో ఆఖరి చేగోడీ అయిపోతుండగా వచ్చాడు సుధీర్.

"ఒరేయ్! అన్యాయంరా అక్రమంరా. నా చేగోడీలు...." "ఒరేయ్! నువ్వెంత సంకుచితుడివిరా. ఇంకా నా, నీ అనే భ్రమలో ఉన్నావా? అంతా ఒక్కటే మనమంతా ఒక్కటే." చక్రం పాడేశాడు.

సుధీర్ ఏడ్పుముఖం పెట్టాడు. యెవర్నో మింగేయాలన్నంత కసి ఉన్నా, ఏం చేయలేకపోయాడు.

"ఇనాగరేషన్ చేసిన మొనగాళ్ళు, ఆ ఏడ్పు గొంతుకలతో ఓట్ ఆఫ్ థాంక్స్ ఏడ్వకూడదూ!"

"చేగోబీల ఇనాగరేషన్‌కు ముఖ్యకారకుడయిన మా మిత్రుడు, దాత అయిన సుధీర్‌కు మా హృదయపూర్వక ధన్యవాదాలు అర్పిస్తూ, చేగోడీల తాలూకు నూనె గొంతును ఇర్రిటేట్ చేస్తోంది కాబట్టి, ఆ గొంతులో కాసిన్ని కాఫీనీళ్ళు పోయించి పుణ్యం కట్టుకోవాలని ప్రార్థిస్తున్నాను. నిమిషం చేగోడీలు కరకర నమిలేసిన నా మిత్రులకు హార్దికధన్యవాదాలు...." ఇంద్రమోహన్ చేతిని మైక్‌లా చేసి స్టైయిల్‌గా చెప్పాడు.

"నోరుముయ్యి, మీ అందరికి నా ఉసురుకొట్టి, రాత్రి సాంబార్లో ఏ బొద్దింకో రావాలి. అన్నంలో...." ఇంకా ఏదో అనబోయాడు సుధీర్. అతని నోరు మూశాడు ఇంద్రమోహన్.

"ఓట్ ఆఫ్ థాంక్స్ చెప్పాక, అవాకులు, చెవాకులు వాగుతావుట్రా!" అన్నాడు సుధీర్ దులపరించుకున్నాడు.

"ఇదే నా శాపం! మీ అందరికి తలో అరడజను ఆడపిల్లలు పుట్టనీ..."

ఆ రోజు నవ్వారు. ఈరోజు ఆడపిల్ల జీవితం అంటే విపరీతమైన జాలి కల్గింది. విశ్వం ఇంత సంకుచితుడని అనుకోలేదు. తను పరిస్థితులకు బానిసయ్యాడు.

"ఊఁ.... కాస్త కాళ్ళు ముడుచుకో...." ప్రక్కనున్నాయన అనటంతో సిగ్గుపడి కాలేజి రోజులు వదిలి వాస్తవంలోకి వచ్చేశాడు.

రెండు గంటలకు నాగార్జునసాగర్‌లో బస్సు దిగాడు. ఎండ పెటపెట లాడింది. మార్చిలోనే ఇంత వేడిగాఉంటే ఇంకా ముందు మూడు నెలలు యెలా ఉంటుందో, తన సామాను, చేగోడీల బుట్ట ఒకచోట పెట్టుకొని ఆలోచనలో పడ్డాడు. ఇంత సామానుతో తను నడిచిపోగలడా? నాగార్జున సాగర్‌లో ఆటోలుగాని, రిక్షాలుగానీ దొరకవు. తనకు తెలిసిన వారెవరి దగ్గర కారున్నట్టు గుర్తులేదు. "హల్లో!" అతి మృదువైన కంఠము వినిపించింది. వెనక్కు తిరిగాడు. అలసటవల్ల వడలిపోయిన ముఖంతో, అందంగా నవ్వుతూ నిల్చుంది రూపాదేవి.

"నమస్తే.... నమస్తే...." అన్నాడు కంగారుగా.

"మీ స్నేహితుని ఉత్తరం మార్నింగ్ పోస్ట్‌లో వచ్చింది. ఉత్తరం చూస్తూనే, మీరిబ్బంది పడతారని వచ్చేశాను."

"థాంక్స్! మెనీ, మెనీ థాంక్స్."

"మీరు జంటపదాలు వాడాలా!"

'నోనో. సారీ, సారీ...."

ఈసారి రూపాదేవి ఫక్కున నవ్వింది.

"అంత కంగారెందుకండీ. సమయానికి మీరు రావటం నాకెంత తేలికగా ఉందో తెలుసా! నాన్నగారికి ఫారిన్ వెళ్ళే ఛాన్సు రావటంతో "అప్‌సెట్" అయ్యాను" అన్నది. ఆమె వినయానికి అతను నోటమాట రానట్లుండిపోయాడు. ఆమె చకచక సామాన్లు డిక్కీలో చేర్చింది.

"అయామ్‌సారీ!" కంగారుగా పరుగెత్తాడు సామానుకోసం. అప్పటికే అది డిక్కీలో చేరిందాయె.

"పరవాలేదు, రండి" ముందటిసీటు చూపింది. క్షణం తటపటాయించి ఎక్కాడు. ఆమె ఎక్కింది. స్టార్ట్ చేసింది.

"ఇక్కడ పని పర్యవేక్షణకు యెవరు వస్తారో తెలియక నేనేమి ఏర్పాట్లు చేయలేదు. మీకు మా క్వార్టరులో గది కావాలా? లేక వేరే ఇల్లు చూడమంటారా?"

"మీ... ఇష్టం... ఇ" మరోసారి అనబోయి ఆగిపోయాడు.

"భోజనం సంగతి యెలా? మా వంటావిడ బాగానే వండుతుంది. క్యారియర్ పంపమంటారా? మీ పర్యవేక్షణలో వంట చేయించుకుంటారా?"

"మీ ఇష్టం..."

"నాన్నగారు తిరిగివచ్చేవరకు కాస్త మీకు అదనం పని వుంటుంది. ఏమనుకోరుగా."

"అనుకోను" ఎదురుగా రోడ్డుమీదకు చూస్తూ బవాబిచ్చాడు.

"ఏం పని అని అడగరేం?"

"మీరే చెబుతాఁరుగా!"

"అప్పుడప్పుడు మాచర్ల వెళ్ళి, మా తాతయ్య వ్యవసాయం యెలా జరుగుతుందో, ఫట్నంనుండి ఎరువులు ఏమయినా కావాలేమో కనుక్కోవాలి."

"ష్యూర్!"

"నర్సింగుహోమ్ నిర్మాణవిషయము కూడా పూర్తిగా మీదే బాధ్యత. నాకు డబ్బిచ్చేందుకే సమయం ఉంటుంది."

"మంచిది."

"సాయంత్రం నాన్నగారు అన్నీ అర్థం చేస్తారు."

"థాంక్స్"

కారు టర్న్ తీసుకోవటంతో అజాగ్రత్తగా ఉన్న అతను తూలి రూపాదేవి భుజంమీద పడ్డాడు. రెప్పపాటులో ప్రమాదం తప్పింది. ఇద్దరూ సర్దుకు కూర్చున్నారు.

"సారీ! అన్నాడు ఎఱ్ఱబడిన ముఖం ఆమెకు కనిపించకుండా దాచుకుని.

"మీరు ఏ మాలోచిస్తున్నారు?" అన్నది తనూ రోడ్డువంకే చూస్తూ. అతను కంగారు పడ్డాడు.

"అబ్బే... ఏం లేదు."

"నాకు తెలుసు. చక్కగా చదువుకుని, ఫస్ట్‌క్లాసులో పాసయి, ఈ గుమస్తా ఉద్యోగం చెయ్యాల్సి వస్తుందే అని బాధపడుతున్నారు. అవునా?"

"కాదండీ. మీరు హండ్రెడ్ పర్సెంట్ రాంగ్" అన్నాడు.

"అమ్మయ్య ఇప్పటికయినా పూర్తి వాక్యం మాట్లాడారు. మీ స్నేహితులేమో, మావాడు రేడియోలాంటివాడు అని వ్రాశారు. రేడియో అయినా స్విచ్చి నొక్కితే ఆగుతుంది కాని మావాడు గొంతునొక్కినా ఆగడు..."

"ఆ రాతలు నమ్మి మీరు రేడియో అమ్మిపారేద్దాం అనుకున్నారా ఏం కర్మ" ఈసారి నవ్వాడు.

"నన్ను చూస్తే భయమా! ఈ ఉద్యోగం ఇష్టంలేక సంకోచమా? అని భయం కల్గుతుంది."

"అదేం లేదు. నా సమస్యలు నాకున్నాయి" అన్నాడు. నెమ్మదిగా నీ శీలం, గుణం పరిశీలించటానికి, మేనేజ్‌మెంటు మిషతో స్నేహితుడు పంపాడని యెలా చెబుతాడు?

"ఓ....ఐసీ! జరిగిందంతా విశ్వం రాశారు ఇంద్రమోహన్‌గారూ! మన పొరపాటు లేనప్పుడు మనము బాధపడకూడదని నా సిద్ధాంతం. మీ ఆశయము అర్థంచేసుకోలేనివారు దురదృష్టవంతులు. అలాంటి అమ్మాయిలు దొరక్కపోరు..."

ఇంద్రమోహన్ సిగ్గు, బాధ రెండు కలిగాయి. తన స్వంతవిషయాలు కాబోయే భార్యకు వ్రాయమన్నదెవరు! "మీకు మీ చెల్లి వివాహం గురించి ఏదయినా ఆలోచన ఉంటే ఈసారి మాచర్ల వెళ్ళినప్పుడు మా తాతగారి చెవిలో వెయ్యండి. ఆయనదగ్గర మతాలవారిగా, కులాలవారిగా అమ్మాయిల అబ్బాయిల లిస్ట్ ఉంటుంది. నూరు అబద్ధాలు ఆడి ఓ పెళ్ళి చేయాలని నమ్మేవారిలో ఆయన మొదటివారు. ఆ సిద్ధాంతాన్ని నూటికి నూరుపాళ్ళు నమ్మేవాడు" అన్నది.

"అలాగా...." ఆసక్తిగా విన్నాడు.

"మా తాతయ్య, నాన్న ఎప్పుడయినా, దేనికయినా దెబ్బలాడుకున్నారంటే ఒక్క విషయంలోనే, పెళ్ళిళ్ళ మధ్యవర్తిత్వం మానెయ్యమని నాన్న అంటారు. "అబ్బే ప్రత్యేకంగా మాట్రిమోనియల్ కన్సల్టింగు కోసం ఓ ఆఫీసు తీద్దా మనుకుంటున్నాను" అంటారు తాతయ్య.

"పరోపకారం..."

"చేతిదే వదులుతుంది. తేడా వచ్చిందంటే తిట్లుకూడ తింటారు. అయినా ఆయన పిచ్చి ఆయన కానందం."

"ఇచ్చిపుచ్చుకునే కేసులయితే యెవరయినా డీల్ చేస్తారు. మేం పెళ్ళి చేసి పంపడమే గొప్పఅనుకోండి."

"ఆ విషయంలో మీరు నిశ్చింతగా ఉండండి. మాతాతయ్య కత్తికి రెండు వైపులా పదునే. మీలాంటి కేసు తగిలిందనుకోండి. ఆఁ మనకు కల్గి మనము సంపాదించుకోవాలిగాని యెవరయినా పెడితే ఉంటుందా? అంటాడు. ఇక బాగా ఇవ్వగల్గిన వాళ్ళున్నారనుకోండి. ఏందయ్యా! ఉన్నప్పుడు ఇచ్చుకోవటానికేం? మనకు పేరు ప్రతిష్టలు ఆడపిల్లలవల్లే మరి" అని ఊదరగొడతారు."

"తాతయ్యను చూడవల్సిందే..." ఇల్లు రావటంతో కారు ఆగింది. ఇద్దరూ దిగుతుండగా శ్రీహరి ఎదురువచ్చాడు. చిరునవ్వుతో పలుకరించాడు.

9

తలక్రింద రెండుచేతులు పెట్టుకుని నిశ్చింతగా పడుకున్నాడు ఇంద్రమోహన్. అప్పుడే అక్కడికివచ్చి నెలరోజులు దాటింది. రోజులు విమాన వేగంతో వెళ్ళిపోయాయి. మొదటి వారమంతా శ్రీహరిగారు పనులు పురమాయించి, కొట్లవివరాలు, బేరాలు చెయ్యటం, కూలీలను అదమాయించటం నేర్పారు.

ఆయన హైద్రాబాద్‌కు వెళ్ళి అటునుండే భార్యను తీసుకుని అమెరికా వెళ్ళిపోయాడు. విశ్వం ఏర్‌పోర్ట్‌కు వెళ్ళాడట. రూపలేని నాల్గురోజులు డాక్టర్ అవతారమెత్తవలసి వచ్చింది. అందరికి ఎండదెబ్బకో ఏమో జ్వరాలు, వాంతులు అయ్యాయి. కాస్త ఫీజు ఇచ్చుకోగలవారిని, వేరే డాక్టరు దగ్గరకు పంపినా, కూలీలకు, చుట్టుప్రక్క పేదలకు మాత్రలిచ్చాడు. రెండురోజులు హోటల్లో భోజనం చేశాడు. ఆ తరువాత రూపాదేవి ఇంటినుండే క్యారియర్ ఏర్పాటయింది. తల్లికి రెండువందల రూపాయలు మనియార్డరు చేస్తూ ఓ వంద సలహాలు వ్రాశాడు. మరో వంద రూపాయలు చెల్లి పెళ్ళికోసం దాస్తున్నానని వ్రాశాడు. ఆమె చాలా సంతోషించినట్టు చందు వ్రాశాడు.

అతను చేయిచాచి కాస్త దూరంలో ఉన్న డైరీ అందుకున్నాడు. అది ఖాళీగా ఉంది. తెల్లవారితే విశ్వం వస్తాడు. అతనికా డైరీలో ఏం కనిపించదు.

"ఒరేయ్ బడుద్దాయి! నీకు మతిమరుపు లేకుండా ఈ డైరీ ఇస్తున్నాను. యెప్పటికప్పుడు ఆమె చర్యలు ఈ డైరీలో వ్రాయి" అని చెప్పాడు.

"ఏం వ్రాయాలి?"

రూప ఒట్టిరూప కాదు, అపురూప. విశ్వం అదృష్టవంతుడు. ఆమె లాంటి శ్రమజీవి, శ్రద్ధాసక్తులుగల స్త్రీ అరుదుగా కనిపిస్తారు. ఎవరికీ తన

మాటలవల్ల నష్టం కలుగరాదన్నట్టు సౌమ్యంగా, చిరునవ్వుతో పలుకరిస్తుంది. యెంత ఓర్మితో పనిచేస్తుందో!

డైరీ దూరానికి గిరాటువేశాడు.

"రానీ! వెధవకు బుద్ధి చెబుతాను" అనుకున్నాడు. అతనికి విశ్వాన్ని యెప్పుడెప్పుడు చూద్దామా అని ఉంది.

మర్నాడు సాయంత్రం కారొచ్చి ఇంద్రమోహన్ గదిముందు ఆగింది. కంగారుగా షర్ట్ వేసుకుని బయటకు వచ్చాడు. కారు దిగిన రూప పకపకా నవ్వేసింది.

"ఏమయిందండీ?" అన్నాడు మరింత కంగారుగా.

"మీ షర్ట్ చూసుకోండి..." అన్నది.

తిరగేసి తొడుక్కున్నాడు. మళ్ళీ కంగారుగా లోపలికివెళ్ళి చొక్కాను సరిగ్గా తొడుక్కుని వచ్చాడు.

"ఈ గదిలోనేనా మీరుంటున్నది?"

"అదేమిటండీ అలా అడుగుతున్నారు? ఇంతకుక్రితం వచ్చారా? నేను... టీ త్రాగి వద్దామని వెళ్ళాను..."

"మీ స్నేహితుడు వస్తున్నారు. విషయమేమిటో ఆయనముందే తేలుస్తాను పదండి. చదువు, సంస్కారం, శుభ్రత తెలిసిన మనుష్యులుండే గదేనా!"

"చంపేశారు! నేను ఇంకా ఏమిటో అనుకున్నాను. మీరు బస్ స్టాండ్‌కు పదండి నిమిషంలో వస్తాను" అన్నాడు హుషారుగా. "నా కారులో ఎక్కరాదని శపథం చేశారా ఏం?"

"అబ్బే.... అలాంటిదేంలేదండీ..." వెళ్ళి చెప్పులేసుకుని, గదికి తాళం పెట్టి వచ్చాడు. ఆమె ముందుసీటు చూపేలోపలే తలుపుతీసి వెనుకసీట్లో కూర్చున్నాడు.

కారు బస్‌స్టాండులో ఆగింది. అప్పటికే బస్ వచ్చింది. విశ్వం చుట్టూ చూస్తున్నాడు.

"హల్లో!" రూప వెళ్ళి పలుకరించింది. విశ్వం చేతిలోని బ్యాగు అందుకున్నాడు ఇంద్రమోహన్.

"ఇంద్రా!..." చాలా రోజులకు చూచినట్టు అనిపిస్తుందిరా, అన్నట్టున్నాయి చూపులు.

"విస్సీ... సారీ విశ్వం..." అన్నాడు భుజంమీద చేయివేస్తూ. రూపాదేవి మరోసారి నవ్వింది.

"విశ్వంగారూ! మీరు వ్రాసినవన్నీ అబద్ధం చేయాలని కంకణం కట్టుకున్నారులా ఉంది మీ ఫ్రెండు. రేడియో అయినా స్విచ్చి నొక్కితే ఆగుతుంది, ఇతను ఆగడన్నారు. అలాంటిది ఒక్కమాట మాట్లాడితే ముత్యాలు రాలిపోతాయి అన్నట్టు మాట్లాడుతారు. దానికికూడాం సారీలు, క్షమార్పణలు చేరుస్తాడు..."

"ఏరా నిజమేనా!" కార్లో కూర్చున్నారు అందరూ.

"నిజమేనా!" అని తిన్నగా అడుగుతున్నారా! బకాసురుడికి అన్న అని వ్రాశారా! ఓపూట ఉపవాసమయినా ఉంటాడుగాని, ఇది అని చెప్పడండీ..."

"మా వాడికి బాగుపడేరోజులు వచ్చాయన్నమాట. అన్నట్టు మరిచిపోయాన్రా ఇంద్రా మీ పొలం సంవత్సరానికింత అని కౌలుకిచ్చారు. అప్పులవాళ్ళ ఒత్తిడి ఎక్కువయిందని ఎడ్లు, ఆవులు అమ్మి కొంత తీర్చారు..."

ఇంద్రమోహన్ తల వాలిపోయింది. రూపాదేవి విశ్వం కాబోయే భార్యే కావచ్చు. తనకు పరాయిదేగా. ఆమెముందు తమ లేనితనము ఎత్తిచూపడంకన్నా, ఏ మొండి బాకో గుండెల్లో దిగవేయటం నయమేమో.

రూపాదేవి అతని అవస్థ గ్రహించింది. విశ్వం చెబుతూనేఉన్నాడు ఆమే అడ్డుపడింది.

"ఏమయినా వేరే విషయాలు చెప్పండి. మీరిద్దరున్నప్పుడా విషయాలు మాట్లాడుకుందురుగాని...." మధ్యలో త్రుంచేసిందామె. కృతజ్ఞతాపూర్వకంగా చూచాడామెవంక.

"ఆదుర్దాలో ఏదో చెప్పాను" అన్నాడు. అతనికి చాలా తృప్తిగా ఉంది. ఇంద్రమోహన్ తనపరిధి తెలుసుకుని ప్రవర్తిస్తున్నందుకు. రాగానే "మీ స్నేహితుడు ఇలా, అలా" అని నేరాలు ఎక్కడ వినిపిస్తాయో అనుకున్నాడు. కారు ఇంటిముందు ఆగింది. ముగ్గురూ లోపలికి వెళ్ళారు. ఇంద్రమోహన్ లోపలికివెళ్ళి వంటామెను అడిగాడు.

"మీ కాబోయే అల్లుడుగారు వచ్చారు. ఏవయినా తీసుకురావాల్సినవి ఉన్నాయా?"

"పాయసం చేశానయ్యా, యాలకులు లేవు..."

"అయితే తీసుకువస్తాను" వెనుతిరిగాడు.

"ఆఁ... రేపు గారెలు చెయ్యమంటుందో ఏమో అమ్మ. మినపప్పు లేదు, అన్నీ ఉన్నాయి.... ఆఁ మరిచేపోయాను బాబూ! అగ్గిపెట్టెలులేవు... ఆగండి టీ పొడిలేనట్టుంది... ఆ ఆచేత్తోనే ఓ నెస్ పట్రండి.... నెయ్యి రవ్వంతే ఉంది. ఓ కిలో నెయ్యి పట్రండి. ఆఁ ఇంకేం కావాలి, అన్నీ ఉంటాయి ఇంట్లో... అవునూ పోపులోకి మిరపకాయలు నిండుకున్నాయి. యెందుకయినా మంచిది ఉప్పు, ఓ రెండు కిలోల ఉల్లిపాయలు, ఆఁ పళ్ళు...." తిరిగి చూచింది ఇంద్ర మోహన్ లేదు అక్కడ.

"అయ్యో అన్నీ తీసుకు వస్తానన్నాడే...."

"అమ్మా! అన్నపూర్ణగారూ? ఇప్పుడు చెప్పండి" కాగితం పెన్ను తెచ్చుకొని కూర్చున్నాడు.

ఆమె తీరికగా అన్నీ వ్రాయించింది.

"కాఫీ, టీ ఏది కావాలో అడుగు మీ అల్లుడుగార్ని" అని సంచీ తీసుకుని వెళ్ళిపోయాడు. అతను వచ్చేసరికి హాల్లో మరో క్రొత్త యువకుడు కూర్చుని కబుర్లు చెబుతున్నాడు.

"రారా ఇంద్రా! కాసేపు కార్డ్సు ఆడదాం."

"మీరు ఆడండిరా. నాకు కాస్త పని ఉంది. మా ఆర్కిటెక్ట్ మహాశయుడిని, కాపేసి పట్టుకోవాలి!" సెహాన్నిచ్చి బయలుదేరాడు.

"ఇంద్రమోహన్‌గారూ! ఇతను మన దగ్గర కొన్నాళ్ళు పనిచేయటానికి వచ్చాడు, పేరు శోభన్..."

"ఒట్టి శోభన్‌యేనా! నేనింకా హీరో శోభన్‌బాబు అంటారేమో అనుకున్నాను" నవ్వేసి వెళ్ళిపోయాడు ఇంద్రమోహన్. అతను వచ్చి, చీకటి పడుతుందని మరిచిపోయి, బ్రిడ్జిమీద నిలబడ్డాడు తనలోని ఆశా, నిరాశల్లాగే నీళ్ళలో ప్రతిబింబిస్తున్నాయి నక్షత్రాలు. నీటికి అవతలిగట్టు సుదూరంలో కనిపించింది. తన కష్టాలు తీరేది యెలా?

వాస్తవమే చెప్పాడేమో విశ్వం, అయినా తనకు అంత చేదుగా, అవమానంగా అనిపించింది యెందుచేత? రూపాదేవిముందు చెప్పాడనా? ఛీ! తను సంకుచితుడు. తనకు అన్నివేళలా చేదోడు, వాదోడుగావున్న విశ్వం మాటలు అవమానంగా భావిస్తున్నాడు. నెలరోజులు పని చేయగానే రూపాదేవి తనకు ఎక్కువా! కాదు, కాదు... ఏదో కలవరం, యెందుకో తెలియదు. అలాగే కూర్చున్నాడు.

తండ్రి మొదటినుండి చిత్రమయిన మనిషి. రూపాయివస్తే రెండు రూపాయలు ఖర్చు చేస్తాడు.జీవితాన్ని అతి తేలికగా తీసుకుంటాడు. అరువిస్తే చార్‌మినార్, తాజ్‌మహల్ కూడా కొంటాడు.

అతన్ని మార్చటం తన తరం కాదు. అలాగే ఆలోచిస్తూ కూర్చున్నాడు. కాలగమనము తెలియలేదు. చల్లగాలి వీస్తుంటే మెల్లగా లేచి గదికి వచ్చాడు. క్యారియర్ ఉంది. వాచ్‌మెన్ కూర్చున్నాడు.

"యెంత ఆలస్యంగా వచ్చినా అయ్యగారు అక్కడికి రమ్మన్నారు" అని చెప్పాడు.

"తల నొప్పిగా ఉంది. రేపు ఉదయం వస్తానని చెప్పు" అన్నాడు. భోజనముకూడా చేయాలనిపించలేదు. లైటువేసి గది చూచాడు. దుమ్ము ధూళితో అసహ్యంగా ఉంది. రూపాదేవి అన్నమాటలు గుర్తుకు వచ్చాయి. వెంటనే పక్క మాత్రం దులుపుకుని పడుకున్నాడు. లైటు తీసి వేశాడు. బయట చీకటి, హృదయంలో చీకటి! అంతటా చీకటి! తలుపు వేసుకోవటంకూడా మరచి పోయాడు.

ఓ గంట గడిచింది. విశ్వం వచ్చాడు.

"తలుపులుతీసి పడుకుంటారు్రా?" లైటు వేశాడు స్విచ్చి వెతికి.

"నా దగ్గరేముందని భయపడాలి" లేచి కూర్చున్నాడు.

"ఏమీ అనుకోకురా. అందరిముందూ మీ కుటుంబ ఆర్థికపరిస్థితి యెత్తాల్సింది కాదు" నొచ్చుకుంటూ ఆ క్రిందే కూర్చున్నాడు.

"పరవాలేదు.... మరి నాన్న ఏం చేస్తున్నారు?"

"ఊళ్ళో కూర్చుని వచ్చే, పోయేవారికి కాఫీలు, టిఫిన్లు ఇప్పిస్తున్నాడు."

"కుటుంబాన్ని తరలించటానికిది పర్మనెంటు ఉద్యోగం కాదు. ఒక్కసారి హైద్రాబాద్ వెడితే మిస్ గంగను కలువురా."

"నువ్వు పూలయింది చాలక నేను కావాలా! శ్రీహరిగారు వచ్చాక అడుగు ఏదయినా వేయించగలరు."

"తప్పేదేముంది! ఇంత రాత్రి వచ్చావేం?"

"వెడతానన్నాను. రూపాదేవి 'మంచిది' అన్నది. ఆమెకు, ఆమె స్నేహితుడికి అడ్డంకు ఎందుకని."

"విశ్వం...." ఆశ్చర్యంగా చూచాడు.

"అవున్రా! చక్రిగాడు కొన్నిసార్లు సరిగ్గా అంచనా వేస్తాడు. డాక్టరుగార్కి తను ఏంచేసినా, యెలా తిరిగినా చూసి ఊర్కుని, భర్తగా ఉండే మగాడు కావాలి...."

"విశ్వం! నోరు మూస్తావా నన్ను ముయ్యమంటావా!"

"అప్పుడే యజమానురాలిపట్ల అంత విధేయతా! ఏది ఆ డైరీ" తలదగ్గరుంటే అందుకున్నాడు.

"ఏమిట్రా ఇది! ఇందుకేనా డైరీ ఇచ్చింది."

"రోజూ జరిగే రొటీన్ ఏం రాయను రా! ఏదయినా ప్రత్యేకంగా జరిగితే వ్రాయాలిగాని..."

"ఇంద్రా! మరే విషయంలోనయినా స్నేహితుడుగా ప్రవర్తించు. కాని ఇది నా జీవితానికి సంబంధించినది. ఈ వివాహం నిశ్చయమయినది మొదలు ఒక్కరోజు కంటినిండా నిదురపోలేదు...."

"ఆకలిబాధ, అజీర్తి బాధ నిద్రపట్టనియ్యవు."

"నువ్వు ఏమయినా అనుకో, మనసులో ఏ మలినము లేనిది, నేను వస్తానంటే వద్దనలేదేం?"

ఇంద్రమోహన్‌కు నిజంగా తలపోటు ప్రారంభం అయింది.

"విస్సీ! చాలా రాత్రి అయిందిరా ఇప్పుడు పడుకో. రేపు ఉదయం మాట్లాడుకుందాం" ఇంద్రమోహన్ అటు తిరిగి విశ్వానికి స్థలం ఇచ్చి కళ్ళు మూసుకున్నాడు.

మర్నాడు ఇద్దరూ లేచి ముఖాలు కడుక్కుని దగ్గరగా ఉన్న హోటల్లో టీ త్రాగారు. అప్పటికే సమయము ఏడు దాటింది.

"రూపాదేవిగారు క్లినిక్‌కు ఏడుగంటలకే వస్తారు" అన్నాడు ఇంద్రమోహన్. ఇద్దరూ క్లినిక్‌కు వెళ్ళారు. లోపలి గదిలోనుండి రూపాదేవి, మరో మగగొంతు నవ్వులు ఆగకుండా వినిపిస్తున్నాయి. విశ్వం ముఖం చిట్లించాడు.

"బాగుంది శోభన్! సినిమా హీరోల పేరుంటే ఇంత చిక్కా...." నవ్వుతూ రూప బయటికి వచ్చింది.

"గుడ్‌మార్నింగ్! మీకోసం వద్దామనుకొని, ప్రాణస్నేహితులు ఎన్ని విషయాలు మాట్లాడుకోవాలో అని రాలేదు..." అన్నది.

"మీరిద్దరూ స్నేహితులేగా, మాట్లాడుకోవలసినవన్నీ మాట్లాడుకున్నారా?" అన్నాడు విశ్వం గుమ్మంలో నిలబడిన శోభన్‌ను చూస్తూ.

"మా దగ్గరి బంధువులబ్బాయి. వాళ్ళ తాతగారి పేరు శోభనాద్రి. స్టైయిల్‌గా శోభన్ అని పెట్టుకున్నాడు. వాళ్ళక్కయ్య ఊరువెడితే, పిల్లలు మా శోభన్ మామయ్య వచ్చాడని గొప్పగా చెప్పారట. సినిమా స్టారా అంటే గొప్ప కోసం 'ఆఁ' అన్నారట. పది నిమిషాల్లో అభిమానుల క్యూ కొండవీటి చాంతాడంత అయిందట. ఏమి శోభన్ సన్మానంకూడా చేస్తామన్నారా?" రూపాదేవి మరోసారి నవ్వింది.

"మీరు మరీను...." శోభన్ సిగ్గుపడ్డాడు.

"ఇంద్రమోహన్‌గారూ, అక్కడ బాత్‌రూమ్‌లో ఫ్లోరింగ్ గుమ్మమువైపు పల్లంగా ఉంది."

"లేదే. నిన్న నేను దగ్గరగానే ఉన్నాను."

"రండి చూపుతాను..." ఇద్దరూ చకచక తయారయిన వింగ్‌వైపు వెళ్ళారు. ఆమె చూపినచోట చూచాడు. "యెంత జాగ్రత్తగా ఉన్నా ఎక్కడోచోట పొరపాటు చేస్తారు. ఈ రోజు రానివ్వండి మేస్త్రీ పని చెబుతాను" అన్నాడు.

"అలాగే దగ్గరుండి హాంగర్స్ ఫిక్స్ చేయించండి."

"మంచిది, రాత్రి విశ్వం నా గదికి వస్తానంటే పంపించివేయటమేనా! నాదగ్గర బట్టలున్నాయో, లేదో అని ఆలోచించకూడదా?" అన్నాడు కాస్త కినుకగా.

"సారీ.... మీరిద్దరయితే స్వేచ్ఛగా మాట్లాడుకుంటా రనుకున్నానే తప్ప మిగతా విషయాలు ఆలోచించలేదు."

"సరే! క్లినిక్ శోభన్‌గారు చూసుకుంటారు. విశ్వం, మీరు హాయిగా తిరిగి రండి."

ఆమె అతడినే దీక్షగా చూచింది. తిరిగి చూచేసరికి తననే దీక్షగా చూస్తున్న విశ్వం కనిపించాడు. ఆమె అతనివైపు వెళ్ళింది.

10

రూపాదేవికి ఏం పాలుపోలేదు.రోగుల సంఖ్య పెరిగిందని, శోభన్‌ను పిలిపించింది. ఇద్దరికి ఉన్న క్లినిక్ చాలటంలేదు. తయారయిన వింగ్‌లోకి షిఫ్ట్ చేద్దామంటే తండ్రి లేడాయె. మెల్లగా కారు చప్పుడవుతుందని, కారు క్లినిక్ ముందే వదిలి, నడిచి ఇంద్రమోహన్ నివాసానికి వచ్చింది. వర్షం రావటానికి సూచనగా ఆకాశమంతా మబ్బు పట్టింది. ఉక్కగా ఉంది. సిమెంటు బస్తాలు వరండానుండి, మరో గదిలోకి వేస్తున్న ఇంద్రమోహన్, వాచ్‌మెన్ కనిపించారు. ఆమె చాలా నొచ్చుకుంది. విద్యాధికుడయిన యువకుడు కూలిపని చేయటమా!

ఇంద్రమోహన్ కళ్ళు ఆనందంతో రెపరెపలాడాయి. "మీరు గదిలో కూర్చోండి. అయిదు నిమిషాల్లో వస్తాను" అన్నాడు. ఆమె గమ్మత్తుగా ఉన్న అతని సిమెంటు రంగు జుత్తును చూస్తూ నిల్చుంది.

"చదువూ, సంస్కారం, నాగరికత గలవారి గదిలాగే ఉంది. వెళ్ళండి..." అనుకుంటూ సంచి యెత్తుకున్నాడు.

"ఉండనియ్యండి, అర్జెంటుగా మాట్లాడాలి."

"ఆమె వచ్చి, గదిలోకి చూచి విస్మితురాలయింది. శుభ్రంగా ఉంది. యెదురు గోడకు గ్లాక్సో బేబి బొమ్మ చిరునవ్వులు చిందిస్తూ ఉంది. చిన్న పాతమంచం, దానిపై పరుపుచుట్టూ, ఒక మూలకు స్టౌ ఉన్నాయి. ఆమెకు యెక్కడ కూర్చోవాలో తెలియలేదు. అతను ముఖంనుండి నీళ్ళోడుతుండగా వచ్చేశాడు. చిన్నలాగులో తమాషాగా కనిపించాడు. ఆదరా, బాదరాగా లుంగీ చుట్టుకుని, తల తుడుచుకున్నాడు.

"రండి.... కూర్చోండి" మంచం చూపాడు. ఆమె వెళ్ళికూర్చుంది, అతను ట్రంకుపెట్టె మీద కూర్చున్నాడు.

"మీరు ఈసారి వచ్చేసరికి, మీ కోసం కుర్చీ కొంటాను" అన్నాడు నొచ్చుకున్నట్టుగా.

"సరేగాని కూలీలు చేసే పని మిమ్మల్ని యెవరు చెయ్యమన్నారు?"

"ఒకరు చెయ్యమంటే చేస్తానా! వర్షంవచ్చి, జల్లుపడిందంటే ఆ సిమెంటు గడ్డ కడుతుంది. పనివాళ్ళంతా వెళ్ళిపోయారు. ఇక మిగిలింది వాచ్‌మెన్. నేను కూర్చుని సంచులు మొయ్యరా అంటే వింటాడా? పోవయ్యా నువ్వు పెద్ద జీతగాడివి, నేను చిన్న జీతగాడిని అంటాడు...."

"ఇంద్రమోహన్‌గారూ! మిమ్మల్ని జీతగాడిలా చూస్తున్నామా!" ఆమె కళ్ళలో బాధ సుళ్ళు తిరిగింది.

"అబ్బెబ్బే! అందుకు కాదండీ. మీ అభిప్రాయం యెలా ఉన్నా, మిగిలిన వారలా అనుకుంటారని అంటున్నాను" అన్నాడు కంగారుగా. తనెంత అనాలోచితంగా మాట్లాడాడు!

"నేను చేస్తున్నానని తనూ వచ్చాడు. లేకపోతే కూలీలకోసం వెతకవలసి ఉండేది."

"నాన్నగారు రాకపూర్వమే క్లినిక్ షిఫ్ట్ చేద్దామా! ఆ ఒక్క గదిలో భలే చికాకుగా ఉంది. కొందరు రోగులు వర్షంలో తడువవలసివస్తోంది."

"యెలాగు నర్సింగ్‌హోమ్ పూర్తి అయ్యాక, నాన్నగారు వచ్చేక పెద్ద యెత్తున ఫంక్షన్ చేస్తారుకదా! పోనీ ఇప్పుడు మన కథానాయకుడిచేత ప్రారంభోత్సవం చేయిద్దాం."

"యెవరు? శోభన్ చేతా?"

"భలేవారే" ఈసారి పకపక నవ్వటం ఇంద్రమోహన్ వంతయింది.

"మనసులో ఏ కల్మషం లేనివారే అంత స్వచ్ఛంగా, నిర్మలంగా నవ్వగల్గుతారు" అనుకున్నది.

"కాదండీ! ఈ సాగర్‌లో క్లినిక్ పెట్టమని ఆదేశించిన మీ తాతగారు..." అన్నాడు.

"చంపారు పొండి, మా తాతగార్ని హీరోను చేసివేశారు. ఈ విషయం తెలిస్తే ఆయన ఛాతి మరి నాల్గురెట్లు అవుతుంది" అన్నది నవ్వుతూ.

"మీకు టీ చేసిపెడతాను, ఒక్క నిముషములో."

"అబ్బే! ఆ శ్రమయెందుకు! ఇంటికివెళ్ళి త్రాగుదాం పదండి" అన్నది. ఇద్దరూ లేచి గదికి తాళంపెట్టి నడక ప్రారంభించారు. టప్ మని పెద్ద చినుకుపడింది. క్లినిక్ చేరుకునే వరకు సగం తడిసిపోయారు. ఇద్దరూ ఇంటికి వచ్చేసరికి శోభన్ కాఫీ త్రాగుతున్నాడు.

"డాక్టర్‌గారూ! మీ కోసం చూచి, చూచి కాఫీ త్రాగుతున్నాను."

"ఫరవాలేదు శోభన్, క్లినిక్ విషయం మాట్లాడుదామని, వీరిదగ్గరకు వెళ్ళి వస్తున్నాను" అన్నది. ఇద్దరూ లోపలికి వచ్చాక, రూపాదేవి వెళ్ళి బట్టలు మార్చుకు వచ్చింది.

"మీరు తడిసిపోయారు...." ఆమె నొచ్చుకుంది.

"ఈ మాత్రం దానికేనా! మరేం ఫరవాలేదు లెండి."

"నాన్నగారి పైజామా లాల్చి ఉండాలి...." ఆమె వెళ్ళి బట్టలు తెచ్చింది.

ఇబ్బందిగా చూచి, బట్టలు వేసుకున్నాడు. దాంట్లో దిగేసినట్టు అయింది. అతని హృదయంలోని మధుర స్మృతులను యెవరో కెలికి తీసినట్టు అనిపించింది. విద్యార్థి జీవితంలోని మధురిమ, అనుభూతి, నిర్లక్ష్యం మరిచిపోగలడా! ఓసారి తడిసివచ్చి బట్టలులేక పాషా బట్టలు వేసుకున్నాడు. అందులో దిగబడిపోయినట్టు అయింది.

"ఒరేయ్ ఆ గుడ్డలతో వీధిలోకి వెడతావుట్రా!" విశ్వం అడిగాడు.

"ఆహా! మహారాజులా వెడతాను. కావాలంటే మెడలో నాల్గు పూసలదండలు వేసుకుని మరీ వెడతాను. అందరు హిప్పీ అనుకుంటారు" అన్నాడు, జుట్టు ముఖాన పడేలా దువ్వుకుంటూ. నిజంగానే కాలేజీకి వెళ్ళిన నాల్గో గంటకు ప్రిన్సిపాల్ దగ్గరనుండి పిలుపు వచ్చింది.

"మిస్టర్! ఫ్యాషన్లు అంటే నా కిష్టమే కాని, పిచ్చి వేషాలు వేస్తే మాత్రం ఒళ్ళు మండుతుంది. నీవేదో బుద్ధిమంతుడివి అనుకున్నాను" అని వార్నింగ్ ఇచ్చాడు.

"మరో రోజు చక్రం గళ్ళప్యాంటు, పువ్వులచొక్కా వేసుకున్నాడు. చక్రం అందర్లో అర్భకుడు.

"ఒరేయ్! నా గుడ్డలు పికిలిపోతాయిరా."

"మన స్నేహంకన్నా విలువైనవట్రా నీ గుడ్డలు! దుష్టుడా! దుర్మార్గుడా! పవిత్ర స్నేహానికి అర్థం తెలియని, పాపి...." అన్నాడు సీరియస్‌గా.

"ఒరేయ్ శపించకురా! నీ శాపానికి నా సొతజోడు లేసు తెగిపోతుందేమోనని భయంగాఉంది."

"ఊఁ! నా శాపం ఉపసంహరించుకోవాలంటే, సాయంత్రం తాజ్‌మహల్లో టిఫిన్, కాఫీ ఇప్పించాలి...."

"చిట్టితండ్రీ! ఆ ప్రక్కనే వెంకటేశ్ ఉంది సినిమా వద్దూ."

"భక్తులిచ్చేది ఏది కాదనకూడదని మా నియమము" సీరియస్‌గా అన్నాడు.

"మరోసారి నా బట్టలజోలికివస్తే నిన్ను తన్నాలని నా నియమము" కోపంగా చూచాడు.

"మరోసారికదా, ఈసారికి పరవాలేదన్నమాట" నవ్వేసి కాలేజికి బయలుదేరాడు. బస్‌స్టాండులో అమ్మాయిల గుంపు కనిపించి, తనను పరీక్షగా చూస్తుంటే గర్వంగా ఛాతి విరుచుకున్నాడు.

"అమ్మాయిలే అంగప్రదర్శన చేస్తారనుకుంటే, అబ్బాయిలు మొదలెట్టారే. ఆ మహాశయుడిని చూడు" ఓ కోమలాంగి కిసుక్కున నవ్వింది.

ఉలికిపడి చూచాడు. సీతాకోకల గుంపునుండి తప్పించుకుందామని పరుగులు పెట్టినట్టే కాలేజికి వెళ్ళాడు. మెట్లు ఎక్కుతుండగా ప్యాంటు పటపట మన్నది.

"స్టైయిలుగా నడిచినట్టు నడిచి, కుర్చీలో కూర్చోగానే పూర్తిగా చిరిగింది. ఈసారి మగపిల్లలు నవ్వారు. పీరియడ్ అయిపోగానే క్రిందికి వచ్చి రిక్షాచేసుకుని హాస్టలు చేరాడు. ప్యాంటు విప్పాడు, లుంగీ చుట్టుకుని,

"ఒరేయ్.... నీ నోట్లో అయ్యరు హోటల్లోని సాంబారు పడ, నీ పరీక్ష పేపరు అతికష్టంగా రాను, నీవు అభిమానించే ఆంధ్ర మహిళా సభ కాలేజి అమ్మాయి పెళ్ళిగాను...."

చక్ర శాపాలు గుర్తుకు వచ్చాయి. అతనికి నవ్వు వచ్చింది.

"ఏమిటండోయ్! మీలో మీరే నవ్వుకుంటున్నారు?" శోభన్ అడిగాడు.

"కాలేజీ రోజులు గుర్తుకు వచ్చి..." అతను చెప్పాక అందరూ మరోసారి నవ్వుకున్నారు.

"రేపు వచ్చే శుక్రవారం తాతయ్యను రమ్మని వ్రాస్తాను. సింపుల్‌గా కానిచ్చేద్దాం".

"అలాగే. మిగతా ఏర్పాట్లన్నీ నేను చూస్తాను. మొన్న ఇచ్చిన వెయ్యి రూపాయల లెక్క ఇవ్వనేలేదు నేను."

"తొందరేం!"

"మీకు తొందర లేకపోవచ్చు, మాకు ఇబ్బంది."

"వ్రాసిపెట్టండి తీరిక ఉన్నప్పుడు చూచుకుంటాను" అన్నది. వర్షం పెద్దదయింది. ముగ్గురూ కబుర్లు చెప్పుకుని, అక్కడే భోజనాలుచేసి, పేకాడారు. ఓ గంట కాగానే శోభన్ పేకలు గిరాటు వేశాడు, లేచాడు.

"అదేం? అప్పుడే లేచావ్?"

"స్టేక్‌లేనిది మజా ఏముంది డాక్టరుగారూ!"

"దానికి ఇంద్రమోహన్ అంగీకరించరుకదా" అన్నది రూప.

"అవునండీ! కాలక్షేపానికి బాగానే ఉంటుంది. స్టేక్‌తో ఆడాం అనుకోండి. గెలిచినవారికి ఇంకా గెలువాలని ఉంటుంది. ఓడినవారికి పోగొట్టుకున్న డబ్బు రాబట్టుకోవాలని ఉంటుంది...."

"ఉంటే తప్పేం?" శోభన్ అడిగాడు.

"తప్పని నేను అనటంలేదు. పేకాట, రేసులు, లాటరీలు ఒక పిచ్చి లాంటివి. డబ్బు తేలికగా వస్తుందన్న అభిప్రాయం ఉంటుంది. మా బాబాయి ఒకరు దీనిమూలంగా ఉరివేసుకున్నారు."

"అందరూ అలాగే ఉంటారా?"

"శోభన్! నా నిరాసక్తతను తెలిపాను అంతే" అన్నాడు. అతను వెళ్ళి పడుకున్నాడు. ఇద్దరూ ఒక ఆట ఆడారు.

"నిజం! ఏదయినా పందెం ఉంటేనే ఆట రక్తికడుతుంది."

"అయితే ఓపని చెయ్యండి. మా చెల్లాయి, తమ్ముడితో వేసుకునే పందెం లాంటిది వేసుకుందాం."

"ఏమిటబ్బా అది?"

"యెవరోడిపోతే వాళ్ళు ఇరవయి అయిదు గుంజీళ్ళు తీయాలి."

"బావుందండీ!" నవ్వింది రూప.

"ఆడదామా!" కార్డ్సు పంచాడు. కావాలని ఓడిపోయాడు ఇంద్రమోహన్.

"ఇలా అయితే ఆట ఏం బాగుంటుంది. నేను గుంజిళ్ళు తీస్తానని భయంకదూ. చూడండి ఇంద్రమోహన్ కొద్దిసేపు నేను యజమానినన్న సంగతి మరిచిపోండి. విశ్వంతో యెలా ఉంటారో నాతో అలాగేఉండండి." మెల్లగా అన్నది.

"ప్రయత్నిస్తాను" కార్డ్సు అక్కడ పడేసి చరచర బయటికి వచ్చాడు.

"ఇంత రాత్రి వెళ్ళకుంటేనేం?"

"వెళ్ళాలండీ! తలుపులు వేసుకోండి" అన్నాడు. ఆమె అతని ప్రవర్తనకు కారణం వెతుకుతూ నిలబడిపోయింది.

11

తాతగారు బస్సు దిగుతూనే ఇంద్రమోహన్, రూపల భుజాలమీద చేతులు వేసి, ఇద్దరిని దగ్గరగా తీసుకున్నాడు. ఇంద్రమోహన్ మంత్ర ముగ్ధుడిలా

చూస్తూ నిలబడిపోయాడు. డెబ్భైదాటినా దృఢంగా, బుర్రమీసాలతో చెయ్యెత్తు మనిషి. చూడగానే గౌరవభావంలాంటిది కల్గుతుంది.

"తస్సదియ్యా! మంచి జంట. ఏమోయ్ మనవడూ, మా ఊరు రావటానికి నామోషీ పడ్డావుట ఏమిటి కథ."

"నేనా!" ఇంద్రమోహన్ అర్థంకానట్టు చూచాడు.

"ఇదీ సంగతి! మా రూపతల్లి అబద్ధాలు వ్రాయదు. మా రూప తరపున నేనున్నానని మరిచిపోకు...."

రూపకు తాతగారి భావం అర్థం అయింది. ఆమె ముఖం కందగడ్డలా అయింది.

"తాతయ్యా! ఇతను.... ఇతను...."

"తస్సదియ్యా! ఆమాత్రం తెలియదా నాకు! నా కాబోయే మనవడు నీ కాబోయే భర్త విశ్వం...."

"నన్ను చెప్పనియ్యవు. ఇతను విశ్వంకాదు తాతయ్యా! మన నర్సింగ్ హోమ్ కట్టిస్తూ పర్యవేక్షణ చేస్తున్న ఇంద్రమోహన్‌గారు, విశ్వంగారి స్నేహితులు."

"అలాగా! ఏం అనుకోకు బాబూ! ఏదో ముసలి చాదస్తం. అయినా తప్పంతా నీది రూపా! దిగగానే పరిచయం చెయ్యరూ?"

"నువ్వు నాకా అవకాశం ఇవ్వందే" ఇద్దరూ కలిసి తాతయ్యను క్షేమంగా ఇంటికి తెచ్చారు శోభన్ నమస్కరించాడు.

"చూడవయ్యా బాబూ! నీ స్నేహితుడిని నీవుగా భావించి అభినందించాను."

"తాతయ్యా! అతను శోభన్ అని రాజేశ్వరీ పిన్ని తోడికోడలు గారి అబ్బాయి..."

"అరే.... అలాగా చెప్పవేం? తస్సదియ్యా, మరి నీ హీరో యెక్కడమ్మా! చిన్నప్పుడెప్పుడో చూచాను..."

"తరువాత బస్సులో వస్తారు తాతయ్యా, ఇతనేమో నాకు సహాయం చెయ్యటానికి వచ్చాడు."

"హరి చెప్పాడు నాదే మతిమరుపు. ఏం రంగమ్మా బావున్నావా? అమ్మాయి చిక్కిపోయిందేం?" పనిమనిషిని పలుకరించాడు. ఆమెవంగి అతని పాదాలకు దండం పెట్టింది.

"పని అయ్యగారూ! హాస్పత్రి కట్టడం పూర్తిఅయితే అమ్మాయిగారికి నిశ్చింత..."

"తస్సదియ్యా! హాస్పత్రి..." మీసం మెలివేసి నవ్వాడు కళ్ళు చికిలించాడు.

"ఆ మూడుముళ్ళు పడితే...."

"తాతయ్యా! ప్రారంభోత్సవం చేసేది తమరే. త్వరగా తయారవ్వండి..." తొందరపెట్టింది రూపాదేవి.

అతను స్నానంచేసి, ఖద్దరుపంచె, పట్టుచొక్కా వేసుకుని ఉత్తరీయం వేసుకున్నాడు. నుదుట చందనం, కుంకం కలిపినబొట్టు పెట్టుకున్నాడు.

"మీ మేనేజర్ ఎక్కడమ్మా! అతని పేరేమిటో.... ఇంద్రుడా, చంద్రుడా!"

"ఇంద్రుడు, చంద్రుడు ఏమన్నా పలుకుతాడు. ఇంద్రమోహన్, శోభన్! నన్ను ఆస్పత్రిదగ్గర దింపేసి కారు తీసుకుని విశ్వం వస్తున్నాడేమో వెళ్ళి రిసీవ్ చేసుకుంటావా?"

"అలాగేనండీ...." తాతయ్యను తీసుకుని వచ్చేసింది. అక్కడ ఏర్పాట్లన్నీ సక్రమంగా చేశాడు ఇంద్రమోహన్.

"రూపాదేవిగారూ! రిబ్బను కట్టి తెంచటం నాకిష్టంలేదు యెందుకో తాతయ్యగారికో పూలదండ వెయ్యండి. ఆయన బీదలకు మందులిస్తారు. అదే ప్రారంభోత్సవము."

"నాకు అలాంటి పట్టింపులేం లేవు. ఏదో హడావుడి చెయ్యనిదే జనానికి తెలియదనిగాని...."

"మీరు వెళ్ళి కూర్చోండి...." ఆమె వెళ్ళి తాతయ్య ప్రక్కన కూర్చుంది.

గంట గడిచినా, శోభన్‌గాని, విశ్వంగాని రాలేదు. వాచ్‌మాన్ వెళ్ళి బస్సు లేటని చెప్పాడు.

"మరి కాసేపు చూద్దామా?"

"అక్కరలేదు. ఇప్పటికే గంట ఆలస్యం అయింది. ఒక వ్యక్తికోసం ఇందరిని కూర్చోబెట్టడం మర్యాదగా ఉండదు. వాడికి ప్రాశానుకూడా త్వరగా వచ్చెయ్యమని..." ఇంద్రమోహన్ విసుక్కున్నాడు.

"అవునవును, రాత్రి బస్సుకే రావాల్సింది."

"కబుర్లు చెప్పకండి తాతయ్యా! నువ్వు వచ్చేశానని, ఆయన వస్తారు. మీ మగాళ్ళు ...."

"ఆc.... అప్పుడేనా మగాళ్ళమీద దండయాత్ర! మీ నాయనమ్మ అయిదేళ్ళకు మొదలెట్టింది."

"ఊc...." ముఖం ఎర్రగా చేసుకుని వెళ్ళిపోయింది. అక్కడున్న కొందరు అధికారులను, ప్రభుత్వఆస్పత్రి సిబ్బందిని ఆహ్వానించారు. వాళ్ళంతా వచ్చి కూర్చున్నారు. వాళ్ళ సమయము పాడుచేయకూడదని అతని అభిప్రాయం.

కార్యక్రమము ఇంద్రమోహన్ నిర్వహించాడు. అక్కడి ప్రాజెక్టు ఇంజనీరుగారు అధ్యక్షత వహించారు. ప్రభుత్వ డాక్టరు శుభాకాంక్షలు అందజేశారు. తాతయ్య ప్రారంభోత్సవం చేశారు. రూపాదేవి తనచేతి మీదుగా అతిథులకు పూలగుత్తులు సమర్పించింది. తాతగార్కి పూలగుత్తి ఇచ్చి పాదాభివందనం చేసింది. ఆయన తన ఆశయం ఏమిటో వివరించారు.

"చిరంజీవి రూప నా మనుమరాలని కాదు. వ్యక్తిగా ఓ గొప్ప యువతి. డిగ్రీ చేతికి రాగానే విదేశాలకు వెళ్ళాలనుకునే ఈ కాలంలో, ఈ ఊరిలో నా కోర్కెమేరకు నర్సింగ్‌హోమ్ ప్రారంభించింది. ఆ పని నా చేతులమీదుగా జరగాలని కోరుకుంది. ఆమెకు మీ అందరి సేవాభాగ్యం లభించాలని, మానవజన్మ యెత్తినందుకు సార్థకత లభించాలని కోరుతూ, నిండుమనసుతో ఆమెను ఆశీర్వదిస్తూ, మీ సహాయ, సహకారాలు ఆమె కందజేయమని కోరుతున్నాను" చప్పట్లు శబ్దంతో హాలు మారుమ్రోగింది.

ఆ తరువాత కొందరు ఆదర్శ వైద్యగృహం యెలా ఉండాలో చెప్పారు.

ఉపన్యాసాలు అవుతున్నాయి.

"రూపాదేవిగారూ! స్వీట్స్ విశ్వంచేత పంచిపెట్టించాలని అనుకున్నాము కదా. ఇప్పుడెలా?"

"యెలా ఏముంది? మీరే పంచిపెట్టండి" అన్నది. ఆలస్యం అయిన బస్సును తిట్టుకుంటూ. రూపాదేవి పెద్దలను సాగనంపుతోంది. మిఠాయిలు పంచేదగ్గర తీసుకున్నవారే మళ్ళీ, మళ్ళీ అడుగుతున్నారు ఆమె నవ్వుకుంది.

విశ్వం, శోభన్ ఇద్దరూ వచ్చారు.

"సారీ విశ్వం! అందరూ వచ్చేశారు. ఒక్కరికోసం అందరిని ఆపడం న్యాయంకాదని మీ మిత్రుడు అన్నాడు."

"చాలా మంచిపని చేశారు. అందరిముందు నేను దోషిగా నిలబడే పరిస్థితినుండి తప్పించారు."

"నను ఓట్ ఆఫ్ థాంక్స్ చెప్పమన్నాడు డాక్టరుగారూ" శోభన్ అన్నాడు కంగారుగా.

"మీ వంతు ఓట్ ఆఫ్ థాంక్స్, విశ్వం వంతు పనులు అన్నీ తనే చేస్తున్నాడు, పాపం..." ఇంద్రను చూపించింది.

"మేం వాడికి కాలేజిలో పెరు పెట్టాంలే పేకముక్కలో జోకరని" అన్నాడు.

"రండి, రండి తాతయ్య చిన్నప్పుడు యెప్పుడో చూచాడట. మిమ్మల్ని చూడాలనుకుంటున్నాడు."

ఆమె తీసుకువెళ్ళి పరిచయం చేసింది, తాతయ్యకు.

"తప్పుదియ్యా! అసలు హీరోవి నువ్వన్నమాట. మీ తాతయ్య బ్రతికిఉన్న రోజులలో, యెంత స్నేహమని ఇంట్లో కాస్త పని ఎక్కువయితే చాలు పరుగెత్తుకు వచ్చేవాడు. ఆ కాలమే వేరు. ఆ ఆప్యాయతలే వేరు" ఆప్యాయంగా విశ్వం భుజం తట్టాడు ఆయన. చమట తుడుచుకుంటూ లడ్డూలబుట్ట పట్టుకుని వచ్చాడు ఇంద్రమోహన్. ఏదో మాట్లాడాలని నోరు విప్పిన విశ్వంనోట్లో ఓ లడ్డు కుక్కాడు. మరోటి చేతికిచ్చి రూపాదేవిని చూపాడు.

విశ్వం ఏం అర్థంకాక నోట్లో లడ్డు తినేశాడు. తాతగారు చప్పట్లు కొట్టి నవ్వారు.

"ఇదికూడా దేనికి?" చేతిలోని లడ్డు చూపాడు.

"గుటుక్కున మింగడానికి. ఒక్తి ట్యూబ్‌లైట్ బుర్ర. రూపాదేవికి..."

"ఓ.... ఐసీ...." విశ్వం కాస్త సిగ్గుపడ్డాడు.

"యు...సీ.... చూస్తూనే ఉండు. కనీసం తాతయ్యకు నమస్కారం అయినా పెట్టావా!"

"మనలో మనలో మనకు ఏమిటయ్యా మర్యాదలు! ముగ్గురు చాకులాంటి కుర్రాళ్ళు! మరో ఇద్దరు మనవరాళ్ళుంటే బాగుండును అనిపిస్తోంది."

"హతోస్మి! తాతయ్యా, రక్షమాం...." నవ్వాడు ఇంద్రమోహన్.

"ఏమయ్యా నా మనవరాలు అంత భయంకరంగా ఉందా?"

"అదికాదు తాతయ్యా! రూపాదేవిలాంటి విలక్షణమైన వ్యక్తిత్వం గల స్త్రీలను భరించటం మాలాంటివారికి కష్టమే."

"అయ్యా! ఇంద్రమోహన్‌గారూ! కబుర్లతో కడుపునిండదు. ఫలహారం చేద్దాం రండి...."

"ఆ ఏర్పాటు జరిగింది మేడమ్...."

అందరూ అతడిని అనుసరించారు. పేషంట్లకోసం వెయిటింగ్ రూమ్ కట్టారు. అందులో ఉపాహారానికి ఏర్పాట్లు జరిగాయి. తాతయ్యతో పాటు అందరూ కూర్చున్నారు.

"రూపా!"

"ఏం తాతయ్యా!" అని దగ్గరగా వచ్చింది.

"ఈ ఇంద్రమోహన్ ఉద్దండ పిండంలా ఉన్నాడు. నర్సింగ్‌హోమ్ ప్రారంభోత్సవంలో ఘనంగా సన్మానించాలి...."

"కర్రతోనా తాతయ్యా" నవ్వాడు విశ్వం. అందరూ కూర్చొని ఫలహారం చేశారు. రూప యెంత బలవంతం చేసినా, ఇంద్రమోహన్ వారితో కూర్చోలేదు. విశ్వం "నువ్వు వస్తేగాని రానంటాడేమోనని" చూచింది. కాని అలాంటిదేం జరుగలేదు.

"ఒక్కసారి పిలిచారు చాలు." అన్నాడు ముఖం చిట్లించి. అతను ఫలహారం చేశాడు. బయటవచ్చి కూర్చున్నారు. తాతయ్య అందరి చేతులు చూచాడు.

"రావయ్యా ఇంద్రయ్యా! నీ చేయి చూపించు."

"నాకు తెలుసు తాతగారూ. నా చేతి వ్రాత, నుదుటి వ్రాత..." నవ్వుతూ చెయ్యి అతని ముందుకు చాపాడు.

"తప్పదియ్యా! ఈ కాలం కుర్రాళ్ళకు ఆదిలోనే మాట త్రుంచటం అలవాటు అయింది. ఇదిగో ఈఎమ్‌లా ఉన్న గీత చూడు, నువ్వు మిల్లియనీరువవుతావని చెబుతుందయ్యా"

"అచ్చంగా మిల్లియనీరే..." శోభన్ నవ్వాడు.

"నేను ఆషామాషిగా చెబుతున్నాను అనుకునేవు, నిజంగా చెబుతున్నానయ్యా....." ఎమ్‌లా కనిపించిన గీతను చూపించాడు ఆయన.

"మిల్లియనీరువంటే, ఏ మంత్రిగారో అయితే తప్పు కాలేవు. ఒరేయ్ ఇంద్రా! నువ్వు మంత్రివయితే ఎంచక్కా నీ గేటుదగ్గర నన్ను ఉంచుకోరా, లేదా సెక్రటరీగా వేసుకున్నాసరే టిప్స్‌మీద లక్షాధికారి నవుతాను..." అన్నాడు విశ్వం.

"అబ్బ! ఆశ, యెన్నిసార్లు అవుదామనిరా! రూపాదేవి భర్తగా తాతయ్య మనవడిగా ఇప్పటికే లక్షాధికారివి. తాతయ్యా, ధన్యవాదాలు. నేను కలలు కందామన్నా యెవరో ఒకరు లేపేవారు. ఈనాడు మీరయినా నన్ను లక్షాధికారిని చేశారు" అన్నాడు ఇంద్రమోహన్. విశ్వం ముఖంలో రంగులు మారటం రూప గమనించకపోలేదు. వాళ్ళను ఇంటికి పంపించి, అక్కడ బల్లలు కుర్చీలు సర్దించాడు. మిగిలిన లడ్లు ఇంటికి పంపుతూ ఓ రెండు తీసుకుని తిన్నాడు. ఒక కార్యం నిర్విఘ్నంగా సాధించానన్న తృప్తి కల్గింది కాసేపు నడుము వాల్చాడు. ఆకలిగా ఉంది. క్యారియర్ వచ్చేవరకు ఆగాలి. విశ్వం యెందుకో మరీ అనుమానం మనిషి అవుతున్నాడు అనుకుని అక్కడే ఉండిపోయాడు.

పన్నెండున్నరకు రూపాదేవి వచ్చింది.

"ఇంద్రమోహన్‌గారూ! ఒక్క విషయము కచ్చితంగా చెప్పండి. నేనంటే ఏ అభిప్రాయం ఉంది?" ఉరుములేని పిడుగులా విరుచుకుపడింది.

"ఆఁ.... అదేం? మీరంటే ఏ అభిప్రాయం ఉందో మీకు తెలియదా! గౌరవము, అభిమానం, ఆత్మీయత...."

"అబద్ధాలు అందంగా ఆడగలరు. నేనంటే ఏమాత్రం గౌరవమున్నా ఉదయం అలా చేసేవారా?"

"నేనేం చేశాను?"

"ఆ మాట మెల్లగా అడుగుతున్నారా! మీరు అన్ని ఏర్పాట్లుచేసి మాతో పాటు పార్టీలో పాల్గొన్నారా?"....

"అదా! అంతా చూచేసరికి మొహం మొత్తిందండీ."

"అంతేనా నేను ఏదయినా అగౌరవంగా ప్రవర్తించానా?"

"అబ్బే.... ఏ ప్రమాణం చెయ్యమన్నా చేస్తాను."

'ప్రమాణాలు వద్దుకాని, ఇప్పుడు స్వయంగా పిలవటానికి వచ్చాను. పదండి" అన్నది బయటికి నడుస్తూ.

"ఈ పూటకు నన్ను క్షమించండి. నాపై ఏమాత్రం గౌరవమున్నా నన్ను వదిలిపెట్టండి..." అన్నాడు బ్రతిమలాడుతున్నట్టు.

"సరే నేనూహించిందే నిజం. వచ్చి క్యారియర్ అయినా తీసుకోండి" కారు డోరుతీసి క్యారియర్ ఇచ్చిందామె.

"థాంక్స్...." అన్నాడు ఆరాధనా భావంతో. ఆమె నవ్వి వెళ్ళిపోయింది. అతను క్యారియర్ విప్పి అందులోని వస్తువులను ఒక్కటీ వదలకుండా ఆప్యాయంగా తిన్నాడు. అతనికి తెలుసు. తన మనసు ఎటు మ్రొగ్గుతుందో, అందమయిన వస్తువులను, అపురూపమయిన వాటిని ఆరాధించడంలో తప్పులేదు. అభిమానించటంలో పొరపాటులేదు. పొందాలనుకున్నప్పుడే పెద్ద చిక్కు. తనకా అర్హత హక్కు లేవని చెప్పి తన ఆరాధన తనలోనే ఉంచుకున్నాడు.

12

"అమ్మా! నీకు చెప్పతగినవాడిని కాను. నాన్న చేసిందానికి సై అంటే ఈ సంసారం గతేంకాను. ఈ దానధర్మాలు తగ్గించలేవా?" అసహనంగా అడిగాడు ఇంద్రమోహన్.

"అదికాదురా...." చెప్పలేకపోయింది.

"పాతివ్రత్యభంగం కదూ!" చందు అరిచాడు.

"చందూ! నువ్వు ముందు నోరు మూస్తావా! అమ్మా, ఈ అర్థంలేని ఖర్చులు యెందుకుచెప్పు చందు చదువు ఉంది. అటు పూర్ణ పెళ్ళి ఉంది" అన్నాడు అనునయింపుగా.

"ఆయన నాకే చెబుతాడు, నువ్వూ నన్నే అంటావు. ఆడదాన్ని నేను ఏం చేయగలనురా?"

"ఆడదాన్ని.... ఆడదాన్ని అంటూ యెందుకు నిన్ను నువ్వు కించపరుచు కుంటావ్! నువ్వు తలుచుకుంటే ఈ ఇంటిని సక్రమంగా నడుపగలవమ్మా" అన్నాడు.

"ఏమో నాయనా! నా రాతిట్లా ఏడ్చింది."

"నీ రాతకాదే. నీలాంటి మెతకమనిషి కడుపులోపుట్టిన మా రాత ఏడ్చింది" అన్నాడు విసుగ్గా.

అప్పుడే రామలింగం వచ్చాడు ఇంట్లోకి. అతను అందరిని ఒకసారి పరికించి చూచాడు.

"ఏమేయ్! పున్నయ్య, రాఘవులు భోజనానికి వస్తున్నారు. ఆ రాఘవులుకు బండ పచ్చడంటే చాలా ఇష్టం...."

"నాన్నా! ఒక్కసారి పెన్ను, పేపరు తీసుకుని వీధిలోకి వెళ్ళండి. యెవరెవరికి ఏమేమి ఇష్టమో వ్రాసిపెట్టండి. నా పెళ్ళికి వండించి పెడదాం...."

"యెందుకురా ఆ వెటకారం?"

"మీరు మీ మంచితనంగురించే తాపత్రయపడుతున్నారు గాని, రేపు అన్న విషయం ఆలోచిస్తున్నారా?"

"ఏందిరా! నన్నే ప్రశ్నించేపాటివాడివయ్యావా! ఆరునెలలు జీతం పంపగానే కొమ్ములు మొలిచాయా! తండ్రితో ఇలాగేనా మాట్లాడేది?"

"నాన్నా! నేనేం అపర శ్రీరామచంద్రుడిని, పరశురాముడిని అంతకంటేకాను. ఈ రోజు సంతర్పణలు ఇలా ఉంటే చందు చదువు, పూర్ణ పెళ్ళి చేసినట్టే..."

"నీ సంపాదనతో పూర్ణ పెళ్ళి అయినట్టే. కట్నం తీసుకుని చెల్లికి ఇవ్వవోయ్!" అన్నాడు కోపంగా.

"నేను ముష్టి యెత్తుకుంటానన్నయ్యా..." చందు రోషంగా అరిచాడు.

"నోరుముయ్యి నడమంత్రపు సన్యాసీ!" రామలింగం తన కోపం చిన్న కొడుకుపై చూపబోయాడు.

"నీ ఇష్టంవచ్చినట్టు చేసుకోనాన్నా! దేశంలో కొందరు బుద్ధిహీనులయి కట్నం అడుగుతుంటే, మరికొందరు నాలాంటి బలహీనులయి అడుగుతున్నారు? ఏం చేస్తాం."

"ఇంతకీ నువ్వనేది ఏమిటి?"

"నీ మంచితనం నిరూపించుకోవటానికి రోజూ ఇద్దరిని ఇంటిమీదికి తెచ్చి మేపకుమని అంటున్నాను. రోజూ నల్గురికి హోటల్లో అరువు పెట్టించకుమని అడుగుతున్నాను" అన్నాడు బాధగా.

"ఏం కాలమొచ్చిందిరా! నల్గురికిపెట్టి తృప్తిపడేవారము. ఇప్పుడు నా చిన్ని బొజ్జకు శ్రీరామరక్ష అన్నట్టు తయారయింది." అన్నాడు నిట్టూరుస్తూ.

"నాన్నా! కాలం మారిందని యెందుకు గ్రహించవు...." అన్నాడు విసుగ్గా.

"కాలం కాదురా! మనుష్యులు, మనసులు. అంతా కర్మ ఏం చేస్తాం?" అన్నాడు అసహాయంగా చూస్తూ.

"వ్యవసాయం చెయ్యండి. ఈ అనవసర కాలక్షేపం తప్పుతుంది."

"ఆ మాత్రం నాకు తెలియకేనా! రెండు సంవత్సరాలుగా వర్షాలు లేవు. యెలా చేస్తారు?"

"నీటి వనరులను బట్టి పంట వేసుకోవాలి. కూరగాయలు వెయ్యండి."

"గుడ్డొచ్చి పిల్లను వెక్కిరించిందట. ఆ మూడువందల సంపాదనకేనా ఇంత మిడిసిపాటు" రామలింగం గంయిమన్నాడు.

ఇంద్రమోహన్ క్షణం ఆలోచించాడు. తండ్రిపై ఆఖరు అస్త్రం ప్రయోగించాలి, లాభం లేదనుకున్నాడు.

"నాన్నా! కనీసం పూర్ణపెళ్ళి అయ్యేవరకయినా నా మాట వింటే సరేసరి లేకపోతే అడ్రసులేకుండా పారిపోతాను. ఆఁ...."

"యెవడ్నిరా బెదిరించేది."

"బెదిరింపుకాదు, నిజం. ఈ రోజే చూస్తాను. ఆ పనిలేని కబుర్లు రాయుళ్ళు గనుక ఇంటికి వస్తే అంతే సంగతులు!" విసుగ్గా బయటగదిలోకి వచ్చాడు.

"అన్నయ్యా! విశ్వం అన్న రెండుసార్లు కబురుచేశాడు" చందు చెప్పాడు.

"వీడొకడు జిడ్డు, అనుమానాల గొడ్డు....," విసుక్కుని చెప్పులు వేసుకున్నాడు.

చందూ అన్న వెనుక బయలుదేరాడు.

"ఏమిత్రా!"

"పంచాయితీ ఆఫీసులో ఏవో ఉద్యోగాలున్నాయట. వెడతానన్నయ్యా."

"అలాగే పెళ్ళికూడా కావాలా?"

"నేను తమాషాకు అనటంలేదు. ఇంటర్‌లో చేరి నాల్గు నెలలు అయింది. ఇంతవరకు ఒక్క పుస్తకం కొనలేదు."

"అదేం? నేను విడిగా వందరూపాయలు పంపానుగా!"

చందు మాట్లాడలేదు. తలవంచుకుని నడిచాడు.

"ఒరేయ్! మాట్లాడవేంరా! అందరూ మౌనవ్రత మొకటి నేర్చుకున్నారు నా ప్రాణానికి!" కసిరాడు.

"నాన్నకంటే అమ్మ ఏం తీసిపోలేదు. పిన్నికూతురికి పెళ్ళిలో చదివించింది" అన్నాడు చందూ.

"నేను సాగర్‌నుండి మంచి నిర్మల్ పెయింటింగ్ బహుమతిగా పంపానుగా!"

"అలాంటి బహుమతులు స్నేహితులకు ఇవ్వాలి. వీళ్ళు బంధువులు, ఇంతా చేస్తే పిన్ని ఏం చేసిందో తెలుసా! అందరికి చీరలు, సారెలు పెట్టి, వివాహమయిన పదిహేనురోజులకు జీతగాడిచేత రెండు రవికెల గుడ్డలు పంపింది. అవికూడా తన తరుపున కాదు. బేబి అత్తవారు పెట్టారట."

"వచ్చేటప్పుడు ఇస్తే నామోషి అటనా?"

"నాకేం తెలుసు! అలాంటి వారింటికి అసలు వెళ్ళటం దేనికంటే వినదు."

"నువ్వు లిస్ట్ ఇవ్వు, పుస్తకాలు పంపుతాను. విడిగా ఇరవై రూపాయలు పంపుతాను. నీ ఖర్చులకు వాడుకో."

"నీ జీతంలో ఇవన్నీ పంపి...."

"షటప్! పెద్ద మొనగాడు బయలుదేరాడు. పెద్దవారు ఎలాగు చెబితే వినరు. నువ్వయినా కాస్త వినరా తండ్రీ!"

"అదికాదన్నయ్యా! పచ్చడి మెతుకులు తిన్నా యాభై, అరవై రూపాయలు అవుతున్నాయి కదా అందుకు!"

"అక్కడ మా యజమాని అమృతమూర్తిరా! అమృతంలాంటి భోజనం వస్తుంది."

"విశ్వం అన్నయ్య కాబోయే భార్యేనా!"

"అవున్రా! ఆవిడ రుణం యెలా తీర్చుకుంటామో తెలియదు. వాళ్ళ నాన్న రాగానే పర్మనెంటు ఉద్యోగమిప్పిస్తానని వాగ్దానం చేసింది."

"అన్నయ్యా... నువ్వు నన్ను తిట్టనంటే...."

"ఇప్పుడేదో నిన్ను తిట్టి, నరికి పోగులు పెట్టినట్టు, ఏమిటా నస! చెప్పరాదూ!"

"మీ స్నేహితుడు చక్రం లేడూ! అతను ప్రక్కనున్న ఊర్లో చికెన్ ఫీడ్ మిక్సింగ్ మెషీన్ పెట్టాడన్నయ్యా. ఆదివారం అయితే అతను, విశ్వం అన్నయ్య అసలు స్పృహలో వుండరు. ఆడవారు కూడా వస్తారని అంటున్నారు..."

"చాల్లే.... నువ్వెళ్ళి చదువుకో ఫో..." అతడిని కసిరి పంపాడు. ఏమాత్రం చనువిచ్చినా అక్కడికి వచ్చి ఆరాలు తీస్తారు. తెలిసీ తెలియని వయసు అది. విశ్వం ఎందుకలా దిగజారిపోయాడు! త్రాగడం తప్పుకాదు, కాని స్పృహలో లేకుండా త్రాగటం తప్పున్నర అనుకున్నాడు.

"ఇస్వం బాబు సెక్రంగారి వద్ద కెళ్ళిండయ్య. మీ కోసం సూసి, సూసి తిట్టుకున్నారు...." వాకిట్లోనే పనివాడు చెప్పాడు.

"అలాగా..." జీతగాడిని అడిగి చక్రం అడ్రసు తెలుసుకుని వెళ్ళాడు. పొలం దగ్గర రేకుల షెడ్డుంగి. దాని ప్రక్కన కుటీరంలో కనిపిస్తే అక్కడికి వెళ్ళాడు. విశ్వం గ్లాసు నిండుగా ఒంపుకుని నోటి దగ్గరకు తెచ్చాడు. బీరో, బ్రాందో ఇంద్రమోహన్‌కు తెలియలేదు.

"ఊఁ.... నువ్వు చేస్తున్న వ్యాపారం ఇదన్నమాట."

ఇంద్రమోహన్ తిరస్కారంగా చూచాడు. గుమ్మంలో చేతులు కట్టుకుని నిల్చున్నాడు.

"ఇంద్రా! ఎప్పుడొచ్చేవురా! ఇక్కడికెలా వచ్చావ్?"

"రెండు కాళ్ళతో నడిచి వచ్చానుగాని, ఏమిటీ పిచ్చి వేషం?"

"ఒరేయ్! ఒట్టురా, నా కసలు ఇష్టంలేదు. ఆ చక్రిగాడు అలవాటు చేశాడు."

"ముందటి పళ్ళు రెండూ రాలగొడతాను! పిరికివెధవ. చక్రిగాడు గడ్డి పెడతాడు తింటావా?"

"తింటాడురా! తప్పేంవుంది! ఏనుగులాంటి జంతురాజమే గడ్డి తింటుంది" చక్రం వచ్చాడు.

"చక్రం! నీ బుర్ర వక్రం అని ఎప్పుడో చెప్పాను. ఏం కష్టాలొచ్చాయిరా తాగి మరిచిపోవటానికి."

"కష్టాలు నీకు రానీ! కష్టాలు వస్తేనే త్రాగుతాం అని అన్నామా ఏం?" అన్నాడు దర్పంగా.

"నేను చూచిన సినిమాలు, చదివిన కథలూ అన్నీ గుర్తుచేసుకున్నాను. అంతా ఏదో మరిచిపోవటానికే త్రాగినట్టున్నారు" అన్నాడు ఇంద్రమోహన్.

"ఒరేయ్! నువ్వు కాస్త రుచిచూడరా...."

"ఆ రుచి నాకెప్పుడూ చేదుగానే వుంటుంది, కిక్కుకోసం త్రాగినా ధైర్యంగా త్రాగుతానుగాని చక్రం నెపం పెట్టను."

"ఏమిట్రా వాగుతున్నావ్! చెప్పిన పని ప్రక్కకుపెట్టి, అసలు నిన్ను నాగార్జునసాగర్లో ఉద్యోగంలో ఎందుకు పెట్టాను?"

"..... ....."

"మాట్లాడవేంరా! ఆ రూప శోభన్‌తో నవ్వుతూ, త్రుళ్ళుతూ తిరిగితే చూడమనా! నాకు తెలుసురా నీ ఎత్తు...."

"తెలువకేం? నీది ఫైవ్‌నైన్ అయితే నాది ఫైవ్ ఎలెవెన్ అని దెబ్బలాడే వాడివి...."

"తెలివి నీ సొమ్మే అనుకుని ప్రక్కదారి పట్టించకు మాటలు. నా అవసరం తీరిపోయింది. నా గురించి నీ కెందుకు దిగులు! రూపాదేవిని నెత్తిన పెట్టుకుంటే ఉద్యోగం సురక్షితంగా వుంటుంది" అన్నాడు సీరియస్‌గా.

"ఆహా! ఏం సత్యం చెప్పాడమ్మా మగాడు, సత్యహరిశ్చంద్రుడిని చంపి పుట్టాడు."

"ఒరేయ్ ఇంద్రా! వాడసలే కుమిలిపోతున్నాడు...." చక్రం ఏదో చెప్పబోయాడు.

"నువ్వు నిప్పు అంటించాక కుమిలిపోతాడు. కమిలిపోతాడు. నువ్వు కాసేపు నోరుమూసుకో" ఇంద్రమోహన్ అరిచాడు.

"నిజంరా ఇంద్రా! ఈ గుండెలమీది నిప్పును భరించలేను. వద్దు అని వదులుకుందామంటే లక్షల ఆస్తి డాక్టర్ పెళ్ళాం...."

"విశ్వం! ఒక్కమాట వింటావా!" దగ్గరగా వెళ్ళి విశ్వం చేతిలోని గ్లాసు లాగి శబ్దం అయ్యేటట్టు బల్లమీద పెట్టాడు.

"ఒక్కమాటకాదురా, వందయినా చెప్పు. పాటలు మానేసి, మాటలే వింటున్నాను" విశ్వం ముద్దముద్దగా అరిచాడు.

"రూపాదేవి విలక్షణమైన స్త్రీ! ఆమె గురించి వెర్రి, మొర్రి ఆలోచనలు పెట్టుకోకు. శోభన్‌తో తిరిగిందే అనుకుందాం. అతడిని చేసుకోవటానికి ఎందుకు

వేసుకాడుతుంది. నిన్ను చేసుకుంటానని అనుకుని మరొకరిని చేసుకునేటంత చంచలస్వభావురాలు కాదురా."

"నీకేం తెలుసోయ్ ఆడవాళ్ళ నైజం! వెరయిటీ కోరుకుంటారు" దర్పంగా చెప్పాడు చక్రం.

"ఒరేయ్! నాతో తన్నులు తినాలనుంటే నోరు విప్పరా. నాల్గు తన్ని మూడు కొసరేస్తాను... "

"వాడిమీద విరుచుకుపడదామంటే కుదరదబ్బాయ్. నాపట్ల ఏ మాత్రం విశ్వాసమున్నా ఆ రూపాదేవి దినచర్య డైరీలో వ్రాయి. తెలిసిందా!"

"తెలిసింది...."

"ఇంకా రెండు నెలలుంది. అప్పటివరకు నిజం తెలుసుకోవాలి. పిచ్చి వేషాలు వేశావంటే ఉద్యోగం పోతుంది...."

"చెప్పక్కరలేదు. ఇచ్చిన డబ్బు తిరిగి యిచ్చెయ్యమని ఒత్తిడి చేస్తావ్, అల్లరి పెడతావ్..."

"ఏందిరో నిష్టూరం..." చక్రం అడ్డువచ్చాడు.

"మంచి మనిషికోమాటన్నారు...." చురచుర చూచి వెనుతిరిగాడు ఇంద్రమోహన్.

తనలాంటి పరిస్థితి పగవాడికి కూడా వద్దు. ఏది ఏమయినా రూపాదేవిని అవమానిస్తూ, ఆమెపై నిఘావెయ్యలేడు. అంతకన్నా ఏదో వంకన ఉద్యోగమే మానెయ్యాలి. అతను ఇంట్లోకి వచ్చాడు.

"పుత్తడిబొమ్మా! పూర్ణమ్మా! విన్నావమ్మా నామాట, నానోట్స్‌లో ఫుల్‌స్టాప్, కామాలాంటి తప్పులు కనిపించినా నా తల బస్సు క్రింద పెట్టేస్తాను. సినిమాల్లోల్లాగా "చందూ తమ్ముడూ" అంటూ అరిచి గీపెట్టినా లాభం వుండదు."

"అయితే నేను నీ నోట్స్ కాపీ చెయ్యను...." పూర్ణ లేచింది.

"ఎంత ధీరుడివిరా తమ్ముడూ! ఫుల్‌స్టాప్, కామాలు తప్పులుపోతే బస్సు క్రింద తల పెడతావా! ఇంకా తిండిదండగ, యిప్పుడే వెళ్ళమ్మా...." అన్నాడు చెవి మెలివేస్తూ.

"నీకు తెలియదన్నయ్యా! గతిలేక ఈ పూర్ణమ్మతో కాపీ చేయించుకుంటాను. అర్థపంక్తిలో అరవై తప్పులు రాస్తుంది."

"నాకు మతిలేక తమ్ముడి చదువు పాడవుతుందని వ్రాస్తానుగాని, వీడికి 'మ'కు 'య'కు బేధం తెలియదన్నయ్యా.. "

ఇంద్రమోహన్‌కు కళ్ళలో నీరు తిరిగింది. హాయిగా, నిశ్చింతగా చదువుకోవలసిన పిల్లలు! ఎన్ని బాధ్యతలు.... మాట్లాడక గదిలోకి వెళ్ళిపోయాడు.

రెండు రోజులు ద్వైదీభావాలతో సతమత మవుతున్నాడు. ఒకవైపు కుటుంబం, రెండోవైపు వ్యక్తిత్వం ఏంచేయాలి?

"అన్నయ్యా...." నవ్వు ఆపుకుంటూ వచ్చింది పూర్ణ.

"ఏమిటే..."

"ఎవరో ఓ కుర్రాడు, హన్మంతుడికి తమ్ముడిలా వున్నాడు. పేరడిగితే శోభన్ అంటాడు. అతనికి తగిన సత్కారం చెయ్యాల. నా అభిమాన హీరో..."

ఆమె మాటలు పూర్తిగా వినకుండా ఒక్క అంగలో బయటికి వచ్చాడు. బయట వేసిన పాత బెంచీపై దిక్కులుచూస్తూ కూర్చున్నాడు శోభన్.

"హల్లో శోభన్? ఏమిటిలా వచ్చావ్?"

"మొన్న వస్తామన్నారట నిన్నటి సాయంత్రం వరకు చూచి, మేడమ్‌గారు నన్ను పంపారు. మీ ఆరోగ్యం ‌_బ్బతిన్నదేమోనని ఆవిడ కంగారు" అన్నాడు శోభన్.

ఆ ఒక్కమాటతో ఇంద్రమోహన్ తన నిర్ణయాలు సడలిపోయాయి. అతను తనను తాను. తిట్టుకున్నాడు. పని మధ్యలో ఆపితే యెలా?

"పూర్ణా! కాఫీ పట్రా.... అరగంటలో బస్సు వుంది" అన్నాడు కంగారుగా. తన కుటుంబ సభ్యులను పరిచయం చేశాడు. అరగంట అక్కడున్న శోభన్‌కు అరమరికలులేని ఆప్యాయతలు చూస్తే అక్కడే వుండిపోవాలనిపించింది.

అతను బయలుదేరుతుండగా రామలింగం వచ్చి కొడుకును ప్రక్కకు పిలిచాడు.

"ఇంద్రా! వాళ్ళ సావిత్రికి నువ్వు నచ్చావట, ఆ అమ్మాయి అలిగిందట. పూర్ణ వివాహం అయ్యేవరకు ఆగుతారట. కావాలంటే కట్నం అడ్వాన్సుగా యిస్తారట..."

"ఎవరా సావిత్రి? నాకేం అర్థంకావటంలేదు."

"ఆ రోజు మనం పెళ్ళిచూపులకు ఊరు వెళ్ళాం చూడన్నయ్యా..." పూర్ణ అన్నది మెల్లగా.

"మైగాడ్! ఆ అమ్మాయి పేరు సావిత్రా! నాన్నా, ఇప్పుడు సావిత్రి, సుమతి ఎవరూ వద్దు. తరువాత ఆలోచిద్దాం...."

"వాళ్ళు ఆగొద్దూ! కావాలంటే యాభైవేలిచ్చి నీ కంటే మంచి వాడినే తెస్తారు. ఏదో అమ్మాయి సరదా పడిందని..."

"వాళ్లమ్మాయి పడింది సరదా! వాడు యిష్ట పడొద్దూ! కట్నకానుకలు అడగటంలేదు. ఏదో లోపం అని ఈ రోజు పిల్లనిస్తామనగానే మీరు ఉబ్బి పోయారా! అక్కరలేదు" అన్నది జయమ్మ.

ఇంద్రమోహన్ బయట నిలబడిన శోభన్ అవస్థ గమనించి ఆ విషయాలు వదిలివేయమని తల్లికి, తండ్రికి చెప్పి బయటపడ్డాడు. శోభన్ తిరిగిచూచాడు.

"ఏమిటి శోభన్?"

“మీ చెల్లెలు అచ్చం మీలాగే ఉంటుందికదూ!”

“పూర్ణ సంగతా! అందరు అంటారుగాని నేను యెప్పుడూ పరీక్షగా చూడలేదు...” అన్నాడు. ఇద్దరూ బస్‌స్టాండ్ వైపు వెళ్ళారు హడావిడిగా.

13

ప్రక్కింటి అమ్మాయికి బ్లీడింగ్ అయిందని వచ్చారు. పరీక్ష చేయటానికని, ఆమెను తీసుకుని నర్సింగ్‌హోమ్‌కి వచ్చింది. కాపలాదారుడు తలుపు తీశాడు. ఆ అమ్మాయిని పరీక్ష చేసింది.

“అబార్షన్ అవుతుంది, ఆంటీ! రాత్రికి ఇక్కడే ఉండండి అన్నది రూపాదేవి.

చేయవల్సిన ఏర్పాట్లు చేసి బయటకు వచ్చింది.

“నువ్వు వెళ్ళిపోతావా రూపా?”

“లేదు ఆంటీ! ఒకసారి చుట్టూ తిరిగి వస్తాను” అన్నది. ఆమె ఇంద్రమోహన్ గది ముందుకు వచ్చి టక్కున ఆగిపోయింది.

“ఉత్ప్రేరకం అంటే అందరికి అర్థం అయిందికదూ! తనంతట తానుగా రసాయన చర్యలో పాల్గొనదు. పాల్గొన్న రసాయన పదార్థాలను ఉత్తేజపరిచి, రసాయన చర్యకు దోహదం చేస్తుంది.”

“అర్థం అయిందండీ...” మరో కంఠం పలికింది.

“పాఠం చెప్పినప్పుడు శ్రద్ధగా వింటే మళ్ళీ చెప్పాల్సిన అవసరం ఉండదు. మేం ఏనాడు ట్యూషన్ ఎరుగం....”

“లేదు సార్! నేను [illegible]”

"గుడ్! అలా ఉండాలి" వాళ్ళు గుడ్‌నైట్ చెప్పి బయటికి వచ్చారు, ముగ్గురు కుర్రవాళ్ళు. వాళ్ళ వెనుకాలే వచ్చిన ఇంద్రమోహన్ రూపను చూచి టక్కున ఆగిపోయాడు.

"డిస్టబ్ చేశానా!" మర్యాదగా అడిగింది.

"మీరు, యింత రాత్రి!" ఆశ్చర్యంగా చూచాడు.

చెప్పింది రూప.

"తొమ్మిది నుండి పదిగంటల వరకు ట్యూషన్ చెబుతున్నాను" అన్నాడు అపరాధిలా.

"అలాగా!" అన్నది. ఆసక్తా, అవసరమా అర్థం చేసుకోలేకపోయింది. అతను బట్టలు మార్చుకోలేదు. తను క్లినిక్‌నుండి ఎనిమిదినలభై అయిదుకు వచ్చింది. పదిహేను నిముషాల్లో అన్నీ లాక్ చేయించాడా!

"మీతో వీలు చూచుకుని ఇవాళో రేపో చెప్పాలనే అనుకుంటున్నాను. మా పరిస్థితులు చాలా దిగజారిపోయాయి. కనీసం తమ్ముడి చదువయినా సక్రమంగా సాగాలని ఆకాంక్ష."

"నాతో చెప్పాల్సిందేమీలేదు. మీరు కష్టపడుతున్నారు."

"రండి..." అతను కుర్చీపై గుడ్డ తీసివేశాడు.

"ఇది మీ కుర్చీ...." అన్నాడు నవ్వుతూ. అతని మంచంమీద పద్దు పుస్తకాలున్నాయి.

"అవేమిటి?"

"పద్దు పుస్తకాలండీ! నాకు సరుకులిచ్చే కొట్టు అతను లెక్కలు చూచి పెట్టమన్నారు."

"అష్టావధానం చేస్తున్నారన్న మాట...." నవ్వింది.

"పొట్టకోసం..." నసిగాడు.

"ఏమిటోనండీ! డబ్బు లేకపోతే లేదు, లేదు అంటాము. అవసరానికి మించి వుంటే అడ్డమైన అలవాట్లు అబ్బుతాయి" అన్నది నిట్టూరుస్తూ.

ఉలిక్కిపడ్డాడు. "విశ్వం విషయం తెలిసిందా ఏం?"

"శోభన్ వాళ్ళకు బాగా డబ్బుంది. కుటుంబం మొత్తంలో కాస్త జ్ఞానం వున్నవాడు చదువుకున్నవాడు ఒక్కడే. అతని అన్నకు లేని అలవాట్లులేవు. పేకాడుతూ బ్రతుకుతాడు. అక్కలంతే. మనిషికో ప్రేమకథ, నాన్నంటే అపార్థాలు, విషాదాలు, చూస్తే కంపరం అనుకోంగి...."

"మీ దగ్గర అవసరానికి మించిందే వున్నది, మీరలా తయారయ్యారా పెంకకంలో వుంటుంది" అన్నాడు.

"ఆఁ... నిద్ర ముందుచకు వస్తోంది, వాచ్‌మన్‌ను పంపి ఓ కప్పు టీ తెప్పించాలి...." నోటి దగ్గర చిటికెవేసింది.

"ఒక్క కప్పు టీ భాగ్యానికి వాచ్‌మన్‌ను పంపాలా! నిమిషంలో చేసిస్తాను" అన్నాడు.

"పాలెక్కడివి?" అన్నది ఆవులిస్తూ.

"పౌడర్ యెప్పుడూ రడీగా ఉంటుంది."

"పౌడరు పాలా?" కాస్త వికారంగా ముఖం పెట్టింది.

"ఏమండోయ్! మనకు వచ్చే పాలు నికార్సయిన గేదె పాలని భ్రమ పడుతున్నారా ఏం?" స్టౌ వెలిగించాడు.

"నిజమే కళ్ళముందు కలుపడుగా...." నవ్వింది. అతడిని చూస్తుంటే ఆమెలో తనకు తెలియని కలవరం బయలుదేరింది. తీరుగా ఉండే రూపమే కాదు. తీరుగా ఉండే మాట, అందరిని ఒకే రకంగా చూడగల్గిన సంస్కారం.

వచ్చే వారంతా అతడిని వరసపెట్టి పిలుస్తారు. "అన్నా" "బాబాయ్" "అబ్బాయ్" "బిడ్డా" "పంతులూ" "కాంపౌండరూ" అని రకరకాలుగా పిల్చినా చిరునవ్వుతో జవాబిస్తాడు. అతడు బీదవాడయి పుట్టటమే నేరమన్నట్టుంది.

"తీసుకోండి. మళ్ళీ గుర్తుకు వస్తే ఇంద్రమోహన్ టీ చెయ్యాలి అంటారు" అన్నాడు టీ కప్పు అందిస్తూ . తనూ గ్లాసులో ఒంపుకున్నాడు.

"మా పుణ్యమా! మీరు యెత్తిన అవతారాలు చాలవని వంటవాడి అవతారం యెత్తుతారా ఏం?"

"వంటవారే టీ, కాఫీ చెయ్యాలని ఉందా! మంచం వారగా కూర్చున్నాడు.

"చాలా తియ్యగా వుంది..."

"పంచదార యెక్కువయిందా?"

"కాదు. మీ అభిమానం..." అన్నది నవ్వుతూ.

అవును, కాదు అనలేదు. ఇద్దరూ మౌనంగా టీ త్రాగారు.

"మీరు భోజనం చేసి ఒకసారి అటువస్తారా?" లేచిందామె.

"ఇప్పుడే వస్తాను పదండి" అన్నాడు, అరిగిపోయిన ఆకు చెప్పులు వేసుకుని.

అక్కడ రోగి విపరీతంగా మూల్గుతున్నది. ఆమె మరో ఇంజక్షన్ ఇచ్చింది. ఆమె పల్స్ వగైరాలు చూచి వచ్చి కూర్చుంది.

"శోభన్‌ను పిలువనా?"

"అక్కరలేదు. నాకు ఇంతవరకు ఇలాంటి కేసు తటస్థపడలేదు. మీరు భోజనంచేసి పడుకోండి."

"ఫరవాలేదు..." స్టూలు లాక్కుని కూర్చున్నాడు.

"మీ విశ్వం "జావా" కొన్నారట కదా."

"అలాగా! ఈసారి నా సమస్యలే నాకున్నాయి, వాడితో ఎక్కువగా గడప లేకపోయాను" అన్నాడు. విశ్వం ఉన్నస్థితి ఊహించుకుని బాధపడుతూ.

"ఒక్క విషయం చెబుతారా?"

"తెలిస్తే చెబుతాను అడగండి."

"మీకంటే యెక్కువ ఎవరికి తెలుస్తుంది? మీ స్నేహితుడు యెలాంటివారు?"

"అదేం ప్రశ్న! స్నేహపాత్రుడు. మా వాడిగురించి అనుమానం ఎందుకు వచ్చింది?"

"అనుమానం మనిషి అనుకుంటాను. మనుష్యులు మంచివారయినా మనసులు, వయసు చెడ్డవిట. జాగ్రత్తగా ఉండమని హెచ్చరించాడు" అన్నది.

"ఓ అదా! మొదటినుండి వాడికి స్త్రీలు పువ్వులాంటివారు, జాగ్రత్తగా ఉండాలనే పాలసీ ఉందండి. అందుకే వ్రాసి ఉంటాడు."

"మా వృత్తిలో పలురకాల మనుష్యులతో మెలగవలసి ఉంటుందని తెలియదా?"

"తెలుసు, వాడి తాపత్రయం వాడిది" అతని మాట పూర్తికాకముందే రోగి మూల్గులు వినిపించాయి. ఇద్దరూ గదివైపు వెళ్ళారు. అరగంట తరువాత అబార్షన్ అయింది. కావల్సిన సహాయంచేసి, రూపాదేవి కారెక్కింది.

"గుడ్‌నైట్..." ఆమె కారు వెళ్ళేవరకు అక్కడేఉండి, వచ్చి భోజనంచేసి నిదురబోయాడు.

మర్నాడు లేచి టీ త్రాగుతుండగానే రూపాదేవి వచ్చింది.

"మీ టీ కోసం వచ్చానని అనుకునేరు. అర్జంటుగా మనం దగ్గర్లో షూటింగ్ జరిగే ప్రదేశానికి వెళ్ళాలి?"

"మీరు టీ అడక్కపోయి. ఇచ్చే బాధ్యత నాకుంది...." సగం గ్లాసు టీ ఆమెకిచ్చి బట్టలు వేసుకున్నాడు.

"గుడ్! అరనిమిషంలో తయారయ్యారు. శోభన్ ఆడవారికంటే యెక్కువ అలంకరించుకుంటాడు." ఇద్దరూ వచ్చి బయట నిలబడిన వ్యాన్లో యెక్కారు.

"డ్యూయెట్ సాంగ్ పిక్చరైజేషన్ అట. నీళ్ళ కవతల వుండి రైజింగ్ సన్ తీసుకుందామనుకంటే, హీరోయిన్ పడిపోయిందట." అక్కడికి వచ్చినతను చెప్పాడు. వీళ్ళు వెళ్ళేసరికే జనం జాతరలా ఉన్నారు.

"ఇంత ప్రొద్దున్నే వీళ్ళకెలా తెలిసింది!" ఇంద్రమోహన్ ఆశ్చర్యపోయాడు.

"సినిమా షూటింగులంటే ఇలాంటి న్యూసెన్స్ వుంటుందని మిమ్మల్ని రమ్మన్నాను...." అన్నది. అందరూ వున్నచోటికి వెళ్ళారు. త్రొక్కిసలాటగావుంది. దాదాపు లాక్కుపోయినట్టే తీసుకుపోయాడు ఇంద్రమోహన్. జనాన్ని కంట్రోల్ చెయ్యటం మహాకష్టమయిపోయింది.

"సార్! మీరింకోవైపు వెడితేగాని, వీళ్ళు కదలరు." ఇంద్రమోహన్ హీరోకు సలహా ఇచ్చాడు. అతను కదిలాడు. జనం కదిలారు. అక్కడే వేసిన టెంట్ దగ్గరకు వెళ్ళారు. హీరోయిన్ తల్లి స్పూన్‌తో పళ్ళరసం పడుతోంది.

రూపాదేవి వెళ్ళి ఆమెను పరీక్షించి, కొన్ని ప్రశ్నలు అడిగింది.

"నిన్న ఆహారంలో ఏదయినా మార్పున్నట్టు అనిపించిందా?"

"మామూలుగానే తీసుకున్నాను. గోంగూర పచ్చడి మాత్రం కాసింత ఎక్కువతిన్నాను."

"ఏది నాలుక చూపండి."

చూపింది. రూప క్షణం ఆలోచించింది. ఆమెకు కంగారుపడవల్సిందేం కనిపించలేదు.

"ఈరోజు విశ్రాంతి తీసుకోండి. రేపటికి లేచి తిరుగుతారు. విశ్రాంతి లేమివల్ల వచ్చింది" అన్నది. ఏవో మందులు వ్రాసిచ్చింది.

"వస్తానుమరి అవసరం అనుకుంటే మనిషిని పంపండి" రూపలేచింది. రాణి తల్లి కాఫీ త్రాగి వెళ్ళమని పట్టుపట్టింది.

"అవునండీ! యింత శ్రమపడి వచ్చారు. కాఫీ అయినా తీసుకోకపోతే ఎలా?" అన్నది.

"బయట మా మేనేజరుగారున్నారు...."

'పిలిపిస్తాను..." తల్లిగారు కాఫీకి ఆర్డరువేసి, ఇంద్రమోహన్‌ను పిలిపించింది.

ఇంద్రమోహన్ రాణిని చూచి తెల్లబోయాడు. రాణి చిరునవ్వుతో పలుకరించింది.

"మీ పి హెచ్చిడి అయిపోయిందనుకుంటాను."

"ఆఁ.... లేదు. ఆరోగ్యం బాగాలేదు... మీరెలా వున్నారు?" కంగారుగా అడిగాడు. తన ముఖంలోని భావాలు ఎవరు చూడవద్దనుకున్నాడో వాళ్ళు చూడనే చూచారు.

"మిగిలిన వాళ్ళంతా స్టేట్స్‌లోనే వున్నారా?" రాణి ప్రశ్న కాదు. ఇంద్రమోహన్ పాలిట మరో ఆటంబాంబు వేసింది.

"కొందరున్నారు.... కొందరొచ్చారు తీరికగా తరువాత మాట్లాడుదాం. కాఫీ త్రాగారా? విశ్రాంతి కావాలి మీకు...." ఒకటికి ఒకటి మాట్లాడాడు.

"ఇంద్రమోహన్‌గారు పరిచయమేనన్న మాట." రూప తల పంకించింది. కాఫీ వచ్చింది. అతనికి కషాయంలా తోచిందా కాఫీ. మాట తప్పించాలని చూచాడు.

"వీరు, వీరి ఫ్రెండ్స్ మొదటిసారి అమెరికానుండి వచ్చినప్పుడు కలిశారు..."

రాణి చెప్పే విషయాలు వింటుంటే ఆమె గొంతు టపీమని నొక్కాలనిపించింది. ఆరోగ్యం బాగా లేనప్పుడు విశ్రాంతి తీసుకోరాదూ! పూర్వాపరాలు వెళ్ళడించడం దేనికో! సెలవు తీసుకుని వచ్చి, వ్యాన్లో కూర్చున్నాడు. ఇద్దరూ నర్సింగ్‌హోమ్కు చేరారు. రూపాదేవి గంభీరంగా ఉండిపోయింది.

"రూపాదేవిగారూ...."

"గారె, వడ ఏం లేవు. నాకు క్లినిక్ టైము" ఆమె చరచర ఇంట్లోకి వెళ్ళిపోయింది. తనూ పెట్టె బేడ సర్దుకుని వెళ్ళిపోదాం అనుకున్నాడు. గదిలోకి వచ్చి కూలబడిపోయాడు.

"ఆ రాణి షూటింగ్‌కే వచ్చిందే అనుకో, జ్వరం రానేల! జ్వరం వచ్చిందే అనుకో, ఈ రూపాదేవినే పిలువనేల! పిలిచిందే అనుకో, ఆమె అసిస్టెంటుండగా తను పోనేల! పోయాడే అనుకో, సినిమా తార గదా, కాస్త గంభీరంగా వుండక కోడిపెట్టలా పాత విషయాలన్నీ త్రవ్వనేల!"

"దీనికంతా కారణం విస్సిగాడే. వీడి మూలంగా నాకు చావు వచ్చింది" అనుకున్నాడు. బియెస్సీ మొదటి సంవత్సరం అది. కాలేజికి సెలవు లివ్వగానే యింటికి వెళ్ళి ఏంచేస్తామని అందరూ సరదాగా తిరుపతి, మద్రాసు వెళ్ళారు. విశ్వానికి సినిమాతార రాణి అంటే వల్లమాలిన అభిమానం. ఎంత చెత్త సినిమా అయినా సరే ఆమె ఉందంటే చూస్తాడు. మద్రాసువచ్చి రాణిని చూడకుండా పోవటం అసాధ్యమన్నాడు. ఆమె ఇంటిచుట్టూ ఎన్ని ప్రదక్షిణాలు చేసినా, అభిమానులం అని చెప్పి ఏడ్చినా, గూర్ఖా లోపలికి వెళ్ళనియ్యడు. అప్పుడు సుధీర్ ఓ మాస్టర్ ప్లాన్ చెప్పాడు. అందరూ హోటల్‌కు వచ్చారు. ఇంద్రమోహన్ త్వరగా భాషలు అనుకరిస్తాడని తెలుసు.

"ఒరేయ్ ఇంద్రా! అచ్చం అమెరికా యాక్సెంట్! ఫేలయిందో ప్రణాళిక, నిన్నూ, ప్రణాళిక వేసిన సుధీర్‌గాడిని సముద్రంలో విసిరివేస్తాను."

ఇంద్రమోహన్ రాణి యింటికి ఫోన్ చేశాడు.

"హల్లో... అయామ్ ఇంద్రమోహన్... రిసర్చి స్కాలర్ ఫ్రమ్ యు ఎస్సే.... యు డోంట్.... నో కెన్‌యు సేహాయ్ టు స్వీట్ రాణి... ఓయ్యా అలాగే పిల్సండి... హల్లో! ఓ డేమ్! మిమ్మల్ని కంగ్రాచ్యులేట్ చెయ్యకపోతే షేమ్. ఓ కపుల్ ఆఫ్ మూవీస్ చూచాం. ఓ డియర్, రీటా, గ్రేస్‌కెల్లి. ఎలిజబెత్ అంతా ట్రాష్.... భోజనాలకు రావాలంటే కుదరదు, మైగయ్‌స్ ఆర్ దేర్... అందరినివద్దు. విజిట్‌కు వస్తాం...ఓ...కె....థ్యాంక్యూ...థాంక్యూ...."

"ఏమందిరా!"

"భోజనానికి వస్తామనలేకపోయావా?"

అందరూ చుట్టుముట్టారు.

"సరిగ్గా పదకొండు గంటలకు మనకోసం చూస్తానంది."

"అబ్బ! అమెరికా! నీకెంత ప్రశస్తి వుందే తల్లీ! కన్యాదాత దగ్గర నుండి కళాకారుల వరకు నీమీద గౌరవం చూపుతారు!"

సుదీర్ ఓ నమస్కారబాణం పడేశాడు అమెరికాకు అందరూ అద్దె సూట్లు కాకపోయినా, ఆ మద్రాసు ఉక్కలో, వున్న సూట్లు వేసుకుని వెళ్ళి, నోటికొచ్చిందల్లా కోశారు.

విశ్వం మాట్లాడే తెలుగు యాక్సెంట్ చూస్తే ఇంద్రమోహన్‌కు మతి పోయింది. తమ నాటకం బయటపడుతుందని తెలిసిపోయింది. వాచీకేసి చూచుకున్నాడు.

"వుయ్ ఆర్ ఎక్స్‌పెక్టెడ్ ఇన్ ద హోటల్, ఎక్జాక్ట్‌లీ ఎట్ ఆఫ్ ఫాస్ట్ ట్వెల్వ్!" లేచాడు.

ఆమె ఫ్రూట్‌జ్యూస్ యిప్పించింది. అమృతంలా త్రాగి బయటికి వచ్చారు.

"ఇంద్రా! నీది కుళ్ళుబుద్ధిరా. రాణి నాతో మాట్లాడిందని లే లెమ్మన్నావ్..." విశ్వం మిర్రి చూచాడు.

"గుడ్డూ షుడ్డూ అంటూ ఇంగ్లీష్‌ను అచ్చు తెలుగు యాక్సెంటులో ఏడుస్తుంటే, అరగంటలో తేలిపోతుంది, తమరు అచ్చు పెద్దాపూర్ బాపతని..." రెండు అంటించాడు ఇంద్రమోహన్.

"తనే అందగాడిని, ఆటగాడిని, మాటకారినని తెగ నీల్గిపోతున్నాడు వీడు..." విశ్వం ఏడ్పుముఖం పెట్టాడు.

"నువ్వేమిటిరా, ఆ ఉక్కలో టై, కోటు! నీ అవస్థ చూడలేక నేను చచ్చాను" అన్నాడు చక్రం.

"పొండిరా! రాణిని చూడాలనుకున్న నా చిరకాలవాంఛ తీరింది. మీరు ఏమన్నా నేను బాధపడను" అన్నాడు సంబరంగా.

"అయితే పదండిరా బుహారికి వెళ్ళి, వీడి దగ్గర పార్టీ తీసుకుందాం" అన్నాడు సుధీర్.

ఆనాడు అదేదో గొప్ప విషయం అనుకున్నారు. ఈనాడు అది తన వ్యక్తిత్వంమీద దెబ్బ తీస్తుందని ఊహించనయినాలేదు.

"పోనీ! ఆవిడకు నేనేం సత్యహరిశ్చంద్రుడిని అని రాసిచ్చానా?" అనుకున్నాడు. కాని మనసు కుదుటబడలేదు. చూస్తుండగానే పేషెంట్ల క్యూ తగ్గింది. ఇటు చూస్తుందేమో అనుకున్నాడు ఉహుఁ! కాంపౌండర్ బ్యాగుతెచ్చి కార్లో పెట్టాడు. గబ, గబ ఓ చీటి గీకి, వాచ్‌మెన్‌ను పిలిచి అమ్మగార్కి ఇవ్వమన్నాడు.

మరో పది నిమిషాల తరువాత రూపాదేవి వచ్చింది.

"ఏమన్నారు? నేను రాకపోతే అన్నం మానేస్తారా? మానెయ్యండి, ఆరోగ్యం బాగుపడుతుంది. అబద్ధాలు ఆడటం మీవంతే, అలకసాగించటం మీ వంతేనా!" అన్నది.

"మీరు ఒక్క నిముషం కూర్చుని సావకాశంగా వింటే..." అన్నాడు.

"ఇందాకే మీ మోహన లీలలు విన్నానుగా?" అన్నది విసుగ్గా.

"ఒక్క నిముషం..." అతను బ్రతిమాలే ధోరణి చూచి కాదనలేకపోయింది. వెళ్ళికూర్చుంది.

"అదికాదండీ...." అంటూ జరిగిందంతా చెప్పాడు, ఓ కథలా.

"ఒక వయసులో కొన్ని పిచ్చి కోర్కెలుంటాయండీ? ఈ అబద్ధం ఎవరికీ హాని చెయ్యదని, ఈ నాటకం ఇంకొకరి జీవితాన్ని దెబ్బ తీయదని ఈ నాటకం ఆడాం, అంతే... అంతేనండి...."

రూపాదేవి ఒక్కసారి ఫక్కున నవ్వింది. ఆపుకోలేనట్టు నవ్వుతూనేవుంది.

"ఏం చేస్తున్నారు మోహన్?" శోభన్ వచ్చాడు.

"పువ్వులేరుకుంటున్నాను."

"నట్టు లూజయిందా!" కణత దగ్గర వేలుపెట్టి తిప్పి చూపాడు.

"ఇందాక డాక్టర్‌గారు నవ్వుతూ పువ్వుల వర్షం కురిపించారంటే వినవేం?"

రూపాదేవి నవ్వు ఆపి లేచింది. అతని ముఖం చూడగానే అనదలచిన మాటలు గొంతులోకి వెళ్ళిపోయాయి. "చూడు శోభన్..." అతను చెప్పిందానికి కాసిన్ని అతిశయోక్తులు జోడించి తనూ చెప్పింది రూపాదేవి. శోభన్‌కూడా నవ్వాడు.

"అన్యాయం... అన్యాయం! నేను సూటేసుకోలేదు. మీ కాబోయే శ్రీవారే వేసుకున్నారు...." అన్నాడు.

"విశ్వం రానియ్యండి, ఇద్దరూ కలిసి సన్యసిస్తాం. అనేవరకు ఏడ్పించకపోతే నా పేరు రూప కాదు..."

"పోనివ్వండి అపురూప అంటాము, సరా" అన్నాడు ఇంద్రమోహన్. వారు కారు ఎక్కుతుండగా రూపాదేవిని పిలిచాడు.

"రూపాదేవిగారూ!"

"ఇంద్రజాలికుడుగార్రూ!"

"ఈ విషయం మీతో చెప్పానని విశ్వంతో అనకండి." ప్రాధేయపూర్వకంగా చూచాడు.

"సరే..." ఆమె తలపంకించి వెళ్ళిపోయింది. ఇంద్రమోహన్ తేలికగా ఊపిరి పీల్చాడు.

14

నర్సింగ్‌హోమ్‌లో కాన్పుల విభాగంకూడా నడుస్తోంది. గైనకాలజిస్ట్ వందనను అప్పాయింట్ చేశారు. ఆమె దూరంగా ఫైలాన్ కాలనీలో స్నేహితురాలి దగ్గర వుంటోంది. ఇంద్రమోహన్‌కి, పని మరింతెక్కువయింది. తమ్ముడు పరీక్షలు సక్రమంగా వ్రాశానని తెలిపాక, నిశ్చింతగా నిట్టూర్చాడు. రూపాదేవి వివాహం మళ్ళీ వాయిదా పడింది. శ్రీహరి అక్కడనుండి లండన్‌లో ఆరు నెలలుండాలని, వివాహం చేసెయ్యమని తండ్రిగార్కి వ్రాశాడు.

"వాళ్ళు తొందరపడితే అలాగే తాతయ్యా!" అన్నది రూపాదేవి. తండ్రి లేనిది వివాహమంటే అంతగా యిష్టం లేకపోయినా అవతలివారిని కూడా యిబ్బంది పెట్టకూడదనుకుంది.

"వారిని రానివ్వండి" అని వ్రాశాడు విశ్వం.

ఇంద్రమోహన్ అక్కడక్కడా ఉద్యోగానికి ప్రయత్నం చేస్తున్నాడు.

ఆ రోజు బ్యాంక్ పరీక్షవ్రాసి వస్తున్నాడు. రోడ్డువారగా రెండెడ్ల బండి వుంది. అందులోనుండి, ఓ కోమలకంఠం అరుపులు, పెద్దవాళ్ళ అదిలింపులు వినిపిస్తున్నాయి.

"అమ్మో- అమ్మో! ... నేను బ్రతకనమ్మో, నాకు కడుపులో నొప్పే నాన్నా..." హృదయవిదారకంగా ఉన్నాయి ఏడ్పులు.

ఇంద్రమోహన్ ఆగాడు.

"ఏమండీ! దిగండీ. యెక్కడయినా ఆస్పత్రి వుందేమోచూడండి" స్త్రీ కంఠం వినిపించింది.

ఇంద్రమోహన్ బండి వెనక్కు వెళ్ళాడు.

"ఏమయిందండీ! యెవరు మీరు?"

"యెవరయితేనేం బాబూ! దిక్కులేనివాళ్ళం. మా అమ్మాయి ప్రమాదస్థితిలో వుంది" పురుషుడు క్రిందికి దిగాడు.

ఆ బండిలోని కోమల కంఠం అరుస్తూనే వుంది.

"నేను ఆస్పత్రిలోనే పనిచేస్తాను పదండి."

"బాబూ...." సందేహిస్తూ ఆగిపోయాడాయన.

"తరువాత మాట్లాడుకుందామండీ. డబ్బు లేకపోయినా ఫరవాలేదు, మీరింటికెళ్ళి పంపండి."

"డబ్బు విషయం కాదుబాబూ! పరువు విషయం. మా పిల్ల జీవిత సమస్య...." ఇంద్రమోహన్ చెయ్యిపట్టి దూరంగా లాక్కుపోయాడు. అతను చెప్పింది విని తెల్లబోయాడు. పరువూ, పరువూ అనేవారి పరువే బజార్లో పడుతుంది ఎందుకో!"

"అలాగేనండీ! ప్రమాణం చేస్తున్నానుకదా! మీకు, నాకు, డాక్టరిగార్కి తప్ప ఈ విషయం యెవరికీ తెలియదు."

"నీకష్టం ఉంచుకోను బాబూ...."

"అమ్మో! .... అబ్బా...."

త్వరగా బండిని హాస్పత్రికి తీసుకువెళ్ళాడు. అక్కడ వారిని వదిలి రూపాదేవి యింటికి వెళ్ళాడు. అందర్నీ లేపడం ఎందుకని, ఆమె పడక గది కిటికీ దగ్గర నిలబడి పిలిచాడు.

"రూపాదేవీ.... డాక్టర్‌గారూ!" కిటికీ రెక్క టపటప కొట్టాడు.

"ఆఁ.... యెవరూ!" ఆమె చటుక్కున లేచింది. లైటు వేసింది. లోపలి గది పట్టపగల్లా అయింది. చెదిరిన కుంకుమ, గాలికి అల్లాడే ముంగురులు, అస్తవ్యస్తంగా కట్టుకున్న బట్టలు ఆమె అందాన్ని ద్విగుణీకృతం చేస్తున్నాయి.

"ఎవరంటే...."

"నేనండీ ఇంద్రను. ప్రమాదమయిన కేసు వచ్చింది."

"ఓ.... శోభన్‌ను లేపుతాను వుండండి."

"వద్దండి, గైనిక్...."

"వందన దగ్గరకు వెళ్ళలేకపోయారా?" జుట్టు ముడివేసుకుంది.

"ఆ అమ్మాయి తండ్రో మూర్ఖుడండి. మీరు త్వరగా రావాలి." ఆమె ఆవులిస్తూ వంటామెను లేపింది. తలుపేసుకొమ్మనిచెప్పి కారు తాళం చెవులు తెచ్చింది.

"ఆఁ...ఆఁ.... టైమెంత?" ఆవులిస్తూ అడిగింది.

"పన్నెండు గంటలయిందండీ..." అన్నాడు.

"మైగాడ్...." ఆవులిస్తూనే కారు బయటకు తీసింది.

"మీకు బంధువులా?"

"యెక్కడో చూచినట్టుంది" అన్నాడు. ఆమె అంత నిదురమత్తులోను నవ్వింది.

"ఊఁ! పరీక్ష యెలా వ్రాశారు?"

"నాకు బాగానే వ్రాశాననిపించింది. వాళ్ళకు తృప్తి కలుగాలిగా? అది పోనివ్వండి. ఆమె కేదో నాటుమందు మింగించారల్లేవుంది.

"విడోనా, కన్యా, వద్దనుకున్న బాపతా?"

"నేను అడగలేదు."

"ఇద్దరూ దిగారు. రూప ఆ అమ్మాయిని చూస్తూనే ముఖం ముడిచింది. చెప్పిన పనులన్నీ ఇంద్రమోహన్ చేశాడు. గంట తరువాత, ప్రమాదం తప్పిందని తృప్తిగా నిట్టూర్చింది.

"మీకు బుద్ధి ఉందా! డాక్టర్ దగ్గరకు తీసుకుపోవద్దా?"

తల వంచుకున్నారు.

"ప్రాణాలకంటే పరువు యెక్కువకాదు."

మూగగా కన్నీరు కార్చారు.

"మీకు ఆడపిల్లవుంటే, దానికీ స్థితి వస్తే తెలిసేది?" అన్నట్టున్నాయి యెక్కిళ్ళు.

"ఇంద్రమోహన్‌గారూ! రాత్రికి ఇక్కడే వుంటుంది. తెల్లవారాక తొమ్మిదో నంబరు గదిలోని పేషెంటును డిశ్చార్జి చేయించి, అందులోకి షిఫ్ట్ చేయించండి."

"ఓ...కే... మిమ్మల్ని వదిలివస్తాను."

"ఏది కావాలన్నా, వీరిక్కడే వుంటారు అడగండి."

ఇంద్రమోహన్ ఆమెను వదిలి వచ్చేశాడు. ఉదయం గది మార్పించటానికి వెళ్ళాడు.

"బాబూ! నువ్వా...." రోగి తండ్రి ముకం అదోలా ఉంది. "యెక్కడ చూచానబ్బా?" వేలుతో గడ్డం రాసుకుంటూ ఆలోచనలో పడ్డాడు.

"బాబూ! మా అమ్మాయి గుర్తించేవరకు మేం గుర్తుపట్టలేకపోయాం! శని నెత్తిన వుండి, అన్నింటికి సహృదయంతో అంగీకరించిన నిన్ను కాదన్నాం, ఏదోవంక ఉందన్నాం. ఇవన్నీ అనుభవించమని ఆ భగవంతుడు నా ముఖాన వ్రాసాడు...." రోగి తల్లి జర్రున చీదేస్తూ ఏడ్చింది. ఇంద్రమోహన్‌కు అప్పుడు గుర్తుకువచ్చింది. ఆ అమ్మాయి అలనాటి పెళ్ళికూతురని, ఆ పెద్దవారు ఆమె తల్లిదండ్రులని.

"బాబూ! నీ కడుపున పుడతాంగాని ఈ విషయం...." అతనొచ్చి చేతులు పట్టుకున్నాడు.

"ఏందయ్యా, నా చేతిలో డప్పు కనిపిస్తోందా! అది తీసుకుని చాటింపు వెయ్యటానికి?" ఇంద్రమోహన్ చికాకుగా చూచాడు.

"మాకు రాసిపెట్టిలేదు. బంగారం, నాయనా బంగారానివి..." ఆమె ఏదో అంటూనే ఉంది. అతను రోగిని గదిలోకి మార్పించాడు. ఆ అమ్మాయి కళ్ళు వాల్చుకుంది. అతను క్షణం నిలబడ్డాడు. కోరికలనేవి అతి సహజమయినవి. కొందరి పాలిట వరాలయితే కొందరి పాలిట శాపాలవుతాయి. మాతృత్వం మహత్తరమయిన వరం ఇలాంటి పరిస్థితిలో తీరని శాపం అవుతుంది. పెళ్ళి అయినా ఫలానావాడు తండ్రి అన్న పిల్లలకే రక్షణలేదు. సామాజిక నిబంధనలకు ధిక్కరించిన కన్యా సంతానానికి రక్షణ ఎక్కడ?

"సావిత్రీ!"

ఆమె కళ్ళు ఎత్తింది. కళ్ళనిండా నీళ్ళున్నాయి.

"ఛ... ఊర్కో... ఊర్కోమంటే..." ఆదరణగా, ఆప్యాయంగా ఆమె తల నిమిరాడు.

ఆమె ఒక్కసారి భళ్ళున ఏడ్చింది.

"ఊర్కో సావిత్రీ... ఊర్కోమ్మంటే...." ఎంతో ఆత్మీయంగా యెంతో ప్రేమగా ఊరడించాడు. ఆమె ముఖం దిండులో దాచుకుంది.

"మీరు ఆమెను పదే పదే ఏదో అని బాధపెట్టకూడదు. జరిగిందేదో జరిగిపోయింది" అని చెప్పాడు. అతని పేరు సుబ్బారాయుడని చెప్పాడు. సుబ్బారాయుడికి ఎన్నో విధాలుగా ధైర్యంచెప్పి బయటికి వచ్చాడు.

"ఇంద్రయ్యా! ఒక్కమాట..."

"చెప్పండి రాయుడుగారూ!"

"ఈ విషయం మీ అమ్మ, నాన్నకు కూడా చెప్పవద్దు"

ఇంద్రమోహన్ కోపం తారాస్థాయినందుకుంది.

"ఇప్పుడే వెళ్ళి ఓ నాల్గుడజన్ల పోస్టుకార్డ్స్ తెచ్చి, మీ బంధువులందరికి ఉత్తరాలు వ్రాస్తాను. అలాగే మా వాళ్ళకు కూడా".... అన్నాడు చురుగ్గా చూస్తూ.

"బాబూ!" ఆందోళనగా చూచాడు.

"చూడండి యెవరో మతిస్థిమితంలేనివారు, ఇలాంటి విషయాలు ప్రచారం చేస్తారేమోగాని, మాకు వేరే ఇతరత్రా పనులు లేవా? ఇప్పుడు అర్థం అవుతుంది. యెవరికయినా ఇలాంటి దురదృష్టం సంభవిస్తే, మీరు ప్రచారం చేస్తారన్నమాట" తీవ్రంగా ఉంది అతని కంఠం.

"పొరపాటయిపోయింది బాబూ...." అన్నాడు. అక్కడినుండి వచ్చి, కట్టడం అంతా చూచుకున్నాడు. చిల్లర పనులే డబ్బును, సమయాన్ని మింగేస్తున్నాయి.

అతనికి అలసటగా ఉంటుంది. ఒక్క నిముషం తీరికగా ఉండదు. ట్యూషన్లు చెప్పటం ప్రారంభం చేశాక అసలు సమయం ఎక్స్‌ప్రెస్ బండిలా పరుగెత్తుతోంది.

మధ్యాహ్నం క్యారియర్ విప్పబోతుండగా పోస్టుమ్యాన్ వచ్చాడు. రెండుత్తరాలు, ఒకటి పూర్ణది, రెండవది విశ్వం వ్రాశాడు. ఇద్దరూ క్షేమ సమాచారాలే వ్రాశారు. చివరగా విశ్వం నా డైరీ సంగతి మరిచిపోవని తలుస్తాను, అన్నాడు. విశ్వంమీద పరమచికాకు వేసింది.

"అయ్యగారూ! భోజనం అయ్యాక అమ్మ రమ్మని అంటున్నారు."

భోజనం ప్రక్కకు పెట్టి వెళ్ళాడు.

"పిలిచారట..." ఆమె వెళ్ళబోతోంది.

"మీరు భోజనం చేస్తున్నారేమో, శోభన్‌కు పోస్టుగ్రాడ్యుయేట్ చెయ్యాలని వుందట, జూన్ వరకు మనకో అసిస్టెంట్‌ను చూడండి" అన్నది ఏదో ఆలోచిస్తూ.

"మీరు నిశ్చింతగా ఉండండి. ఒక్కరిని చూడబోతే పదిమంది తటస్థ పడతారు" హామీ ఇచ్చాడు.

"విశ్వం హైద్రాబాద్ రమ్మని వ్రాశారు. రెండురోజులు కాస్త చూసుకుంటారు కదూ?"

"ష్యూర్! ఒక్క విషయం వింటారా! నన్నో స్నేహితుడిగా భావించి అపార్థం చేసుకోవద్దు."

"అబ్బబ్బ! చెప్పండి..." నవ్వింది.

"కాస్త రిజర్వ్‌గా వుండండి. వాడు చాలా మంచివాడు. వాడి చుట్టూ ఉన్నవాళ్ళే సంకుచితులు..." అన్నాడు.

"మీరు నన్నేం అనుకుంటున్నారు?..." ఆమె ముఖం ఎర్రబడింది. అలా అనవల్సింది కాదేమో అనిపించింది.

"మీకు ఏం అనుకోవద్దని మొదటే చెప్పాను" అన్నాడు ప్రాధేయపూర్వకంగా.

"మీరు మొదటే ముందటి కాళ్ళకు బంధం వేస్తారు. చతురులు. అవునూ, నన్నో ఫూల్‌ను చేసి, మీరు పెద్ద విశాల హృదయులు అయిపోతున్నారు" కార్లో కూర్చుని డోరు వేసుకున్నది.

"ఎమ్మల్నా! నేను ఫూల్‌ను చేశానా!"

"కాక! భోజనం చేసి రండి, చెబుతాను."

"మీరు నా గుండెల్లో ఆటంబాంబు పేల్చారు. ఇంకెక్కడి భోజనం!"

"అయితే రండి, అక్కడే తిట్లు, అన్నం హాయిగా భోజనం చేద్దురు.... వాచ్‌మెన్! అయ్యగారి గదికి తాళం పెట్టు" ఆజ్ఞాపించింది.

"ఏం చేశాన్రా దేవుడా?" అనుకుంటూ కూర్చున్నాడు.

"మీ గుండె చాలా గట్టిదండీ" అన్నది.

"మీరెప్పుడు చూచారు?"

"ఇందాకే అన్నారు ఆటంబాంబు పేలిందని. అది పేలాక కూడా, మీ గుండె బ్రద్దలు కాలేదంటే గట్టిది కాదా?"

"ఓ... అదా..." నవ్వేశాడు.

"సుబ్బారాయుడుగారు మీ బంధువట కదా."

"బంధువా!...." తెల్లబోయి చూచాడు, తనను ఏం చెప్పవద్దన్నాడే, తనెలా చెప్పాడు?

"పాపం! అమ్మాయిని చూచిన ప్రతి వరుడూ అమ్మాయికి చదువు రాదని తిరిగి వెళ్ళేవారట. ఆయనకేం తోచక, ఓ ట్యూటర్ని పెట్టాడట. అంతే, అతను అమ్మాయిని బుట్టలో వేశాడట."

'ఆ దురదృష్టపు పెళ్ళికొడుకుల లిస్ట్‌లో నేను ఉన్నాను."

"ఓ.... చెప్పరేం?" అన్నది, కారును స్పీడ్‌గా టర్న్‌చేసి. అతను ఎగిరి మళ్ళీ సీట్లోపడ్డాడు.

"నా లైఫ్ ఇన్సూర్ చెయ్యలేదండీ..." అన్నాడు.

"ఇలాంటి జర్కు యెంత థ్రిల్లింగ్‌గా ఉంటాయో మీకేంతెలుసు!" అన్నది కారు ఇంటిముందు ఆపి.

"నా ప్రాణం ఎగిరిపోతుంటే, మీ తమాషా ఏమిటండీ...." అన్నాడు తనూ దిగి.

"వడ్డించెయ్యమ్మా! ఒక్క నిమిషంలో వస్తాను."

"కర్మ! ఏదో సీరియస్‌గానే వున్నట్టుంది" అనుకొన్నాడు. మెడ మీద కత్తిపెట్టి, నోట్లో అమృతం పోస్తాను అన్నట్టుంది.

ఆమె స్నానంచేసి వచ్చింది.

"ఉరిశిక్ష పడదుగాని కాస్త నవ్వుతూ మాట్లాడండి" అన్నదామె.

"శోభన్ లేరా?"

"పెళ్ళిచూపులనుకుంటాను, హైద్రాబాద్ వెళ్ళాడు"

ఇద్దరూ భోజనం ముగించారు.

"ట్యాప్ సాంక్షన్ దగ్గర గుమస్తాకు పదిరూపాయలు లంచం యిచ్చారు. అది లెక్కలో లేదు..."

"ఏదో రెండోసారి తిరుగలేక యిచ్చాను. చిన్న, చిన్న మొత్తాలే కదా..."

" చిన్న మొత్తాలు మాకు పెద్దగా లాభం కల్గించవుగాని, మీకు తీరని నష్టం కల్గిస్తాయి." ఆమె వెళ్ళి అయిదువందలు తెచ్చి యిచ్చింది.

"ఇవి తీసుకోనని మీరంటే, నేను అన్నం తినను అసలు. సిమెంటు మిగిలింది పాడవుతుందని రాత్రిళ్ళు పని చేయించి కూలీలకు టీ పోస్తారు. వాచ్‌మెన్ లంచం పెడతారు..."

అతను ఏమనలేదు, ఎంత భయపడుతూ వచ్చాడు! "నిజంగా రూపాదేవి అపురూపమైన వ్యక్తిత్వంగల స్త్రీ" అనుకున్నాడు.

"ఏమిటి ఆలోచిస్తున్నారు?"

"ఏం లేదు, మీ పేషెంటు సావిత్రిని గూర్చి." అన్నాడు, మీ గురించే అని నిజం చెప్పలేక.

"పాపం! పల్లెటూర్లలోకూడా యిలాంటి దారుణాలు జరుగుతున్నాయంటే, మన సినిమాలే కారణం అంటాను."

"సినిమాలే కాదండి, తల్లిదండ్రులు ఏర్పరిచిన హద్దులు కూడాను. ఈ దారుణాలు రూపుమాసిపోవాలంటే, కో ఎడ్యుకేషన్ బదులు రావాలండీ. కాలేజీ పిల్లలే చెడిపోతారని ప్రచారం" అన్నాడు.

"అదేనండీ! ఒక్కొక్కసారి ఆలోచిస్తే మనిషి విజ్ఞానవంతుడవుతున్నాడా అజ్ఞానవంతుడవుతున్నాడా అర్థంకాలేదు. సుబ్బారాయుడి దృక్పథం చూడండి, మీరు కట్నకానుకలు వద్దంటే ఏదోవంక వుందనుకున్నాడు. మగాడు ఈ విషయాలలో కొంత మెరుగేమో!" అన్నది రూపాదేవి.

"ఏ ఆధారంతో అంటున్నారా మాట!"

"మా విషయం చూడండి, నేను అంగీకరించినా, నాకంటే తక్కువ చదివిన వాడెవడూ నన్ను అంగీకరించడని తెలుసు. ఒక విధంగా విశ్వంగారు సాహసమే చేశారు...."

"అది పోనియ్యండి. సావిత్రి విషయం ఏం చేయమంటారు?"

"మనం ఏమీ చేయలేం."

"విద్యాధికులయిన మీరే తల్లిదండ్రి తెచ్చిన సంబంధం అంగీకరించారు. చదువు, సంధ్యలులేని అతి మామూలు అమ్మాయి నన్ను తిరస్కరించిందని తప్పుపట్టను. ఈ మధ్య మళ్ళీ కబురుచేశారు కూడానూ...."

"ఇంకేం వివాహం చేసుకోండి. ఆదర్శ వివాహం అని వార్తాపత్రికలో నేను వేయిస్తాను" అన్నది వేళాకోళంగా.

"ఏమిటి? మీకు నవ్వులాటగా వుందా?"

"తమాషా చేశాను. ఒక అమాయకురాలికి కొత్తజీవితం ప్రసాదించడంకన్నా సార్ధకత ఏముంటుంది?

"అయితే, వివాహం చేసుకొమ్మని అన్యాపదేశంగా హెచ్చరించడమా!" అతను నవ్వాడు.

"అంతేమరి..." ఆ తరువాత ఇద్దరిమధ్యా మాటలు పెగలటంలేదు. అతను వెళ్తానని లేచాడు. ఆమె లేచి, బయటివరకు సాగనంపింది.

ఇంద్రమోహన్‌కు ఆమె సావిత్రిని వివాహం చేసుకొమ్మని సలహా ఇవ్వటం చేదుగా అనిపించింది. సరాసరి పోస్టాఫీసుకు వెళ్ళి ఆ అయిదు వందలు విశ్వానిని మనియార్డరు చేశాడు.

15

రూపాదేవికి చేతినిండా పని వుంది. పేషెంట్లను చూస్తుండగా తొందరగా వచ్చాడు ఇంద్రమోహన్.

"ఏమిటండీ?"

"సుబ్బారాయుడుగారు ఉత్తరం వ్రాశారండీ. ఈ జన్మలో రుణం తీర్చుకోలేరట. వాళ్ళమ్మాయి, తను మనల్ని ఎప్పుడూ మరిచిపోరట..." ఉత్తరం అందించాడు.

"ఫరవాలేదు మీరు చెప్పారుకదా!" అతన్ని పరీక్షగా చూచింది. నీరసంగా, బలహీనంగా కనిపించాడు.

"అదేమిటి మీరలా వున్నారు?"

"అబ్బే ఏం లేదండీ! కాస్త అలసట." అన్నాడు.

"మీలాంటివారికి రోజుకి ముప్ఫైరెండు గంటలున్నా పనులు ఊరుతూనే వుంటాయి" అన్నది వెక్కిరింపుగా.

"నా శ్రమను ఒక్క తాతయ్యగారు గుర్తించారు. ఒరేయ్ బడుద్ధాయి! రాత్రింబవళ్ళు ఇంటిమనిషిలా కష్టపడ్డావ్, అందుకే నర్సింగ్‌హోమ్ పూర్తి అయింది అని..."

"ఏమండోయ్! నేను ఎప్పుడూ తాతయ్య పక్షమే, వచ్చి బుద్ధిగా బల్లమీద పడుకోండి...."

"వద్దండీ! నేను దుక్కలా వున్నాను."

"ఆ మాటనవలసింది నేను. కాంపౌండర్ని పిలువనా!"

"వద్దులెండి..." వచ్చి పరీక్షచేసే బల్లమీద పడుకున్నాడు.

ఆమె థర్మామీటర్ నోట్లోపెట్టి పల్స్ చూచింది. బొమ్మలు ముడిపడ్డాయి. థర్మామీటర్ నూటమూడు డిగ్రీలు చూపింది.

"దుక్కలావున్న దుండుముక్కగారూ! జ్వరం చూచారా! ఎప్పటినుండి..."

"అబ్బే రాత్రేనండి..."

"నాకే అవసరం వచ్చినా మిమ్మల్ని పిలిచి చెబుతానుకదా! జ్వరం వచ్చినా చెప్పరు? నిజంగా మీరు..."

"తిట్టవడి. అందమైనవారు తిట్టినా అందంగానే వుంటుంది" అన్నాడు నవ్వుతూ.

"మీరు వెళ్ళి గదిలో విశ్రాంతి తీసుకోండి. కదిలారంటే..."

"కాల్చివేయమని మీ కాపలాదారుకు చెప్పండి" అన్నాడు లేచి. ఆమె మాత్రలు యిచ్చింది. అవి తీసుకుని వెళ్ళబోతూ ఆగాడు.

"నేను పరీక్ష పాసయ్యాను" అన్నాడు.

"చెప్పరేం? అయితే నాకు మళ్ళీ డాన్స్ తప్పదన్నమాట."

"మీరో పని చేయండి. తాతయ్యదో, నాన్నారిదో రికమండేషన్‌తో ఈ ఊరికి వేయించండి. అప్పుడు అర్ధరాత్రి వరకు మేలుకుని అయినా మీ పనులు చేస్తాను...."

ఆమె అల్లరిగా నవ్వింది. అతను సిగ్గుతో తల వంచుకున్నాడు.

"ఆఁ.... నాకు తెలుసులెండి. స్నేహితునితో హస్కుకొడుతూ, రెండు జీతాలు సంపాదించవచ్చని...."

"మనిషి యితరులకు సహాయంచేస్తూ తన స్వార్థం ముడిపెట్టుకుంటాడు. అది చేయనివాడు, మహాత్ముడో, మతిలేనివాడో అయివుండాలి" అన్నాడు.

"మీతో వాదిస్తుంటే నా ప్రాక్టీస్ దెబ్బతింటుందిగాని వెళ్ళి విశ్రాంతి తీసుకోండి...." రూపాదేవి బెల్ నొక్కింది.

అతను గదికి వచ్చాడు. అతని మనసు అల్లకల్లోలంగా వుంది. తనకేం అయింది? అతని కళ్ళముందు అందంగా వీణ తీగలు మీటుతున్నట్టు కనబడే ఆమె వ్రేళ్ళు కదలాడాయి.

ఆమె డాక్టరు అతనిలాంటివారిని ఎందరినో ముట్టుకుని పరీక్షచేసి వుండవచ్చు. అతను మాత్రం ఆమె స్పర్శను ఒక మధురానుభూతిగా పదిలంగా హృదయంలో దాచుకున్నాడు. మనసు ఆధీనం తప్పినట్టయింది. ఒకసారి అందంగా విచ్చుకునే ఆమె పెదవులు, మరోసారి ఆలుచిప్పల్లా వున్న కళ్ళు,

ఇంకోసారి అజంతా చిత్రాలను గుర్తుకుతెచ్చే తనూలతను తలచుకుని, అశాంతిగా దొర్లుతున్నాడు. "ఛీ! ఒక్కపూట జ్వరం వస్తే మనసు యింతగా పాడయిపోవాలా!"

స్నేహితుని కాబోయే భార్యపట్ల తన ఊహలు పవిత్రంగా వుండాలి. త్వరగా ఉద్యోగం రావాలి. దూరం వెళ్ళిపోవాలి.

"ఇందాకే ఈ వూరు వేయించమని అడిగావ్!" మనసు నిలదీసింది. జవాబు చెప్పలేకపోయాడు. మెల్లగా లేచి, మందుల గదిలోకి వెళ్ళాడు. ఒకసారి తలెత్తి చూచి, మళ్ళీ తల దించుకున్నాడు కాంపౌండర్. కాంపోజ్ మాత్రలు రెండు తెచ్చుకుని మింగి పడుకున్నాడు.

రూప పని అయ్యాక ఇంటికి వెడుతూ వచ్చింది. ఇంద్రమోహన్ గాఢ నిదురలో వున్నాడు. తలుపులు చేరవేసింది.

"వాచ్‌మెన్! ఒక్కసారిలా వస్తావా!"

అతను పరిగెత్తుకు వచ్చాడు.

"గేటు వేసి, యిక్కడ కూర్చో. అయ్యగారు లేవగానే ఏం కావాలో ఇవ్వు. జ్వరం తగ్గకపోతే వచ్చి చెప్పు."

"మంచిదమ్మా."

ఆమెకు యింటికి వచ్చినా, ఆలోచనలన్నీ ఇంద్రమోహన్ చుట్టే తిరుగుతున్నాయి. సన్నిహితంగా మెలగడం మూలానా! అంతకంటే సన్నిహితంగా ఎందరో క్లాసుమేట్స్ వచ్చారు. మామూలుగా మెలిగింది. అదికాక విశ్వంతో పెళ్ళి ప్రస్తావన వచ్చిననాడు కూడా మామూలుగానే వుంది. తన జీవితంలో భాగం పంచుకునే వ్యక్తి విశ్వం. అతను ఎందుకు తన తలపులనిండా నిండిపోలేదూ?

"అమ్మా! భోజనం చేయరా!" వంటామె పిలిచింది.

"చేస్తాను మోహన్‌గార్కి జావ పాలు తీసుకు వెళ్ళాలి."

"అదేమిటమ్మా అన్నం పంపాను."

"ఆయన అన్నం తినే స్థితిలో వున్నారా? జ్వరం..." అన్నది బట్టలు మార్చుకుంటూ.

అతని నవ్వులో ఆకర్షణ వుంది. మాటల్లో నమ్రత, గారడి చేస్తుంది మనసుల్ని.

అతని ప్రవర్తన అందరికి ఆమోదంగా వుంటుంది. ఒక్కనాడు కూడా నర్సులు, కాంపౌండర్లు, పనివారు అతనిపై నిందలు మోపలేదు. నిష్ఠూరాలు వెయ్యలేదు. ఎంత సహనం, యెంత శాంతం!

"ఇప్పుడు చెయ్యమంటారా అమ్మా?"

"మీకు చాతనయితే చెయ్యండి. లేకపోతే నేను చేసి పంపుతాను" అన్నది లేచి వంటింట్లోకి వెడుతూ.

"అమ్మా! మీరు చేసుకున్నాక నేను వుండి దేనికమ్మా" ఆవిడ నిముషంలో జావ కాచింది. పాలు కూడా కాచింది. ఆమెకు వడ్డించి, అవి తీసుకుని వంటామె వెళ్ళిపోయింది. రూపాదేవి సందిగ్ధావస్థలో పడింది. తన చదువు పూర్తికాగానే విశ్వం గురించి వాళ్ళు చెప్పారు. తను అంగీకరించింది. అప్పుడు తన మనసులో ఎవ్వరూలేదు. ఇప్పుడీ ఇంద్రమోహన్ చేరి తన మనశ్శాంతి కరువుచేశాడు.

తను కాదంటే బలవంతం చేసేటంత సంకుచితులా తన వారు! కాదనటానికిదేం పిల్లలాటా! ఒక్కసారి అందరూ తలొక్కమాటన్నా, తరువాత తను సుఖపడగలదా. ఇంద్రమోహన్ అభిప్రాయం ఎలా వుందో! సావిత్రిని చేసుకుంటానని అంటున్నాడు. అలాంటి అతని గుణాలే తనకు చేరువ చేస్తున్నాయి.

ఆమె ప్రక్కపై వాలి నిదురబోయింది. సాయంత్రం కాస్త త్వరగా తయారయింది.

"అయ్యగారు జ్వరం దిగిందనే చెప్పారమ్మా. అన్నం తింటానంటే వద్దని జావ యిచ్చాను" వంటామె చెప్పింది.

ఆమె తయారయి వెళ్ళేసరికి శుభ్రంగా అన్నం పెట్టుకుని తింటున్నాడు ఇంద్రమోహన్.

"జ్వరం తగ్గిందా?"

"భోజనం మానేస్తే తగ్గుతుందా! అసలు మీకు తెలుసో లేదో, రోగులు బలహీనంగా వుంటారు. బలమైన ఆహారం పెట్టాలి" అన్నాడు సాంబారు పోసుకుని.

"జ్వరంలో వుండగా జీర్ణకోశము సరిగ్గా పనిచేయదని తెలియదా!"

"అబ్బా. వచ్చి కూర్చోండి" వేళ్ళకున్న సాంబారు నాకేస్తూ.

"బాగుంది వరుస..." నేను మందివ్వనని చెప్పాలనుకున్నా, వెంటనే అభిప్రాయం మార్చుకుని అతని ముందున్న కంచం లాగేసింది.

"ఇది అన్యాయం...." అన్నాడు.

"మాట్లాడక చెయ్యి కడుక్కోండి" అన్నది కోపంగా.

"అదికాదండీ మీ మందులున్నాయే కడుపులో తిప్పుతున్నాయి" అన్నాడు.

"ఉహూఁ! దేనితో గరిటతోనా, స్పూన్‌తోనా!"

"మీకు వేళాకోళంగా వుందన్నమాట."

"మీరు ఇంకొక్కమాట మాట్లాడినా ఆస్పత్రిలో చేర్చి, నర్సును దగ్గర వుంచాలి" అన్నది.

"అంతపని మాత్రం చేయకండి..." అన్నాడు. టవల్ తీసి ఆచ్ఛాదనంలేని భుజాలపై కప్పుకుంటూ.

ఆమె జ్వరం చూచింది. నాలుక చూచింది.

"మీరు నిజంగా చదువుకున్నారా?"

"అబద్ధంగా ఎవరయినా చదువుకుంటారా! అనుమానం అయితే నా సబ్జెక్టులో ప్రశ్నలు వెయ్యండి".

"నూరు పైన జ్వరం వుంటే ఎక్కడయినా, గుత్తివంకాయకూర, సాంబారుతో భోజనం చేస్తారా?"

"ఆకలండీ...." అన్నాడు. ఆమె మరోసారి హెచ్చరించి క్లినిక్‌కు వెళ్ళిపోయింది. రాత్రి ఎనిమిది వరకు పనే సరిపోయింది. పని తీర్చుకుని వచ్చేసరికి, ఒళ్ళెరగని జ్వరంతో, స్పృహలేనట్టున్నాడు. బాత్‌రూమ్‌లో వాంతులు చేసినట్టున్నాడు. అక్కడ ఆయాను పిలిచింది. అంతా శుభ్రం చేయించింది. శోభన్ కూడా కంగారుపడ్డాడు.

"ఫ్లూ అయివుంటుంది" అన్నాడు.

మందులిస్తూ యిద్దరూ పదిన్నరవరకు కూర్చున్నారు.

"నువ్వు వెళ్ళిపో శోభన్" అన్నది. అతనిప్పుడు వేరుగా వుంటున్నాడు.

"రాత్రి డ్యూటీలో వున్న నర్స్‌కు అప్పగిస్తే!"

"మరికాసేపు వుండి అదే పని చేస్తాను" అన్నది. అతను వెళ్ళిపోయాడు.

"అమ్మా.... అబ్బా...." కాళ్ళు ముడుచుకుంటూ దొర్లాడు. మెల్లగా, చేతులతో ఒత్తింది. వాచ్‌మెన్ వచ్చాడు.

"మీరు జరగండమ్మా.... నేను పడతాను. నేను అనుకుంటూనే వున్నాను. గడియారంతోపాటు తిరుగుతాడు" అతను వచ్చి కాళ్ళుపట్టాడు.

పదకొండు గంటలకు రెండు డిగ్రీలు దిగింది కాని, పూర్తిగా తగ్గలేదు.

"నేను చూచుకుంటాను వెళ్ళండమ్మా" అన్నాక వచ్చేసింది. ఎందుకో ఆమె మనసులో నుండి విశ్వం బొమ్మ తొలగిపోయింది. ఇంద్రమోహన్ నిలిచి పోయాడు.

మూడు రోజలయినా జ్వరం తగ్గలేదు. రక్తపరీక్షచేసి, టైఫాయిడ్ అని గ్రహించారు.

"మీవాళ్ళకు ఉత్తరం వ్రాస్తాను ఇంద్రమోహన్‌గారూ!" అతనికి జ్వరం తగ్గినప్పుడు అడిగింది.

"నేను వెడతానండీ! మా తమ్ముడికి పరీక్ష సమయము. అమ్మ వస్తే పూర్ణను ఆడిస్తాడు."

"మీరు వెడతాననగానే పంపిస్తానా ఏం? వైద్య సదుపాయం ఉంటుందా! మీ చెల్లెల్ని పిలిపిస్తాను."

"మీ ఇషం..." అన్నాడు. ఆమె వెంటనే వాచ్‌మెన్‌ను పంపింది. కంగారు పడవద్దని ఉత్తరంకూడా వ్రాసింది.

"మీరెంత సేవచేశారో వాచ్‌మెన్‌చెప్పాడు. మీరుణం తీర్చుకోలేనిది" అన్నాడు కళ్ళు వాల్చి.

"ఇదిగో ఆ మాటే అనొద్దు. నాన్నగారు ఉత్తరం వ్రాసాడు. మీ పనితనం గురించి తాతయ్య వ్రాశాక, మీలాంటి కొడుకులేని లోపం ఆయన ఇప్పుడు ఫీలవుతున్నారట" అన్నది అయిస్‌బ్యాగ్ తలమీద పెట్టి.

"దత్తత చేసుకొమ్మనండి. ఆస్తిపాస్తులలో భాగం వద్దుగాని, వారి అమృత హృదయంలో చోటిస్తే చాలు...."

"అబ్బా ఆశ......" అన్నది. అతని సాన్నిధ్యం కోరుతుంది మనసు. ఏం చేయాలో తోచలేదు. పడకమీదుండే పనులు చేయిస్తాడు.

తెల్లవారేసరికి అందరూ వచ్చారు. తల్లి అయితే ఒకటే కంటతడి పెట్టుకోవటం.

"మనుష్యులన్నాక రోగాలే రావా అమ్మా! మెషిన్లుకూడా చెడిపోతాయి" అన్నాడు.

"నాతండ్రీ! నువ్వు మిషన్‌కంటే గట్టివాడవురా..."

"వెధవ మాటలు నువ్వూనూ! నీ దిష్టే కొట్టింది వాడికి" కసిరాడు రామలింగం.

అతనికి తన చుట్టూఉన్న ఆత్మీయులను చూచుకుంటే యెంతో తృప్తిగా వుంది.

"నాన్నారూ! మీరు వెళ్ళి సుబ్బారాయుడితో మాట్లాడండి."

గదిలోకి రాబోయిన రూపాదేవి చటుక్కున వెళ్ళిపోయింది. ఆమె మనసు ఎందుకో ఇంద్రమోహన్ వివాహాన్ని అంగీకరించలేకపోతోంది.

ఇంద్రమోహన్ బలవంతంపై పూర్ణను వదిలి, మిగిలినవారు వెళ్ళి పోయారు. ఏడవరోజు జ్వరం పూర్తిగా తగ్గింది. అతను మెల్లగా లేచి కన్‌సల్టింగ్ రూమ్‌లోకి వెళ్ళాడు. రూప ముందున్న బల్లమీద చేతులుపెట్టి, ముఖం దాచుకుని కూర్చుంది.

"డాక్టర్‌గారూ!" అతను పిలిచాడు.

"ఓ... మీరా! ఏమిటిలా వచ్చారు! నాకూ కాస్త పనులెక్కువయి రాలేదు. రండి కూర్చోండి...."

ఇంద్రమోహన్ కూర్చున్నాడు.

"రేపయినా అన్నం తినొచ్చా?"

"మరీ చిన్న కుర్రాడిలా చేస్తున్నారు. మరోరోజు చూచి జ్వరం రాకపోతే అన్నం పెడతాం..."

"అబ్బా..." వికారంగా ముఖంపెట్టాడు.

"మీరిప్పుడే తిరగవద్దు, పదండి...." ఇద్దరూ గదికి వచ్చారు. శోభన్ కూర్చుని వున్నాడు. ఒకమూల పూర్ణ ఒదిగి నిల్చుంది.

"మీరు అప్పుడే షికారు కెళ్ళారా!" వెనుక రూప రావటం చూచి లేచాడు. అయిదారు నిమిషాలు కూర్చుని వెళ్ళిపోయింది. ఆమెక్కు తెలుసు. అతనితో అనుబంధం, ఆత్మీయత పెంచుకోవటం మంచిదికాదని.

16

ఇంద్రమోహన్ ఇంటికి వచ్చి రూపాదేవికోసం చూస్తూ వరండాలో కూర్చున్నాడు. అతను వేదాంతిలా నవ్వుకున్నాడు. మారిపోతున్న చిత్రమైన పరిస్థితులు చూస్తుంటే మతిపోతోంది. తనెంత మూర్ఖుడు! స్త్రీలకు అవమానాలు జరిగితే కడివెడు కన్నీరు కార్చి, బుట్టెడు సానుభూతి సంపాదించి బ్రతుకగలరు. కాని, తప్పటడుగు వేసినవారికి చేయూత నిస్తామంటే చులకన అయిపోతారు. గర్భం అని తెలియగానే తనకంట గట్టాలని చూశారు సావిత్రిని. ఇప్పుడేం అవసరము! వాళ్ళివ్వనన్నందుకు బాధపడలేదు. "మా తోటివారి దగ్గర గుమాస్తాగిరి చేస్తున్నవాడికి పిల్ల నిస్తానా" అన్నాడట. మతిలేనివాడు. మదమెక్కినవాడు. దాంతో తండ్రి భయపడి "బ్రతికి ఉంటే పరువుగా బలుసాకయినా తినవచ్చు, వచ్చేసెయ్యమని" రాశాడు. పూర్ణను తన్నాలి. ఏం చెప్పిందో ఏమో. వాళ్ళన్నారని కాదురా! రాత్రింబవళ్ళు ఆ అరవచాకిరి నీ కెందుకు?" తండ్రికి కాసింత మతి ఉందనుకున్నాను. అదీ లేదు.

"ఏమండోయ్!...." గట్టిగా అరుపు వినిపించేసరికి ఉలిక్కిపడి చూచాడు.

"అమ్మయ్య! సమాధిలోనే ఉన్నారనుకున్నాను. తెలివి వచ్చిందన్నమాట" అన్నది నవ్వుతూ రూపాదేవి.

"సమాధి.... చచ్చినాక కడతారు. నేను బ్రతికే ఉన్నాను...." అన్నాడు కంగారుగా.

"ఏమిటండి బాబూ, అంత దీర్ఘ ఆలోచన" అతని యెదురుగా కూర్చుంది

నిజంగానే సమాధిలోకి వెళ్ళినంత నిశ్శబ్దంగా ఆమెను చూచి కళ్ళు దించుకున్నాడు. కళ్ళు చెదరగొట్టే అందం. అతి మామూలు, నెమిలిపింఛం రంగు నేతచీర ఆమెకు యెంతగా నప్పిందో.

"ఇంద్రమోహన్‌గారూ! నిదుర మాత్ర మింగారా!"

"ఆఁ.... ఒకటి మింగితే ఏం లాభం! ఒక ఇరవయ్యో ముప్పయ్యో ఇవ్వండి".

"అంత కష్టం ఏమొచ్చిందండీ బాబూ!"

"శ్రీ....శ్రీ.... సుబ్బారాయుడు ద గ్రేట్ పరువు ప్రతిష్ఠలు గల పెద్ద మనిషి ఈ చిన్న మనిషి..." తన ఛాతిపై కొట్టుకున్నాడు అతను.

"ఊఁ చిన్న మనిషి అంటే మీరా!,.. ఆఁ తరువాత...."

"ఈ చిన్న మనిషిచేసే చిన్న ఉద్యోగాన్ని నిరసించి, తన అనుంగు పుత్రిక సావిత్రిని ఇవ్వనుగాక, ఇవ్వనుపొమ్మని, మా నాన్నగార్కి ఉత్తరం వ్రాశారట. మా నాన్నగారు బాధపడి, బరువెక్కిన హృదయంతో మన పరువు నడి బజారునకు ఎక్కనివ్వకురా అంటూ వ్రాశారు."

"అమరు అర్జంటుగా పెద్ద ఉద్యోగంలో చేరిపోండి" అన్నది నవ్వుతూ.

"పెద్ద ఉద్యోగం ఏం కర్మ! పిలిచిఇస్తే మంత్రిని అవుదామనికూడా వున్నది అన్నాడు విసురుగా.

"అంత చికాకు ఎందుకు? ఏది జరిగినా మన మంచికేగా!"

"అంతోటి అందగత్తె దొరకదని కాదండీ! నా ఆశయాలకు అపజయం రెండవసారి. అది కాక మా చెల్లెలు సమస్య అలాగే వుండిపోయింది."

"అన్ని సమస్యలూ పరిష్కారం అయ్యే సమయం ఆసన్నమయింది ఇంద్రమోహన్‌గారూ! ఆదివారం ఉదయం నాన్న వస్తున్నారు."

"నిజమా!" అన్నాడు సంతోషంగా అప్పుడే సగం బాధ్యత తీరినట్టు!

"అవును. అదేరోజు సాయంత్రం శోభన్‌కు ఫేర్‌వెల్ పార్టీ...." అన్నది.

"ఇక మాకు పార్టీలే, పార్టీలన్నమాట. ఎంగేజ్‌మెంటు పార్టీ, మారేజ్‌పార్టీ, ఆ తరువాత లాలి..." లాలీ పార్టీ... చేతులతో చూపాడు.

అతని జోక్‌కు రెస్పాన్స్ రాలేదు. ఆమె గంభీరంగా వుండిపోయింది.

"అదేమిటండీ బాబూ! అంత నిస్సారంగా వున్నారు! ఎదురు చూచిన అమృత ఘడియలు ఎదురువస్తే..." అన్నాడు.

"మీకా, మీ స్నేహితుడికా ఉత్సాహం!"

"మీకు లేదా! తెలిసిందండోయ్! మగాడు బయటపడతాడు. మీరేమో గుట్టుగా దాచుకుంటారు."

"రిపర్చిచేసి పెద్ద నిజం కనిపెట్టారుగాని, ఆదివారం సాయంత్రం పార్టీ ఏర్పాట్లన్నీ మీరే చూచుకోవాలి. నేను నాన్నగారిని రిసీవ్ చేసుకుంటాను."

"దారిలో విశ్వాన్ని పిక్‌అప్ చేసుకుంటారు అవునా!"

"మీకు విశ్వం తప్ప మరో ధ్యాసలేనట్టుంది." చికాకుగా చూచిందామె.

ఆమె ఆంతర్యంఏమిటో ఇంద్రమోహన్‌కు అర్థంకాలేదు. అతనికి ఏమేమిచేయించాలో, ఎంతమంది వస్తున్నారో వివరించింది.

"నాన్నగారు ఏర్‌పోర్ట్‌లో దిగగానే మొదటిదండ నేను వేయాలనుకున్నాను. అవకాశంలేకుండా చేస్తున్నారు. పాపం తగులుతుంది...." అన్నాడు కుర్రాడిలా మూతిబిగించి.

"ఇక్కడ ఆస్పత్రిలో అడుగు పెట్టినప్పుడు పేద్దురుగాని మునిగిపోయిందేం ఉంది!"

"ఓ యస్! ఈరోజే ఆర్డర్ చేస్తాను. నిలువెత్తుదండ. ఇంతవరకు యెవ్వరూ వేసి ఉండరు. అలాగే, మీకు ఒకటి వేస్తాను..."

"గుడ్! స్వయంవరమా!" అన్నది కవ్వింపుగా నవ్వుతూ.

"ఉహుఁ! నాకు డాక్టరంటే భగవంతుడని అందరు అంటారే ఆ భగవంతునితో సమానం. స్వంత సుఖాలను వదిలి సమయాసమయాలు ఆలోచించక ఇతరుల కోసం బ్రతికేవారంటే ఆరాధన...."

"అమ్మమ్మ చాలులెండి" అడ్డుపెట్టింది. అప్పుడే ఒక వ్యక్తి పరుగెత్తుకుంటూ వచ్చాడు.

"అమ్మగారూ! అర్జంటుగా రావాలి. లాల్ బహద్దర్ కెనాల్ దగ్గర ఒకామె అవస్థ పడుతోంది...."

"ఏమయింది?" అతను చమట్లు కక్కుతూ సైకిల్‌పై వచ్చాడు.

"వందనను పంపుతారా, ఇంద్రమోహన్‌గారూ!"

"అలాగే...." అని ఒక్కక్షణం ఆలోచించాడు.

"లాభం లేదండి. నాకు డ్రయివింగ్ రాదు. వందనగార్కి రాదు. మేం నడుస్తూ వెళ్ళేసరికి, ఆ పేషెంటుకాస్త....."

"గోవిందా, అవనివ్వం లెండి. పదండి...." అతనివెంట బయలుదేరి వెళ్ళింది అక్కడ యెవరూ లేరు. ఇంద్రమోహన్ దిగి ఎంక్వెయిరి చేశాడు.

"యెవరో సిటీకి వెళ్తూ లిఫ్ట్ ఇచ్చారండీ" అని చెప్పాడో టూరిస్ట్. అతనొచ్చి ఆ విషయం రూపాదేవికి చెప్పాడు.

"ఓ... సరే వచ్చాం. కాసేపు తిరుగుదాం పదండీ." దిగి కార్‌లాక్ చేసింది.

అక్కడ చిన్న ఉపవనము, దానిలో లాల్ బహుద్దుర్ శాస్త్రిగారి స్టాచ్యూ ఏనుగుబొమ్మ వున్నాయి. అది దాటిముందుకు వెళ్ళారు. నీరుకాల్వలో దుమికినట్టు పడుతుంది. పరధ్యాసగా ఒక్క అడుగు ముందుకు వేసింది. ఇంద్రమోహన్ జబ్బపట్టి వెనక్కులాగాడు.

"ఇంతమంది టూరిస్టులు తిరిగే స్థలం ఇంత అజాగ్రత్తగా వదిలివేస్తారా?" అన్నాడు కోపంగా. అప్పుడు చూచింది. ఒకదగ్గర పైకిబారుగా పెట్టిన చువ్వలు లేవు. నిజమే తను ఇంకొక్క అడుగువేస్తే .... ఒళ్ళు జలదరించింది అప్పటికే అతను పట్టుకున్నాడు.

"థాంక్స్!" అన్నది స్పృహలోకి వచ్చినట్టు.

"నో మెన్షన్!" అని తన ముకం ఆమె చూడరాదని దూరంగా వెళ్ళాడు. అంత నిరాడంబరంగా, నిర్మలంగా వుండే మనిషితో కపటంగా ప్రవర్తించటం అన్యాయం అని అతని హృదయం ఘోష పెట్టింది. అందుకే తను ఏ ఉద్దేశంతో వచ్చాడో చెప్పాలని నిశ్చయించుకున్నాడు. అది విశ్వంమీద ఎలా పనిచేస్తుందో! విశ్వం విషయమై ఆమె ఏమనుకుంటుందో!

"ఏమిటండీ ఎప్పుడూ పరధ్యాసగా వుంటున్నారు?" అతని భుజంపై చేయి పడింది.

శరీరం అంతా విద్యుత్ ఘాతం తగిలినట్టు కంపించసాగింది. అతను ఆశ్చర్యంగా చూచాడు. ఆమె ఇంత చొరవ చనువు తీసుకుంటుందేం?

"ప్రొఫెసరుగా తయారయ్యారు."

మృదువుగా ఆమె చెయ్యి తీసివేశాడు.

"రూపాదేవీ! అక్కడ గార్డన్‌లో కాసేపు కూర్చుందాం. మీతో చాలా ముఖ్యమయిన విషయాలు చెప్పాలి. కాని నా పరిస్థితులను అర్థం చేసుకొండిగాని, అసహ్యించుకోకండి" అన్నాడు ముందుకు నడుస్తూ.

"నాకు మీతో చర్చించాల్సిన విషయాలు చాలావున్నాయి. కాని ఇద్దరం మన విషయాలు సోమవారం వరకు వాయిదావేద్దాం. ఆదివారం నాన్నగారు వచ్చారంటే నాకు రోగుల బాధ్యత మరేం వుండదు."

"అయిదు నిమిషాల్లో అయిపోతుంది...."

"ఉహు! మనము వెంటనే వెళ్ళాలి" అన్నది. ఇద్దరూ బయలుదేరారు కార్లో.

"శోభన్ స్థలంలో వచ్చే డాక్టరు తప్పక సోమవారం వస్తాడుకదా!"

"మీకా సందేహం ఎందుకు కల్గింది? తప్పక వస్తాడు" అన్నాడు.

"సోమవారం నుండి, రోజు ఒకగంట కారు నడపటం నేర్చుకోండి" అన్నది రోడ్డు వంక చూస్తూ.

"నా పెళ్ళి కావటం మీకిష్టంలేదా! అబ్బాయి డ్రయివరు అన్నా అనగలరు" అన్నాడు తమాషాగా.

"అవేమి అనకుండా, మిమ్మల్ని వరించి, వివాహమాడే అమ్మాయినే చూస్తాను లెండి" అన్నది ప్రసన్నంగా. అతను ఏం అనలేదు. ఏదో అర్థం చేసుకోవటానికి ప్రయత్నించాడు. సోమవారం నాడు తేలికపడిన గుండెతో తిరగవచ్చు అనుకున్నాడు. తన అరచేతులు చూచుకుంటూ.

17

లక్ష్మీనర్సింగ్ హోమ్ ఆవరణ కళకళలాడుతూ, తోరణాలతో రంగు రంగుల కాగితాలతో అందంగా అలంకరించబడి ఉంది. మేడకు కట్టిన చిన్న చిన్న బల్బులు మిణుకు, మిణుకు మంటున్నాయి. ఆవరణలో బల్లలు అమర్చి, తెల్లని దుప్పట్లు పరిచి, పూలకుండీలు, తళతళలాడే ప్లేట్లు పెట్టారు.

"తన్నదియ్యా! నా షష్ఠిపూర్తి మహోత్సవానికి నువ్వుంటే ఇంత ఘనంగా చేసేవాడివి. ఇంద్రయ్యా! మా రూప వివాహం కూడా నీ చేతులు మీదుగా జరగాలి" అన్నాడు తాతయ్య.

"అంతకంటే సంతోషకరమైన విషయం ఏముంటుంది?"

ఇంద్రమోహన్ గేటుకు కట్టిన పూలకొమ్మలు సరిచేశాడు. గేట్లో అంబాసిడర్ కారు వచ్చి ఆగింది. వెనుకసీట్లో శ్రీహరి, రుక్మిణి దిగారు. ముందు నుండి విశ్వం దిగాడు. అతను ముఖం మాడ్చుకుని గంభీరంగా ఉన్నాడు. ఇంద్రమోహన్ చిరునవ్వుకు జవాబు చెప్పలేదు.

"నమస్తే సార్!" అతను నిలువెత్తు గులాబీల మాల శ్రీహరి మెడలో వేశాడు. కాస్త చిన్న మాలను అతని చేతికిచ్చి రుక్మిణిగారికి వెయ్యమని అన్నాడు.

"ఏమిటోయ్! మళ్ళీ వివాహం నాటి ముచ్చట్లు గుర్తుకు వచ్చేలా చేస్తున్నావ్..." అని. ఇంద్రమోహన్ భుజం తట్టి, తాతయ్యకు నమస్కరించాడు.

"హరీ!" ఆయన కళ్ళు నీటితో నిండగా కొడుకుని లేపి హృదయానికి హత్తుకున్నాడు.

"ఊఁ... ఒరేయ్ విస్సీ! ఇటురా..." ఉత్సాహంగా మరో దండ తెచ్చి విశ్వంకు ఇవ్వబోయాడు. రూప చటుక్కున అందుకుని తన మెడలో వేసుకుంది.

శోభన్ చప్పట్లు కొట్టగానే, అందరూ అనుసరించారు. ఆయన పరమార్శించారు. అందంగా అలంకరించిన వేదిక దగ్గరకు తీసుకువెళ్ళాడు. వేదికపైకి తాతయ్యను, శ్రీహరి దంపతులను, రూపను ఆహ్వానించారు వందన.

ఇంద్రమోహన్ ఆహూతులంతా ఉపాహారాల బల్లల దగ్గర కూర్చున్నాక, స్వాగతం చెప్పాడు.

"ఈనాడు ఇక్కడికి విచ్చేసిన పెద్దలకు, ఆత్మీయులకు, స్నేహితులకు, హితులకు బంధువులకు, "లక్ష్మీనర్సింగ్‌హోమ్ అండ్ క్లినిక్" తరఫున స్వాగతం చెబుతున్నాను. దానికి దాతలు, నేతలు అయిన తాతయ్యగారిని మీకు పరిచయం చేయటం సాహసమే అవుతుంది. ఈ నర్సింగ్‌హోమ్ కుమారి రూపాదేవి నేతృత్వంలో, శ్రీశ్రీహరిగారి ఆధ్వర్యంలో నడుస్తుంది. వారు వృత్తిరీత్యా ఇంజనీరు అయినా వారమ్మాయికోసం ప్రతి చిన్నదానికి హైద్రాబాద్ పోవటం కుదరని వారికోసం ఈ నర్సింగ్‌హోమ్ ప్రారంభించారు. విదేశాలలో పరిశ్రమలు పరిశీలించటానికి శ్రీశ్రీహరిగారు సతీసమేతులయి వెళ్ళివచ్చారు. ఆ సందర్భంగా ఈ చిన్న తేనీటివిందు ఏర్పాటు చేశాం.

"లక్ష్మీనర్సింగ్‌హోమ్" అనుబంధంగా నడిచే ఎక్సరే డిపార్ట్‌మెంటూ, ఇ.ఎన్.టి. డిపార్టుమెంటు ప్రారంభం కావల్సివున్నాయి. రూపాదేవి క్లినిక్ చూసుకుంటున్నారు. కాన్పులు వగైరాలు, కుమారి వందన చూచుకున్నారు. కొన్నిసార్లు బయటికివెళ్ళి రోగులను చూడవలసివచ్చేది. అలాంటప్పుడు రూపాదేవికి సహాయంగా శోభన్‌గారు వెళ్ళేవారు. డాక్టర్ శోభన్ ఉత్సాహ వంతులయిన యువకులు. పోస్ట్‌గ్రాడ్యుయేషన్ చెయ్యాలని హైద్రాబాద్ వెడుతున్నారు. అతనికి వీడ్కోలు చెబుతూ అతనికి మంచి భవిష్యత్తు వుండాలని కోరుతూ మీరందరూ, ఫలహారం ప్రారంభించాలని కోరుతున్నాను."

ఇంద్రమోహన్ వేదిక దిగాడు.

"నర్సింగ్‌హోమ్ కట్టడం నిర్విఘ్నంగా జరిగిందంటే దానికి కారణం ఇంద్రమోహన్" అని శ్రీహరి ప్రశంసించాడు.

"ఇంద్రయ్య నిజంగా సమర్ధుడయిన కుర్రాడు" తాతయ్య ఆశీస్సులు అందచేశాడు.

"అర్ధరాత్రి, అపరాత్రి అనక తనకు చేయూతనిచ్చి తండ్రిలేడన్న భావం రానియ్యకుండా నర్సింగ్‌హోమ్ నడపటంలో ఇంద్రమోహన్, శోభన్ ప్రముఖ పాత్రలు వహించారని" రూపాదేవి చెప్పింది.

అల్పాహారపు విందు ప్రారంభం అయింది. ఇంద్రమోహన్ బొంగరంలా తిరుగుతున్నాడు.

ప్రతివారు అతడిని పిలవటం ఏదో అడగటం, అతను అందరికి జవాబులు చెబుతున్నాడు. అరగంట గడిచింది. విశ్వం ఎక్కడా కనిపించలేదు. ఆదుర్దాగా చుట్టూ కలయచూచాడు ఎక్కడాలేదు. వెళ్ళి రూపాదేవిని అడిగాడు.

"నాకేం తెలియదు...." అని తల్లితో కబుర్లలో పడిపోయింది. ఆమె నిర్లక్ష్యపు ధోరణికి అతనికి విసుగు కల్గింది. తన గదికయితే వెళ్ళలేదుకదా! గదివైపు వెళ్ళబోయాడు.

"ఇంద్రయ్యా!" తాతయ్య పిలిచాడు.

"ఏం తాతయ్యా?" కంగారు కప్పిపుచ్చుకుని అడిగాడు.

"తస్సదియ్య! జహంగ్రీలు భలే కుదిరాయి. ప్లేట్లలో పెట్టినవేనా, లేక అడిగితే మరొకటి వేస్తారా!"

"మీరడిగితే వెయ్యకుండావుంటామా తాతయ్యా...." బుట్ట పట్టుకొచ్చాడు.

"ఏమయ్యో! నా కనుకునేవు! వీళ్ళు అడుగుతున్నారు" ప్రక్కవారిని చూపాడు.

"ఊఁ...." ఇంద్రమోహన్ నవ్వి ప్రక్కవారికే వడ్డించి పోబోయాడు.

"ఒరేయ్... ఒరేయ్! గడుసుపిండానివిరా...." అని ఫక్కున నవ్వి, రెండు జహంగ్రీలు తన ప్లేటులో వేసుకున్నాడు.

"ఆఁ, అలారండి దారికి...."

"రుచిగావున్నాయి, అందరికి కావాలేమో అడుగు" అన్నాడు. ఇంద్రమోహన్ నవ్వుకున్నాడు. ఎంతయినా ఆ కాలంవారు భోజనప్రియులు. ఇప్పుడు తిండిమీద ధ్యాసలేదు. ఏంతింటే లావెక్కిపోతామోనన్న భయం. ఆనాడు లావుసమస్య లేదా అనుకుంటే తిన్నదానికి రెట్టింపు పనివుండేది. నడక వుండేది. అందుకే తిండిదగ్గర అంత మొహమాటపడవలసి వస్తుంది. బుట్ట బల్లమీదపెట్టి గదివైపు బయలుదేరాడు.

"ఇంద్రమోహన్! పవర్ హౌస్‌స్టాఫ్ వచ్చినట్టున్నారు చూడు." శ్రీహరి పిలిచాడు.

"ఊఁ! ఈ ఒక్కరోజు చేస్తే మాటరాదు" అనుకున్నాడు.

వాళ్ళందరిని కూర్చోబెట్టి ఖాళీ అయిన బల్లలు బాగుచేయించి ఉపహారం పెట్టించాడు.

"ఏవండోయ్ మేనేజరుగారూ! క్లీనిక్‌లో, తన గదిలోవున్న వస్తువుల అంపకం పెడతాడట శోభన్‌గారు! నేను వెడుతున్నాను. గెస్ట్‌ల సంగతి మీరే చూచుకోవాలి" రూపాదేవి ఆజ్ఞాపించింది. ఆమె ముఖం కాంతివంతంగావుంది. కళ్ళు మెరుస్తున్నాయి. ఎప్పటికంటే హుషారుగా వుంది. ఎంతయినా తల్లిదండ్రులు వస్తున్నారంటే హుషారుగా వుండదా మరి అనుకున్నాడు.

"మోహన్! నాన్నను, రుక్కును వదిలి అరగంటలో వచ్చేస్తాను" శ్రీహరి కారుతీసుకుని వెళ్ళిపోయాడు.

"అబ్బ ఖైదుచేసి వెళ్ళారు! ఈ విస్సిగాడు ఎక్కడికి వెళ్ళాడో! రూపాదేవికి అంత నిర్లక్ష్యం తగదు" అనుకున్నాడు.

అందరు వెళ్ళేసరికి రాత్రి తొమ్మిది దాటింది. స్టాఫ్ సామానులు సర్దుతున్నారు. రూపాదేవి గొంతు గట్టిగా వినిపించే సరికి ఇంద్రమోహన్ అటు వెళ్ళాడు. శోభన్ ఎఱ్ఱబడిన ముఖంతో ఎదురువచ్చాడు.

"ఏమిటి శోభన్! ఏం జరిగింది?"

"హత్య జరిగేది కాని వదిలివేశాను. సంస్కారహీనుడు. చవట...." అతని నోటిగుండా ఇలాంటి మాటలు వినటం ఇదే ప్రథమం. అభ్రమణిలా వుంది అతని ముఖం.

"ఎవరు శోభన్!"

"అదే నీ ఫ్రెండు విశ్వం.... ఛ....ఛ. ఒక్క స్త్రీతో నవ్వినంత మాత్రాన అలా అంటారా! ఆమె నాకు అక్క వరస తెలుసా!" మండిపడ్డాడు.

ఇంద్రమోహన్ అతని భుజంమీద చెయ్యివేసి అనునయంగా అసలు విషయం చెప్పమని అడిగాడు.

"ఆమెకు చార్జ్ ఇద్దామని పిలిచాను. అక్కడవున్న డ్రగ్స్ లెక్కచూచు కొమ్మన్నాను. కాంపౌండరు కాస్త చేతివాటం వున్నవాడు."

"అవును, అది గమనించాను" అన్నాడు ఇంద్రమోహన్.

"అదే నేను చెబితే ఆవిడ "దొంగ చేతికే తాళాలు ఇస్తే" అన్నారు. "ఆ సిద్ధాంతం ఇప్పుడు వర్తించదు. వాడు తాళంతోసహా చెక్కేస్తాడు" అన్నాను. ఇద్దరం నవ్వాం. పెద్దఫోజు పెట్టుకుని వచ్చాడు విశ్వం. "ఎన్నాళ్ళనుండీ నాటకం?" అని పిచ్చి, పిచ్చిగా వాగుతున్నాడు...."

"వాడికి మతిపోయింది." ఇంద్రమోహన్ ఆదుర్దాగా లోపలికి వెళ్ళాడు.

"డబ్బు వుండవచ్చు, కాస్త ఒళ్ళు దగ్గర పెట్టుకుని ప్రవర్తించమను..." హెచ్చరించాడు శోభన్. అతను నాగుపాములా బుసలు కొడుతున్నాడు.

ఇంద్రమోహన్ గదిలోని దృశ్యం చూచి నోటమాటరానట్టు నిలబడి పోయాడు. ప్రత్యర్థుల్లా, ఒకరినొకరు తీక్షణంగా రూపాదేవి, విశ్వం, గదిలో నిలబడ్డారు. ఇద్దరిమధ్య అడ్డుగోడ కడతానన్నట్టు డైరీ రెపరెప లాడుతోంది.

ధాన్ని చూస్తే ఎవరో నేలకేసి కొట్టినట్టుంది. ఆ డైరీని చూడగానే ఇంద్రమోహన్ ముఖం పాలిపోయింది. ముఖంలో రక్తంలేనట్టు అయింది. అతని కాళ్ళలో సన్నగా వణుకు ప్రారంభం అయింది.

"మిస్టర్ ఇంద్రమోహన్! హాయిగా సినిమాలోకి వెళ్ళకపోయారా! నటుడిగా రాణించేవారు!" అసహ్యము, వెటకారం మేళవించిన కంఠంతో అన్నది.

"రూప... రూపగారూ!"

"నా పేరు రూపాదేవి ఏం మగవాళ్ళు! యూనివర్శిటీ డిగ్రీలు పొందారు. కాపీకొట్టి వుంటారు. విద్యాధికులయిన అమ్మాయి పెళ్ళి చేసుకుంటానంటే ఒకరికి అనుమానంవస్తే మరొకరు ఆ అమ్మాయి గుణగణాలు పరిశీలిస్తారు. భేష్! భారత యువకులకు మీరు చూపిన బంగారుబాట...."

"మాటలు మీరొద్దు. నీ అసలు సంగతి బయటపడింది." విశ్వం అరిచాడు కోపంగా.

"నోరుముయ్యి. ఆ మాట నేను అనాలి" ఆమె ముఖం చూస్తే కోపంతో ఎఱ్ఱబడిందనిపించింది.

"మా విషయాలు బయటపడినా అభ్యంతరం లేదు. మేం మగవాళ్ళము..."

"మీ మగతనం ఊరేగించుకుని, సన్మానాలు చేయించండి. తక్షణం ఇక్కడనుండి దయచేయండి."

"మేం గర్వంగానే వెడతాం. నీ గతి ఏమవుతుందో ఆలోచించు అసలు మెడిసిన్ చదివినవాళ్ళకు కారెక్టర్ వుంటుందనుకోవటం నా...." అంతే అతని చంపలదిరిపోయాయి.

"వాచ్‌మెన్... వాచ్‌మెన్..." ఆమె ఆడపులిలా గర్జించింది.

ఇంద్రమోహన్ విశ్వాన్ని బలవంతంగా బయటికి ఈడ్చుకుపోయాడు.

అప్పటికే వందనతోసహా రూపాదేవి గదిలోకి వెళ్ళటం చూచాడు. ఆ క్షణంలో భూమి బ్రద్దలయి తను అందులో ఇమడిపోతే బాగుండును అనిపించింది. అసహ్యంతో చూచే రూపాదేవి కళ్ళముందు కదిలింది. అతని హృదయం కుంచించుకుపోయింది.

"ఒరేయ్! దాన్ని బజారు కీడుస్తాను... బ్రతుకు బండలు చేస్తాను." గింజుకున్నాడు విశ్వం.

"మిగిలిన దెబ్బలు ఏమయినావుంటే నేను వేయాల్సి వుంటుంది. ముందు నువ్వు బస్సెక్కు. నీవు నోరు పారేసుకుని ప్రచారం చేయగానే నమ్మటానికి, ఇదేం సినిమా కాదు. ఇక్కడివాళ్ళ కామె దేవత తెలుసా!"

"ఓహో చాలా సమర్ధిస్తున్నావ్! ఆమె ప్రియులలో నువ్వూ వున్నావా?"

"విశ్వం! నోరు అదుపులో పెట్టుకో. నువ్వు ఇక్కడ వుండటం ఎవరికి మంచిదికాదు...." బలవంతంగా అతన్ని బస్టాండుకు పంపి నుదుట పట్టిన చెమట తుడుచుకున్నాడు. అతను ఆత్మగ్లానితో కుచించుకుపోయాడు. రూపాదేవికి ఎలా ముఖం చూపాలి? ఇంత చక్కగా జరిగిన పార్టీలో యిదేం అపశృతి?

"ఏమయ్యా ఇంద్రయ్యా! నీ కిదేం బుద్ధి! అన్నీ వదిలేశాం. ఇంటివాడికన్నా ఎక్కువగా చూచాము. మందులు, వస్తువులు దొంగతనంగా విశ్వానికి అందిస్తున్నావా?"

తాతయ్య అడిగాడు. అతను కోపంగాలేదు. తన అంచనాలు తప్పి పొయ్యాయన్న బాధతో గిలగిలలాడుతున్నాడు.

"తాతయ్యా...." నేను దొంగతనం చేశానా అని అడగబోయాడు. వెంటనే ఆమె ఇబ్బంది అర్థంచేసుకున్నాడు. ఏ యువతి అయినా, తనను, తన గుణగణాలు పరిశీలించటంకోసం ఒక వ్యక్తిని నియమించారని యెలా

చెబుతుంది. తాము సిగ్గుమాలిన పని చేసినా, మరోవిధంగా సమర్ధించుకున్నది. ఆ డైరీ చదివినవారెవరయినా చేసే పని అదే. తనను ఎక్కడ దెబ్బ కొట్టాలో అక్కడే కొట్టింది.

"ఎందుకు చేశావు ఇంద్రయ్యా?"

"డబ్బు కోసం...." అన్నాడు గొంతు పెగల్చుకుని.

"నీ చేతిలోనే బోలెడు డబ్బుంది కదయ్యా."

"దానికి లెక్క చెప్పాలి...." అన్నాడు తలవంచుకుని.

"ఎంత పనిచేశావయ్యా! విశ్వానికి వాగ్దత్త కాకపోతే మా రూపను ఇచ్చి చేద్దాం అనుకున్నాను కదయ్యా."

"మన్నించండి తాతయ్యా" అని మాత్రం అనగలిగేడు. ఎక్కడో పొరపాటు జరిగివుంటుందని, ఇంద్రమోహన్‌తో మాట్లాడి మనుమరాలిని కేకలువేద్దాం అనుకున్నాడు. అతనే స్వయంగా అంగీకరించాక ఏమనగలడు! ఇంద్రమోహన్ రాయిలా అలాగే నిలబడిపోయాడు.

18

పేషెంట్లంతా వెళ్ళిపోయారు. నీరసంగా వెనక్కి వాలిపోయింది రూపాదేవి. విశ్వం అడిగినదానికి, శోభన్‌కు తనకు రంకు అంటగట్టినా ఆమెకు బాధ కలుగలేదు. ఇంద్రమోహన్ వెన్నుపోటుకే ఆమె తట్టుకోలేకపోయింది. ఆమెకు తెలియకుండానే ఆమె చేతులు డ్రాయర్ లాగి డైరీని తీశాయి. పేజీలు తిప్పింది. ఈరోజు, ఆ రోజు అని లేకుండా పేజీలు నింపాడు.

"ఈరోజు రూపాదేవి చాలా అందంగా తయారయివచ్చింది. ఏమిటబ్బా అనుకున్నాను. ముసలి పేషెంటుతో సరసాలు ఆడటం చూచి చేతనయితే ఆకాశం ఆమె నెత్తిన కూల్చాలి అనుకున్నాను, వీలుకాలేదు."

"ఈరోజు తలనొప్పిగా వుంటే రెండు మాత్రలు తెచ్చుకుందామని వెళ్ళాను. గదిలో నుండి శోభన్, రూపాదేవి నవ్వటం వినిపించి, నా గుండె జల్లుమంది. ప్రేమించుకుంటున్నారేమో! అదేంటబ్బా! గూట్లో గువ్వలా గుస,గుసలు!"

"అవ్వ.... అవ్వ! చదువుకున్నదానను అన్న ఆత్మ విశ్వాసం కాబోలు! ఎవరా సుందరుడు అతని నడుము చుట్టూ చేయివేసింది. ఇది భారతదేశం అని తెలియదేమో! భారత పురుషుడు తనెంత తిరిగినా స్త్రీ పవిత్రంగా వుండాలనుకుంటున్నాడు. పాపం విశ్వం."

"అతనెవరో రోజూ వస్తున్నాడు! ఓరోజు గుండెనొప్పిట, ఓ రోజు కడుపునొప్పిట. ఇంకానయం ఒళ్ళంతానొప్పులనలేదు రూపాదేవి విసుగు, విరామము లేకుండా ఆర్ద్రంగా, ఆప్యాయంగా చూస్తోంది అతడిని. ఆవిడ ప్రేమిస్తుందేమో! విశ్వం మాటో! ఆఁ.... పెళ్ళి అయినావారే పరాయివారితో తిరగ్గాలేనిది, ప్చ్ ఇదో లెక్కా...."

"విశ్వం! నీ అనుమానాలు నిజమయ్యాయిరా. ప్రతీ పేషెంటును ఎంత శ్రద్ధగా చూస్తుందో! మగ పేషెంట్లు అంటే మరీ కులుకులు, గులుకులు! అబ్బ అది చూస్తుంటే నాకే యెట్లాగో వుంది. మరి చేసుకోబోయే వాడికి ఎలా వుంటుంది! పాపం..."

పళ్ళు పట, పట కొరికింది రూప. ఆమె విసురుగా మరికొన్ని పేజీలు తిప్పింది. అంతటా అలాగే వ్రాశాడు. డేట్లు వేశాడు. ఆమెకు ఆనాటి తారీఖ చూచి అదిరిపోయింది. రాత్రంతా రోగితో హోరా, హోరి పోట్లాడినంత ప అయింది. కేకలు, బొబ్బలు, గోల, అతడి నుండి తప్పించుకుని నిద ఇంజక్షన్ యివ్వటానికి ఎంత ప్రయత్నం చెయ్యాలో అంత చేసింది. దా కి ఇంద్రమోహన్ సహకరించాడు కూడాను.

"ఆ రాత్రి ఊహించలేను. రోగి చాలా బాధపడుతుంటే లేపుదామని వెళ్ళాను. హాయిగా డాన్స్, ట్విస్ట్, షేక్ చేస్తూ నైట్ గౌనులో వుంది.

మందలించాలని అనుకుంటే అసలు తను నాకా అవకాశమే యివ్వలేదు. అతను బయటికివచ్చు "డార్లింగ్ కండిషన్‌లో లేదు, వెళ్ళవయ్యా" అన్నాడు ఎంత దారుణం?"

"నిజంగానే దారుణం నిన్ను క్షమించగూడదు" అని బల్లమీద గుద్దింది. ఆమె రక్తం సలసల కాగిపోతోంది. అతని అమాయకత వెనుక ఇంత విషం ఉందా!

పేజీ తిప్పింది. అక్కడే ఆమె దృష్టి అతుక్కుపోయింది. ఆ రోజు తనకు బాగా తెలుసు. వెనుక స్టాఫ్ రూమ్స్ రూఫ్ వేస్తున్నారు. కూలీలకు స్వయంగా టీ చేసి ఇచ్చాడు ఇంద్రమోహన్. పదకొండు గంటల వరకు అక్కడే ఉన్నారు. రాత్రి అయిందని పంపించివేశాడు. ఆ రోజు కార్యక్రమం ఎంత దారుణంగా వర్ణించాడు!

"మధ్యాహ్నము నుండి ఆస్పత్రిలో, ఇంట్లో డాక్టరమ్మ జాడే కనిపించలేదు. ఎవరో వచ్చి తీసుకువెళ్ళారు అని చెప్పారు. డాక్టరమ్మగారి కోసం అందమైన పేషెంట్లు వస్తారు. వారితో వెళ్ళిందేమో అనుకుని, సాయంత్రం అలా బయటికి వెళ్ళాను. హిల్ కాలనీ దాటివచ్చేసరికి చుట్టూ గుట్టలు చెట్లు ఉన్నాయి. మరోవైపు డామ్, ఇవతలివైపు జారుడుగా ఉంది. పచ్చగడ్డి చెక్కి అందంగా ఉంది. దానిపై డ్యూయెట్లు పాడుతున్నారు, డ్యూయెట్లు. ఏం డాక్టరమ్మా డాక్టరువే యాక్టర్లా చేస్తున్నావేం అని అడుగుదాం అనుకున్నాను. ఆవిడ ఏం చేస్తే మనకేం? మనవాడు మగవాడు! వాడిని వేలెత్తి చూపే దమ్ములు ఎవరికి? ఈ డాక్టరమ్మ కాకపోతే మరో యాక్టరమ్మ. అది కాకపోతే మరో ఆడగున్నమ్మ. కేరేహాంగ్ అన్నాను...."

రూప ఒక్క నిముషం ఆలోచనలో పడింది. పేజీ తిరిగిపోయింది.

"ఛ...ఛ.... ఎంత డాక్టరైతేమాత్రం భారతస్త్రీ కదా! ఆ చేసేవి చాటుమాటుగా చెయ్యరాదు. పదేళ్ళ పిల్లాడయినా పరాయిమగడేకదా. తలనొప్పి

అని వాడంటే ఈవిడ బాధపడింది. భారతస్త్రీ సంతోషం, విచారం, బాధా అన్నీ భర్తతోనే. ఛీ.... బొత్తిగా బరితెగించిన బాపతు. అందుకే నేను డాక్టర్లను చేసుకోను. అణగి మణగి ఉంటే అప్పలమ్మను చేసుకుంటాను."

"అది నెత్తిన నాల్గు సరిగ్గా మొదుతుంది. ఈడియట్!" కసిగా డైరీ నేలకేసి కొట్టింది.

"డాక్టరుగారూ!"

"తలెత్తి చూచింది ఆమె హృదయం భగ్గుమన్నది. ముందున్న ట్రే తీసుకుని అతని ముఖానికేసి కొట్టాలనుకుంది. మెడపట్టి గెంటాలనుకుంది అందమయిన ఆ చెంపలపై కత్తితో గాట్లు చెయ్యాలనిపించింది.

"డాక్టరుగారూ! ఏం చేస్తే మీ కోపం పోతుందో చెప్పండి...." నీరసంగా నవ్వుతూ, అడిగాడు ఇంద్రమోహన్.

"అదిగో, ఆ ఎదురుగా కనిపించే బండ తీసి మీ నెత్తికేసి కొడితే కూడా కోపం పోదు" అన్నది పదునుగా, కొరకొర చూస్తూ.

"కొట్టండి, ఆలోచన దేనికి?" నిశ్చలంగా నిలబడ్డాడు.

"ఛీ.... మీలాంటివారిని కొట్టినా నా చేతులు మలినమయిపోతాయి. ముందు నా కళ్ళముందు నుండి వెళ్ళిపొండి" అన్నది లేచి లోపలి గదిలోకి వెడుతూ. ఆమె చూపులు గమనిస్తే అతని ముకం చూడటం కూడా ఇష్టం లేనట్టుంది.

"వెళ్ళబోయేముందు మీతో ఒక్కనిజం చెప్పిపోదామని వచ్చానండీ...."

"ఛట్! నిజం... ఆ పదానికి అర్థం తెలుసా? అబద్ధాలు ఆడగల నువ్వు నిజం అంటుంటే ఆశ్చర్యంగా, అబద్ధాలంటే మామూలు అబద్ధాలా? చెప్పు.... ఇక్కడ ఆస్పత్రి కట్టిస్తూ నా జీవితాన్ని నువ్వు చూచినంత క్షుణ్ణంగా మరెవ్వరూ చూడలేదు. పేషెంట్లతో కులికానా!"

"మీరు నాకూకొంత సమయమిస్తే, సావకాశంగా అన్నీచెబుతాను" అన్నాడు రెండడుగులు ముందుకు వేసి.

"అక్కడే ఆగు! నువ్వు చెప్పింది వినదలుచుకోలేదు. ఇంకొక్క నిమిషం నీతో మాట్లాడను. వెళ్ళిపో, మళ్ళీ ఎప్పుడూ నాకు కనిపించకు."

"నిజం తెలుసుకుని, మంచి చెడు అర్థం చేసుకునే సమయం ఒకనాడు వస్తుంది, తప్పకవస్తుంది" అతను వెనుతిరిగి రెండు అడుగులు వేశాడు. మళ్ళీ ఏదో గుర్తుకు వచ్చినట్టు, రూపాదేవి వైపు తిరిగాడు.

"మీరు ఆ డైరీ మొత్తం చదవండి...."

"ఓహో! ఇంకా అభాండాలున్నాయన్నమాట. చదివి తనివితీరా ఏడిస్తేగాని మీకు తృప్తిగా వుండదేమో. కాని.... మీ రూహించినట్టు నేను పిచ్చిదాన్నికాను, బాధపడను...."

"బాధపడుతూనే, బాధపడను అంటే ఎలా నమ్ముతాను?" నవ్వడానికి ప్రయత్నించాడు.

"నన్ను అన్నారని కాదు బాధ! విద్యావంతులే ఇంతగా దిగజారిపోతే విద్యకు అర్థంలేదని బాధపడుతున్నాను. ప్లీజ్ వెళ్ళిపొండి. ఇదో అనుభవం, ఖరీదయిన అనుభవం." కన్నీరు బలవంతంగా బిగపట్టటానికి అన్నట్టు పెదవుల నొక్కి పట్టింది.

"నేనిక్కడ వున్న రోజులలో మీరు చూపిన ఆదరాభిమానాలకు ధన్యవాదాలు" అన్నాడు చేతులు జోడించి.

"మా నౌకర్లనంతా అభిమానంగానే చూస్తాం. మీకు ప్రత్యేకత ఏం చూపలేదు" అన్నది నిర్లక్ష్యంగా.

"మీరు తాతయ్యతో దొంగ అన్నారట నిజంగానే దొంగను. నేను దొంగిలించుకుపోతున్న అపురూపమైన వస్తువు వెలకట్టలేనిది... వస్తాను."

మెరుపులా, ఆమెకు ఆలోచించటానికి కూడా వ్యవధి లేనంత వేగంగా ముందుకు వచ్చి, ఆమె రెండు చేతులు కళ్ళకు అద్దుకున్నాడు. ఆమె తేరుకునే లోపలే అతను వెళ్ళిపోయాడు. ఆమె చేతులపై తడిమాత్రం మిగిలిపోయింది. మెల్లగా అడుగులువేస్తూ, కిటికీ దగ్గరకు వచ్చింది, ఒక మనిషి పెట్టె, బెడ్డింగ్ ఎత్తుకుని నడుస్తున్నాడు. వెనుక బ్యాగు పట్టుకుని ఇంద్రమోహన్ బయలు దేరాడు. ఆకుపచ్చ చారలున్న ప్యాంటు, తెల్ల షర్ట్‌లో మరింత ఆకర్షణీయంగా కనిపించాడు. గేటుదగ్గర ఆగి వాచ్‌మెన్‌కు పదిరూపాయలు యిచ్చాడు. అతను ఏడ్చినట్టు ముఖంపెట్టి, ఏదో అనటం, భుజం తట్టి, ఓదార్చటం కనిపించింది.

"నర్స్...." రూప ఘర్జించినట్టే పిలిచింది.

"ఎస్ మాడమ్..." నర్స్ వచ్చింది.

" ఆ వాచ్‌మెన్‌ను ఇక్కడకు రమ్మను..."

అయిదు నిమిషాల్లో వాచ్‌మెన్ అక్కడకి వచ్చాడు.

"తిండి యెక్కువయిందా?"

అతను తెల్లబోయాడు. అసలు యజమానురాలితో మాట్లాడటమే చాలా తక్కువ! ఈ స్థాయితో మాట్లాడటం ఇదే మొదటిసారి.

"ఉద్యోగం చెయ్యాలని ఉందా?"

"అమ్మా!" చేతులు నులుపుకున్నాడు.

"ఒక నౌకరిగాడి దగ్గర దబ్బు తీసుకుంటావా?" అరిచినట్టే అడిగింది.

"అయ్య ఇస్తే..." నసిగాడు. తల్లీ అతనిపై అంత పెద్ద నింద మోపావు. ఏ క్షణంలో ఏం చేస్తావో అన్నట్టు చూచాడు. ఆమె ముఖం తిప్పుకుంది.

"అయ్యట... అయ్య..." పళ్ళు కొరికింది. అతను వెళ్ళిపోయాడు. నర్స్ అయోమయంగా చూచింది. క్రిందపడిన డైరీ జాగ్రత్తగా డ్రాయర్లో పెట్టింది.

"మేడమ్! ఇంద్రమోహన్‌గారు దొంగతనం చేస్తున్నట్లు యెవరయినా చెప్పారా, మీరు స్వయంగా చూచారా!" అని అతిమెల్లగా అడిగింది.

"ఏం? యెందుకు?" అతి తీక్షణంగా అడిగింది.

"యెవరయినా అసూయతో చెప్పారేమోనని....... ఆయన అలాంటివారు కారు......"

"నేను చెడ్డదాన్నా?"

"అబ్బే! అలా అనలేదు. ఏదయినా పొరపాటు జరిగిందేమోనని" నసిగి వెళ్ళిపోయింది.

"ఉహుఁ! పదునయిన కత్తి! అందరి గుండెల్లో అభిమానము సంపాదించాడు"... అనుకుంది పెదవి నొక్కిపట్టి అందరు వెళ్ళిపోయాక చాలాసేపు బల్లమీద తలవాల్చి కూర్చుంది.

"మీకు టీ చేసి ఇవ్వటంలో ఆనందం ఉందండీ...."

"అబ్బే! వేరే మందు లెందుకు మీ చిరునవ్వులు చాలు రోగాలు నయం చెయ్యటానికి!"

"ముఖస్తుతి అనుకోకపోతే ఓ మాట చెబుతాను. మీ సౌజన్యం, సహనం చూస్తుంటే, అందరూ ముగ్ధులయిపోతారు. డాక్టర్లు అలా ఉండాలని అంటారు."

"మా విశ్వం పట్ల నిజంగా అసూయ కల్గుతుంది."

"అసూయతో నేనా ఇదంతా చేసింది!" ఆమెమనసు మథనపడింది. ఒక్కరోజు ఆగితే, తన నిర్ణయం తెలిపేది. తన సర్వస్వం సమర్పించుకుందాం అనుకున్నది. అలాగే కూర్చుండిపోయింది.

19

"**హా**య్ బ్రదర్! మనవాడికి మహోపకారం చేశావ్...రా..." చక్రం గ్లాసు పట్టుకుని ఎదురు వచ్చాడు. ఇంద్రమోహన్ పురుగును చూచినట్టు చూచాడు.

"విశ్వం! తెలివిలో వున్నావా?" గంభీరంగా అడిగాడు."

"ఏమిట్రా నీ ఉద్దేశం! నేను.... త్రాగాననా?" కోపంగా లేచాడు. గోడ అసరాగా చేసుకుని లేచాడు.

"త్రాగితే తప్పేముందిలే. నాకిచ్చిన అప్పు తిరిగి ఇద్దామని వచ్చాను" అన్నాడు నోట్లు బల్లమీద పడేస్తూ.

"ఆఁ.... నిజంగా తెచ్చావా! ఎక్కడిదిరా ఈ డబ్బు?"

"నీలాగే మరో స్నేహితుడు, ఇంకో పనిచెయ్యటానికిచ్చాడు."

"ఛాన్స్ అంటే నీదేరా, ఇంకో అమ్మాయి దగ్గరకెడుతున్నావా!" సంబరంగా అడిగాడు చక్రం. అతని కళ్ళు ఎర్రగా వున్నాయి.

"ఒక్క అమ్మాయి కాదురా. వందమంది వున్నారు విస్సీ! నీ స్నేహితుడిగా ఒక సలహా ఇస్తున్నానురా. మీ నాన్న సంపాదించిపెట్టాడని విచ్చలవిడిగా ఖర్చుపెడుతూ అర్థంలేని అనుమానాలతో తాడులేని బొంగరంలా చేసుకోకు జీవితాన్ని."

"ఏమిటీ... తాడులేని బొంగరమా!" ఫక్కున నవ్వాడు.

"ఏదిరా, నీ తాడేది?" ఒళ్ళంతా తడిమి చూచాడు చక్రం.

"వీడితాడు రూపాదేవి దగ్గర వదిలేశాడు."

"నోరుముయ్యి! ఆవిడను ఒక్కమాట అనే అర్హత మనకు లేదు" అన్నాడు డబ్బు విశ్వం ఒడిలో వేసి.

"ఒరేయ్.... చడ్డీలు కట్టనినాటి నుండి స్నేహం చేశాంరా. బోడి రూపాదేవి ఎప్పుడు పరిచయం అయింది?"

"ముందు నోరు మూసుకుని లెక్కచూచుకో..." అని అసహ్యంగా చూచి వెనక్కు తిరిగాడు.

బుద్ధివున్నవాడు, పిల్లలకు విద్యాబుద్ధులు చెప్పించాలే తప్ప డబ్బు సంపాదించకూడదు. ఆ డబ్బు సంపాదనే పిల్లలను పాడుచేస్తుంది. విశ్వం ఎలా మారిపోయాడు. ఆరోగ్యం ఎంతగా దెబ్బతిన్నది. త్రాగడం మూలాన బాగా ఒళ్ళు వచ్చింది. పెద్దవాడిలా కనిపిస్తున్నాడు. ఎందుకు అలా ఒళ్ళు మరిచి త్రాగటమో అర్థంకాలేదు. గట్టిగా అంటే సంపాదించలేనివాళ్ళు, చేతకానివాళ్ళు అలాగే అంటారనే అపప్రద కూడా ఉంది.

ఇంద్రమోహన్‌కు మళ్ళీ ఉద్యోగాన్వేషణ ప్రారంభం అయింది. అదే పనిమీద ఒక మిషనరీకి వెడితే సామ్‌సన్ కనిపించాడు. వీలయితే ఉద్యోగం చూస్తాను గాని తనకోసాయం చెయ్యమని కోరాడు. కొన్ని ఆంగ్లంలో ఉన్న ఉపన్యాసాలు తెలుగులోకి అనువదించమని కోరాడు. అక్కడే రాత్రింబవళ్ళుండి ఆ పని పూర్తిచేశాడు. ప్రతిఫలంగా రెండువేల రూపాయలు ఇచ్చాడు.

"ఒరేయ్! సామ్ నీ మేలు జన్మలో మరిచిపోనురా."

"మన మధ్య మేలు, కీడు ఏమిట్రా వెర్రివాడా! ఉద్యోగం ఇప్పించలేక పోయినా, సంవత్సరానికి అయిదారువేల పని ఐమీన్ ట్రాన్స్‌లేషన్ వర్క్ ఇప్పిస్తాను."

"థాంక్సురా..... థాంక్స్....." కళ్ళనీళ్ళ పర్యంతం అయింది. నేరుగా ఆ డబ్బు తెచ్చి స్నేహితుడికిచ్చాడు. తలపైనుండి పెద్దభారం దించుకున్నట్టుంది.

మరొక్కసారి మిస్ గంగను కలవాలి. అభిమానపడితే లాభంలేదు. అవసరం తనది. మర్నాడు మళ్ళీ ప్రయాణం అయ్యాడు.

"మళ్ళీ ఎక్కడికిరా!" జయమ్మ అడిగింది.

"ఇంట్లోనే కూర్చుంటాను, కడుపునిండా అన్నం పెట్టమ్మా" అన్నాడు విసుగ్గా.

"ఇంకా ఎన్నాళ్ళో ఈ శని...." ఆమె నొచ్చుకుంది.

* * *

అతను బస్ దిగి నేరుగా మిస్ గంగ ఇంటికి వెళ్ళాడు. అతనికి గేటు దగ్గరే ఒక ముసలాయన ఎదురుపడ్డాడు.

"ఊఁ! అబ్బాయ్ వివాహం అయిందా?"

"లేదండీ..."

"లేదూ!... ఊఁ... ఇలా... ఈ గదివైపురా..." ప్రక్కదారిగుండా లోపలికి తీసుకువెళ్ళాడు. అందమైన డ్రాయింగ్ రూమ్‌లో కూర్చున్నారు.

"ఊఁ!చెప్పు... అసలు సంగతేమిటి?"

అతని చూపులు ఇంద్రమోహన్ బట్టలమీదపడ్డాయి. వాటిని చూచి, ఆర్థిక పరిస్థితిని అంచనా వేస్తాడు కాబోలు. అవి స్యామ్‌సన్ ప్రజెంట్ చేశాడు. అమెరికా నుండి అతని స్నేహితుడు తెచ్చాడట.

"నాకెందుకురా..." అని మొహమాట పడ్డాడు.

"ఒరేయ్ అడ్డగాడిదా! మన స్నేహము, అభిమానము అప్పుడే మరిచి పోయావట్రా!" కొట్టడానికి చెయ్యి యెత్తాడు స్యామ్.

"అబ్బ! తీసుకువెడతాన్లేరా..." అని తీసుకున్నాడు. సరదాగా వేసుకున్నాడు.

"మనకేపాటి ఆస్తి, పాస్తులున్నాయి బాబూ?"

"ఆఁ... మాకు సరిపడా వున్నాయండి...." అన్నాడు.

"ఉన్నవాళ్ళున్నాయని చెబుతారుటయ్యా?" నవ్వాడు. పళ్ళన్నీ బయట పడ్డాయి. కొందరు ముఖం మాడ్చుకుంటేనే చూడగలం.

"ఇదిగో ఎవరక్కడ? గోపన్నా కాఫీ పంపించు" ఇంట్లోకి చూచి అన్నాడు.

"అబ్బే.... అక్కరలేదండీ, మిస్ గంగను పిలిస్తే...."

"చూడు బాబూ! మిస్ గంగను నమ్ముకుని వస్తే నీ అంత మూర్ఖుడు మరొకడు లేడు. కనిపించిన అబ్బాయినల్లా పిలుస్తుంది. తనకు తగరని పంపివేస్తుంది....."

"నేను...." చెప్పబోయాడు. ఛెప్పనిస్తేగా.

"నేను.... నువ్వా అని బేధం పెట్టకు. మనం అనుకుందాం. మనం పూనుకుని ఓ పనిచేయాలి. దీని చెల్లెలు మంగ వుంది. ఒక ఏడాది అటు యిటు అయినా, అందమయినది, నువ్వు చేసుకో బాబూ..."

"ఏమిటి పెళ్ళా?".

"ఆఁ! పెళ్ళే.... మంగ చాలా మంచిదయ్యా! గోపన్నా ఏదయినా టిఫిన్ వున్నా పట్రావయ్యా."

"సార్! నాకు మొదట ఉద్యోగం కావాలండీ, ఉద్యోగం..."

"ఆఁ .... నువ్వు దొండపాడు వాళ్ళబ్బాయివి కదూ!"

"కాదండీ! మల్లె రామలింగంగారబ్బాయిని" అన్నాడు.

"ఫోన్‌లో విని వేరుగా అనుకున్నాను. లేవయ్యా, లే."

ఇంద్రమోహన్ లేచాడు. గోపన్న, ఉప్మా, కాఫీ తీసుకువచ్చాడు. అతను ముఖం చిట్లించాడు.

"గోపన్నా! నీకు బుర్ర లేదయ్యా, నేను ఇక్కడికి తెమ్మన్నానా! డైనింగ్ హాల్లో పెట్టు" అతడిని తరిమికొట్టి, తను లోపలికి వెళ్ళిపోయాడు. ఇంద్రమోహన్ ఆశ్చర్యాంబుధిలో మునిగిపోయాడు.

"పదండి బాబూ! తలుపువేస్తాను."

గోపన్న వచ్చాడు విసుగ్గా. ఇంద్రమోహన్ ముందుకు నడిచాడు.

"నన్ను ఎందుకు పిలిచినట్టు?"

"ఇంకా అర్థంకాలేదా బాబూ! మా అయ్యగారికి ఇద్దరు మేనగోడండ్లు. వీళ్ళు వెతుకుతుండగానే, ఇద్దరూ ముసలివారవుతున్నారుగాని, ఆ పెళ్ళికొడుకులు దొరకరు" అన్నాడు.

"మిస్ గంగ పెళ్ళికొడుకును వెతుకుతుందా?" ఆశ్చర్యంగా చూచాడు.

"ఆమె తనకోసం ఆహ్వానిస్తే ఈ ముసలాయన చిన్నమ్మాయి కోసం వల వేస్తాడు. ఇక్కడ ఎందుకు బాబూ, హాయిగా ఎక్కడయినా బ్రతుకు..."

అతని మాటలు మననం చేసుకుంటూ బయటికి వచ్చాడు. అరగంట గడిచాక మిస్ గంగ వద్దనుండి పిలుపు వచ్చింది, వెళ్ళాడు.

"రా...రా... కూర్చో. ఇ.సి.ఐ.ఎల్.లో వేకెన్సీలున్నాయని తెలిసింది. వెడతావా?" అన్నది.

అమాంతంగా ఆమె కాళ్ళమీద పడిపోదాం అనుకున్నాడు, కాని బల్ల అడ్డం వచ్చింది.

"తప్పకుండా వెడతానండీ" అన్నాడు కూర్చుంటూ.

"ఊం.... ఈ జాబ్ వస్తే నాకేం ఇస్తావ్?"

"మీరేదడిగితే అదిస్తాను..." అన్నాడు తెల్లబోతూ.

"అయితే ఓ వెయ్యిరూపాయలు పట్రా! ఆదివారం వరకు గడువు, ఇక వెళ్ళు."

"ల... లంచమా!" ఆశ్చర్యంగా చూచాడు.

"కాదు పరస్పర సహకారం! నాకు ఒకరాత్రి బెర్త్ యిచ్చినందుకు. ఉద్యోగం యిప్పించమని అడుగుతున్నావ్. మరి నాకు ఏదో ఆశ వుంటుంది కదా" అన్నది. ఆమె నిర్మోహమాటానికి ఆశ్చర్యం కల్గింది ఆమె వంటవాడి గురించి అడగడంకూడా మరిచిపోయాడు.

"వస్తానండీ..." ఆమె యింకా ఏదో అడుగుతున్నా వినిపించుకోలేదు. అతనికి తల తిరిగిపోతోంది. మిస్ గంగ అన్నమాట నిజమే అయినా నిజం అంత చేదుగా వుంటుందని వూహించనైనాలేదు. మెల్లగా బస్‌స్టాండుకు వచ్చి, బస్సెక్కాడు.

అతను ఇల్లు చేరేసరికి, బయట గేటుదగ్గర తచ్చాడుతోంది పూర్ణ.

"చీకటి పడుతోంది. బయట నిలబడ్డావేమ్మా?"

"నీ కోసమే అన్నయ్యా!" ఆందోళనగా చూచిందామె.

"అన్నయ్యా! నువ్వటు వెళ్ళగానే పట్నం మామయ్య వచ్చాడు. నర్సారావు పేట దగ్గర భూస్వాములట. వాళ్ళకు లేక కాదట, పరువు ప్రతిష్టలకోసం కట్నం అడుగుతున్నారట. అమ్మా నాన్న అతని మాటలకు కరిగిపోయారు."

"నీకేం అభ్యంతరం! పల్లెటూరివాడనా?" బొమ్మలు ముడిపడ్డాయి. పూర్ణ యింతగా ఎదిగిందంటే నమ్మలేకపోతున్నాడు.

"అది కాదన్నయ్యా! కట్నం అడగని కరుణాత్ముడెవరయినా వుంటే చెప్పు. పాకివాడయినా అడ్డం చెబితే అడుగు." అన్నది బాధగా.

"ఛ... ఏమ్మాటలే" చెల్లెలి భుజం తట్టాడు.

"నీతో సంప్రదించి ఇల్లు అమ్ముతారట..."

"ఎన్నివేలు కావాలట కట్నం?"

"పదిహేనువేలు వాళ్ళు అడిగారట. పదికి మామయ్య ఒప్పిస్తాడట." అన్నది దిగులుగా.

"పెళ్ళంటే సంబరపడతారుగాని ఏడుస్తారటమ్మా" నవ్వాలని ప్రయత్నం చేశాడు.

"అన్నయ్యా! మీకున్న ఈమాత్రం నీడకూడా లేకుండా చేసి నేను సుఖంగా వుండాలా?" దాదాపు ఏడ్చినట్టే అడిగింది. చెల్లెలి వీపు నిమిరాడు.

"ఊర్కో... ఊర్కో నేను చూసుకుంటానుగాని నీ పెళ్ళికోసం కాకపోయినా చందు చదువుకోసం అయినా ఇల్లు అమ్మక తప్పదు..." చెల్లెలి నడుముచుట్టూ చెయ్యివేసి నడిపించుకువచ్చాడు లోపలికి.

"రావయ్యా అల్లుడూ రా. నిన్ను చూస్తుంటే ఆడపిల్లలేదే అని బాధ కల్గుతుంది" అన్నాడు.

"అయితే ఓ పానను కనెయ్యండి మామయ్యా." చందు సలహా ఇచ్చాడు.

"చందూ!" ఇంద్ర ఉరిమిచూడగానే వెళ్ళిపోయాడు.

"అననీరా అననీ. ఈసారి సంబంధం ఒదులుకుంటే మళ్ళీ పూర్ణకు పెళ్ళి చేయలేమురా" ఒకటికి పదిసార్లు అమ్మాయి అదృష్టం పొగిడాడు. అబ్బాయి ఆస్తిపాస్తులు పొగిడాడు. అన్నీ వివరంగా చెప్పాడు.

"సరే మామయ్యా! అమ్మాయిని వచ్చి చూచుకువెళ్ళమను, నచ్చితే మాట్లాడుకుందాం" అన్నాడు. పూర్ణ అన్నను కొర,కొర చూచింది.

కళ్ళతోనే ఆమెకు పరవాలేదన్నట్టు చెప్పాడు.

"అయితే రేపు ఆదివారం అబ్బాయిని తీసుకువస్తాను" తండ్రి అన్నాడు, "వాడికి నచ్చితే చాలండీ" అని. ఖర్చు వుండదు" అన్నాడు నిశ్చింతగా.

"కట్నం నచ్చిందిగా...." అన్నది కోపంగా పూర్ణ.

"ఏమిటే కోడలుపిల్లా! ఏమో అంటున్నావ్?"

"పూర్ణా! కాసిన్ని మంచినీళ్ళు తెచ్చిపెట్టమ్మా" ఇంద్రమోహన్ తీక్షణంగా చూచాడు చెల్లెలిని.

"అలాగే..." ఆమె లోపలికి వెళ్ళిపోయింది.

"మన సంగతి తెలుసుగా మామయ్యా! మరో, రెండు మూడేళ్ళు ఆగితే పూర్ణ ముఖంలోవున్న ఈ వర్చస్సు వుండదని అంగీకరిస్తున్నాం. లాంఛనాలు, లావాదేవీలంటే మావల్లకావు."

"అన్నీ అడగడానికి ఎవరున్నారనిరా, తల్లీ, తండ్రే. ఆ విషయములో నిశ్చింతగా వుండు." లేచాడాయన.

"భోజనంచేసి వెళ్ళు అన్నయ్యా."

"నువ్వు అడుగుతుంటే కాదంటే ఏం బావుంటుంది. అలాగే వడ్డించెయ్యి. ఈ సంగతి విన్నావుట్రా! ఆ సుబ్బారాయుడు లేడూ!"

"మామయ్యా! మన విషయాలే మనకు బోలెడున్నాయి. ఇతరుల సమస్యలు ఎందుకు చర్చించటం!" విసుగ్గా చూచాడు. దాంతో ఆయన నీళ్ళుమింగాడు. జయమ్మ వడ్డించానని పిలువగానే అందరూ లేచారు.

20

పెళ్ళి రోజుల్లోకి వచ్చింది. అందరికి శుభలేఖలు పంపించి వచ్చాడు ఇంద్రమోహన్. ఇల్లు పద్దెనిమిది వేలకు అమ్మారు. పదివేలు కట్నం. ఎంత క్లుప్తంగా చేసినా పైన మరో అయిదువేలు అవుతున్నాయి. మూడు వేలు చందు చదువుకోసం దాచారు. మొదట పూర్ణను అత్తవారింటికి పంపటమే వాళ్ళ లక్ష్యం.

"అన్నయ్యా! డాక్టరుగార్కి ఆహ్వానపత్రిక పంపావా?" పూర్ణ అడిగింది. అక్కడ జరిగిందేమిటో పూర్తిగా తెలియకపోయినా, భేదాభిప్రాయలు వచ్చాయని, అందుకే వచ్చేశాడని తెలుసు పూర్ణకు.

"పంపాను. అనుమానమయితే నువ్వూ పంపు" అన్నాడు నవ్వుతూ.

"మరి అక్కడ ఇంకో డాక్టరుంటారు కదా. ఆయనకు పంపావా?" కొంగు వేలుకు ముడిపెట్టుకుని అడిగింది.

"శోభన్‌కా! ఈరోజు స్వయంగా వెడుతున్నాను. ఇచ్చివస్తాను" అన్నాడు. కొన్ని కార్డ్సు తీసుకుని కొందరిపేర్లు వ్రాస్తూ.

"అన్నయ్యా! అమ్మకు ఒక్కచీర సరియైందిలేదు. ఓ మాధవరము చీర పట్రా." అన్నది, తల్లి యెక్కడ వింటుందోనని అటు ఇటు చూస్తూ.

"అవును మరిచేపోయాను చందూ, ఒరేయ్...." తమ్ముడిని కేకలు వేశాడు. తలుపులకు రంగువేస్తున్నవాడల్లా పరుగెత్తుకు వచ్చాడు.

"పిలిచావా అన్నయ్యా?"

"అవున్రా నేను సిటీ వెడుతున్నాను. నీకు బట్టలు తేవాలా, నువ్వే వెళ్ళి తెచ్చుకుంటావా?"

"ఈ మహాతల్లి పెళ్ళి ఏమోగాని ఒక్క క్షణం తీరికలేదు. రేపు ధనవంతురాలయిన అత్తగారింట్లో వుండి మనల్ని పలుకరిస్తుందో లేదో..."

"చూడన్నయ్యా" పూర్ణ అరిచింది.

"ఒరేయ్! నేను ఏమడిగాను నువ్వేం చెబుతున్నావ్."

"అన్నయ్యా... మరేమో...." మెడమీద గోకుతూ నిల్చున్నాడు.

"నీ మరేలు కట్టిపెట్టరా.... నువ్వు వెడతావా?"

"నీకు స్యామన్నయ్య ఇచ్చిన ప్యాంటు, చొక్కా ఇస్తే చాలు." అన్నాడు కాస్త బిడియపడుతూ.

"నేను అనుకుంటూనే అన్నాను, నీ కళ్ళు వాటిమీద పడ్డాయని..." అన్నది పూర్ణ.

"ఏం, మీ ఆయనకు తీసుకువెడతావా?" వెక్కిరించాడు చందు.

"తీసుకోరా! అలాగే తీసుకో" అన్నాడు ఇంద్రమోహన్.

అతను అందరూ వ్రాయించిన లిస్ట్ తీసుకుని హైద్రాబాద్ వెళ్ళాడు. అన్నీ కొని శోభన్‌కు పత్రిక ఇచ్చి ఇంటికి వచ్చాడు. అతనికి యెదురు వస్తూ పూర్ణ, చందూ కుస్తీలు పడుతున్నారు. ఒకరి నోరు ఒకరు మూశారు. ఏమిటో అర్థం కాలేదు.

"ఏయ్.... నేనే అన్నయ్యకు చెప్పాలి".

"కాదు నేను చెప్పాలి."

"కాదంటే..." ఒకరిని ఒకరు త్రోసుకుంటున్నారు.

"అబ్బబ్బ ఏమిటర్రా?"

"మీ ఇద్దరికి ఆ అవకాశం లేదు! నేను చెబుతున్నాను" జయమ్మ వచ్చింది.

"అమ్మో...." ఇద్దరూ తల్లి నోరు మూశారు.

"అన్నయ్యా! నీకు నాగార్జునసాగర్‌లో బ్యాంకులో ఉద్యోగం వచ్చింది...." ఇద్దరూ కోరస్‌గా చెప్పారు.

"అదా సంగతి..." ఇంద్రమోహన్ మైమరిచినట్టు తనవాళ్ళను చూచాడు. పూర్ణ దాదాపు నెలరోజులనుండి విచారంగా ఉంది. కిలకిల నవ్వింది చూడలేదు. ఈరోజు యెంత ఉత్సాహంగా వుంది. ఈ మధ్యతరగతి కుటుంబాలకు నవ్వే కదా ప్రాణం. ఈ ఆత్మీయతే ఆస్తి, పాస్తి.

"అన్నయ్యా, నోరు తెరువు...."

"మహా నేను చేసిన స్వీటు తను పెడతాడట." అలకసాగించింది పూర్ణ.

"ఇద్దరూ పెట్టండ్రా తింటాను" పెద్దగా నోరు చాపాడు. తల్లి ఈలోగా మిఠాయి కొడుకు నోట్లో పెట్టింది.

"ఊం... నేను ఇష్టపడి చేశాను" పూర్ణ రాగాలు తీసింది. చందు ముఖం మాడ్చుకున్నాడు.

ఇంద్ర మిఠాయి నమిలి మింగాడు.

"ఒరేయ్, ఈ సంఘటనతో ఏం నేర్చుకున్నారు?"

"మిఠాయి ఉంటే ముందు మనము తినాలని..." కసిగా అన్నాడు చందూ.

"ఒఠ్ఠి బుద్ధుగాడివిరా, ఏ విషయములోనయినా ఇద్దరు కొట్లాడితే మూడోవాడికి లాభం. తెలిసిందా? అమ్మా! ఈ స్వీట్ సరిపోదే ఆకలవుతోంది" అంటూ, తల్లి వెనకాల నడిచాడు.

"అన్నయ్యా! నీ మొదటి జీతం రాగానే నాకు గాజులు చేయిస్తానన్నావు..." పూర్ణ అడిగింది.

"ఆఁ ఆఁ! గాజులు కడుపు నింపవు. అన్నయ్యా! లైబ్రరీ పుస్తకాలంటూ నా టైమ్ వేస్టు చేయాలనుకోవటం లేదు. పుస్తకాలు కొనాలి" గునిశాడు చందు.

"ఏం? లైబ్రరీలో తెచ్చుకుంటే అరిగిపోతావా? అన్నయ్యా గాజులు..."

"గాజులు" వెక్కిరించాడు. "బంగారు గాజులు పది, ఇరవై రూపాయల్లో వస్తాయా? అన్నయ్యా పుస్తకాలు కొనగా మిగిలిన డబ్బులో ఓ రెండో మూడో పడేస్తాం. రంగు రంగుల గాజులు కొనుక్కో" చందు దర్జాగా చెప్పాడు.

"అవి మీ ఆవిడకు దాచుకో, అన్నయ్య చేయిస్తాడు."

"మీ ఆయనను అడగరాదూ!" చంద్రమోహన్ వెక్కిరించాడు. రెండు చేతులు ఇంత వెడల్పు చేస్తూ, కాయకష్టం చేయటంవల్ల కాబోలు, పెళ్ళికొడుకు ఆరోగ్యంగా కాస్త లావుగా ఉన్నాడు.

"చూడన్నయ్యా...." పూర్ణ ముఖం మాడ్చుకుంది.

"ఒరేయ్! నీకో పిప్పళ్ళ బస్తా ఒస్తుందో, నీళ్ళ పీపా వస్తుందో యెవరికి తెలుసు?" ఇంద్రమోహన్ తమ్ముడి చెవి పిండాడు.

"ఒక్క నిముషం ఊరుకోరు ఇంద్రా! చస్తున్నాననుకో" జయమ్మ సగం నవ్వుతూ, సగం కోపంతో చెప్పింది.

"పోనీలేమ్మా! పూర్ణ అత్తవారింటికి, చందు చదువులకు హైద్రాబాద్ వెళ్ళిపోతే, మనకు మాత్రం ఏం తోస్తుంది! ఉన్నంతసేపయినా ఉత్సాహంగా ఉండనీ..."

"ఇంద్రా! ఆ ఏడుకొండలవాడు యెంత దయామయుడు! ఇల్లమ్ముకుని ఈ ఊళ్ళో ఎలా ఉండాలా అని మధనపడుతున్న సమయాన, నీకు ఉద్యోగం రావడం అదృష్టంరా" అన్నది కళ్ళు ఒత్తుకుని.

"ఇది మరీ బావుందమ్మా? రాత్రింబవళ్ళు కష్టపడింది నేను. క్రెడిట్ ఏమో నీ ఏడుకొండలవాడికి అంటగడతావా?" అన్నాడు హాస్యంగా.

"పోరా, వాడి దయలేనిది ఏదీ జరగదు."

"అమ్మా! అర్జంటుగా ఆ దయామయుడిని ఓ అయిదువేల రూపాయలు ఇమ్మను. నేను స్కూటర్ కొంటాను...." చందూ అడిగాడు.

"స్కూటరే కొంటావో మోటారే కొంటావో ఎవరు చూడవచ్చారు? మొదట చదువు కానియ్యి" అన్నదామె.

ఇంద్ర స్నానంచేసి వచ్చాక ముగ్గురికి వడ్డించింది.

"నువ్వూ రామ్మా."

"మీ నాన్నను రానియ్యరా. ఆయనకు ఇల్లు వదలాలంటే బాధగా వుంది. ఉన్నంతలో అన్ని హంగులతో కట్టుకున్నామాయె" అన్నది తనూ బాధపడుతూ.

"ఆ మాట పదే, పదే అనుకుని ఏం లాభం! నీ నగలు పోలేదా? కొంత పొలం పోలేదా?"

"నా చదువు పూర్తి అయ్యేలోగా ఆ వున్న పొలమూ పోవచ్చు. అందుకని, తల్లీజీ మాతృశ్రీ! మథనపడకు. మనము అంటే చంద్రమోహన్ ది గ్రేట్... బైదిబై సినిమా హీరోకాదు. ఈ చంద్రమోహన్ ఇంజనీరయ్యాక, లంకంత ఇల్లు కడతాడు. అందులో అమ్మకు ఓ పడక గది, ఓ విశ్రాంతి మందిరం, ఓ పూజా గృహం, ఓ వంటగది, ప్రత్యేకంగా కట్టిస్తాను. కిలోలతో తూచి నగలు చేయిస్తాను."

"కిలోలతో తూచేది బెల్లమా బంగారమా?" పూర్ణ వెక్కిరింతగా నవ్వింది.

"సోదరీ! మీవారు అన్నింటా లావువారే కావచ్చు. కాని ఇంత గర్వం పనికిరాదని అనుచుంటిని. అగ్రజుడికి..."

"ఆc చాల్లే. చదువై పెళ్ళాం వచ్చాక ఒక అమ్మ, అన్న వున్నారని గుర్తుంచుకుంటే అన్నీ కట్టించినంత విలువ." జయమ్మ కసురుకున్నది.

"ధిక్కారము....ధిక్కారము...." అన్నాడు తమాషాగా.

"ఏరా, చాలా హుషారుగా ఉన్నావ్ ఏమిటి కథ?"

"నీకు ఉద్యోగంవస్తే నాకు సంతోషం కాదా అన్నయ్యా..."

"కబుర్లు చాలుగాని భోజనం అయ్యాక విశ్వం నాళ్ళింట్లో ఆహ్వానపత్రిక ఇచ్చిరా" తల్లి చెప్పింది.

"వాడెందుకు? నేను వెడతానులేమ్మా" అన్నాడు. అతను బట్టలు మార్చుకుని ఫార్మ్‌వైపు వెళ్ళాడు. అతనికి తెలుసు అక్కడే ఉంటారని. చక్రం కాపురం కూడా

పెట్టాడట. కట్నంకోసం మామకూతుర్ని చదువుకాగానే వివాహం చేసుకున్నాడు. చక్రం భార్య బయట కూర్చుని కునికిపాట్లు పడుతోంది. అతనికి వరండాలో చక్రం తమ్ముళ్ళు కనిపించారు.

"మీరా ఇంద్రన్నాయ్...." ఉత్సాహంగా వచ్చారు.

"బావున్నారా?" పలుకరించాడు.

"బావున్నాం అన్నయ్యా! కాలేజి, వాడికి బడి తీస్తారు. ఫీజుకు డబ్బిస్తాడేమో నని వస్తే అన్నయ్య అసలు మాట్లాడటంలేదు" అన్నాడు దిగులుగా.

"ఇక్కడ డబ్బు రాసులు పోస్కుని కూర్చున్నాం. మరదులు రాలేదేమా అని చూస్తున్నాం...." అన్నది చక్రం భార్య ఏహ్యంగా చూస్తూ.

"అమ్మా! తల్లీ మా అన్నను నీకు అమ్ముకోలేదుగాని నోరు మూసుకో..." అని ఆ అబ్బాయి గదమాయించాడు. ఇంద్రమోహణం తీక్షణంగా చూచి తలుపు తట్టాడు.

"యెవరూ! ఇప్పుడు పనిలో ఉన్నాము."

"చక్రీ! మొదట తలుపు తియ్యి...." అని అరిచాడు. అయిదు నిమిషాల తరువాత తలుపు తీశారు. అందులో ఓ స్త్రీ కూడా ఉండటం చూచి తెల్లబోయాడు.

"విశ్వం! నువ్వోసారి బయటికి వస్తావా?"

"ఎందుకు? ఆ వన్నెలాడి తరపున వకాల్తా తెచ్చావా?"

"నువ్వు ముందు నోరు మూసుకుని బయటికిరా. ఈయన వద్దన్నంత మాత్రాన ఏ ఆడపిల్లకు పెళ్ళికాదనుకుంటున్నాడు మగాడు..."

"ఏమిట్రో..." లేచివచ్చాడు విశ్వం. ఇద్దరికి ఆహ్వానపత్రికలు ఇచ్చాడు. తీసుకుని చూచారు.

"తప్పక వివాహానికి రావాలిరా" అన్నాడు. డబ్బున్న వారి పిల్లలు ఏం చేసినా చెల్లుతుంది.

"నువ్వు పిలిచాక రాకుండావుంటానా! అక్కడ దొంగిలించిన డబ్బేం చేశావురా? ఓ! చెల్లెలి పెళ్ళికదూ?"

"దాచుకున్నాను. నీ పెళ్ళి ఎప్పుడు?"

"పూర్ణిమ తరువాత, అయిదురోజులకు అన్నవరంలో వుంది. స్నేహితులు రాకపోతే ఎలా? మా మామగార్ని కట్నం, కానుకలు, ఆడబిడ్డల లాంఛనాలు కాక స్నేహితుల మర్యాదలని మరో కొత్త నిబంధనలు పెట్టాను" విశ్వం నవ్వాడు.

"ఎన్ని నిబంధనలయినా పెడతావురా లక్ష్మీపుత్రుడివి" అన్నాడు వెటకారంగా.

"విశ్వం అంటే ఏమిటనుకున్నావురా! అన్నీ క్లాసుగానే జరుగుతాయి. ఈసారి నేను ఎన్నుకున్న సంబంధం చాలా మంచిది, ముద్దబంతి పువ్వు, ఒట్టి పల్లెటూరిపిల్ల. అయితే ఏం పవిత్రమయింది...."

అప్పటికే ఇంద్రమోహన్ బయటికి వచ్చాడు.

చక్రం తమ్ముళ్ళని విదిలించివేస్తున్నాడు, విసుక్కున్నాడు.

"ఆ ఒక్కసారికి ఓ వందరూపాయలు సర్దు అన్నయ్యా! ఫిక్సడ్ డిపాజిట్స్ అన్నీ నీ వ్యాపారంలో పెట్టావుకదా...."

"చాలావరకు వచ్చిందే వ్యవహారం! అవున్రా తెచ్చుకున్నాను. ఏం చేస్తారు?" చక్రం అడిగాడు.

"అలా నిదానంగా అడుగుతారేమండీ! మీ పెద్దన్న వెండీ, బంగారం తీసుకుని వెళ్ళితే మీ అమ్మా, నాన్న ఊర్కోలే. అదంతా లెక్క చూపిననాడు యిస్తాం అని చెప్పండి". చక్రం పెళ్ళాం అంది. ఇంద్రమోహన్ ఆశ్చర్యంగా

చూచాడు. అనుబంధాలు, ఆప్యాయతలూ అన్నీ అబద్ధం అంటారు, అనుభవం లేనివారు. తన తమ్ముడు, చెల్లెలు ఎంత ఆనందపడ్డారు! మరో జన్మ ఎత్తినా, ఆ ఆప్యాయత చక్రం పొందగలడా! డబ్బు సంపాదించి దాచుకున్నా, త్రాగినా ఆ అనుభూతి వస్తుందా? ఆ ఆప్యాయత చాలు తను బ్రతకడానికి. చక్రం విసురుగా తలుపు వేసుకున్నాడు.

"బాబూ...." ఆప్యాయంగా ఆ కుర్రాడి భుజం తట్టాడు. పెళ్ళి ఖర్చులు చేస్తున్నాడు. అందులో మిగిలిన వందరూపాయలు తీసిఇచ్చాడు.

"వద్దండీ...." చెయ్యి చాపలేదు.

"దానం చేసేటంత ధనవంతుడినికాను తమ్ముడూ, అప్పిస్తున్నాను. ఆత్మీయత మరిచిపోయిన అన్నను దేవిరించేకంటే ప్రొద్దున లేచి పదిండ్లకు పాలుఇచ్చి డబ్బు తెచ్చుకోండి" అన్నాడు గంభీరంగా.

"మాకు యెవరిస్తారన్నయ్యా?"

"ఇదిగో ఈ అడ్రసుకు వెళ్ళు. కొందరు చదివి స్వార్థపరులయితే కొందరు నిస్వార్థంగా తోటివారికి సాయపడతారు. చిన్నకులంలోనుండి వచ్చి క్రిష్టియన్ అయినా స్యామ్ పెద్దబుద్ధిగలవాడు" అని అడ్రసు ఇచ్చాడు. వారు నోటితో చెప్పలేని భావం కళ్ళల్లో కనిపించింది. నమస్కరించి వెళ్ళిపోయారు.

ఇంద్రమోహన్ ఒక్కడుగు ముందుకువేశాడు. చక్రం, అతడి భార్య బుసలు కొడుతూ వచ్చారు.

"ఒరేయ్! నా తమ్ముళ్ళకి డబ్బివ్వడానికి నువ్వెవడవురా?"

"నీ మొగుణ్ణి! అడగడానికి నువ్వెవడవురా?"

"ఒరేయ్ అసలు సంగతి నీకు తెలియదు."

"వడ్డీ సంగతికూడా తెలియదు. ఏమిటో సెలవీయి మిత్రమా!"

"అమ్మా, నాన్నలేరు...."

"ఆ సంగతి పనిగట్టుకుని నువ్వు చెప్పాలి(టా! నువ్వు మీ ఆవిడకే పుట్టావని నాకు తెలియదూ?"

"మాటలు మర్యాదగా రానియ్యి..."

"మర్యాద...." పళ్ళు కొరుకుతూ వచ్చి చక్రం కాలర్ పట్టుకున్నాడు, అటు ఇటు ఊపాడు.

"ఒరేయ్! ఒక్కసారి ఆ విద్యార్థి జీవితం గుర్తుకు తెచ్చుకోరా! యెంతదర్జాగా, యెంత నిస్వార్థంగా, యెంత ప్రేమగా బ్రతికామో! తెలియని ఆప్యాయత, ఆత్మీయత ఉండేవి. యెందుకురా ఇంత స్వార్థం పెంచుకున్నావ్! యెంత సంపాదించినా, యెన్ని లక్షలున్నా పట్టెడు అన్నమే తింటాంరా. ఒకే జత బట్టలు ఒకేసారి వేస్తాంరా."

"కట్టిపెట్టరా నీ వేదాంతం!" అతని చేతులు దులపరించాడు చక్రం విసురుగా.

"ఈరోజు కాదురా, లక్షలున్నా "బాగున్నావా?" అని పలుకరించే దిక్కులేనినాడు, ఒంటరివాడవయిననాడు తెలుస్తుంది ఆత్మీయుల అవసరం, వస్తాను..." చరచర బయటికి వచ్చేశాడు. అతని మనసు అల్లకల్లోలమయి పోయింది.

* * *

రూప కూర్చుని టక, టకమని కావల్సిన మందుల లిస్ట్ టైప్ చేస్తోంది. శ్రీహరి వెడుతున్నాడు హైద్రాబాద్‌కు. పోయిన నెలలో కాంపౌండరును పంపితే అన్నీ అవకతవకలే చేశాడు. తనకు కావల్సిన కంపెనీ మందులు రిప్రజంటేటివ్స్ తేవటంలేదు.

"అమ్మా!" ఆయా వచ్చింది ఆదుర్దాగా.

"ఏమిటి దేవమ్మా?"

"వాచ్‌మెన్‌కు జ్వరమట. రాత్రి యెవరో కొంత ఇటుక మాయం చేశారమ్మా!"

"ఆ విషయాలన్నీ నాకు చెప్పొద్దు. కొత్తమేనేజర్‌తో చెప్పు" అన్నది విసుగ్గా. దూరపు బంధువుల కుర్రాడు దామోదర్‌ను తెచ్చిపెట్టారు.

"చెప్పానమ్మా. విసుక్కున్నారు. వాచ్‌మెన్ పనికూడా చెయ్యాలా అంటూ..."

"సరే... వెళ్ళు, తరువాత మాట్లాడుకుందాం...."

ఆయా వెళ్ళిపోయింది. నర్స్ వచ్చింది. ఏమిటన్నట్టు విసుగ్గా చూచింది.

"రెండు వారాలుగా బ్యాక్ రెస్ట్‌కోసం చెప్పాము. యింతవరకు రాలేదు. ఆరవ గదిలోని పేషెంటు తాలూకు మనుషులు చాలా గోల చేస్తున్నారు."

"నేను చెప్పానే. దామోదర్‌ను యిలా పిలువు" అన్నది కోపంగా.

"అతని స్నేహితుడు వచ్చాడట. విజయపురి డామ్ చూపించడానికి వెళ్ళాడు."

"ఆదివారం కాదే. అసలు నాతో మాటకూడా అనలేదు."

"ఏమో! ఈ మందులతోపాటు అవి తెప్పిస్తే మంచిదేమో."

"ఓ...కె...." మీరు వెళ్లొచ్చు అన్నట్టు చూచింది.

"అమ్మా!" ఫ్లోరింగ్ పనిచేసే పోచయ్య వచ్చాడు. చేతులు జోడించాడు.

"నీకేం నొప్పి?"

"నొప్పి కాదమ్మా పొట్టతిప్పలు. ఇంద్రయ్య వుండగా ఈ ముందటి బిల్డింగు చేయలేదా!"

"ఇప్పుడేమయింది?" కాస్త విసుగ్గా, మరికాస్త కోపంగా ఇంద్రయ్య ప్రసక్తి వచ్చినందుకు, ముఖం చిట్లిస్తూ చూచింది.

"కొత్త మేనేజరయ్యా పని అయిపోతేగాని, అదిచూచి డబ్బు ఇవ్వడట. మేము కంట్రాక్టర్లమా లక్షాధికార్లమా! ఎన్ని తిరుగుళ్ళు తిరిగినా పొట్టకోసం..."

"అడ్వాన్స్‌గా డబ్బు కావాలా?"

"అవునమ్మా మెటీరియల్ మందమయినా యిస్తే మిగిలినవాటికేదో తంటాలు పడతాము" అన్నాడు వినయంగా నిలబడి. అతని వంకచూసింది. డబ్బు చేర్చి పెట్టిన బాపతులాలేదు. నేల చదును చేస్తూ తన చేతుల ఎరుపు నలుపూ అన్నీ పోగొట్టుకున్నాడు. పీక్కుపోయిన ముఖంతో నిలబడ్డాడు.

"ప్రస్తుతానికి ఈ అయిదువందలు వుంచు..." అని అయిదువందలు తీసి ఇచ్చింది.

"దండమమ్మా...." అయిదువందలు తీసుకుని వెడుతూ గొణుక్కున్నాడు పోచయ్య.

"ఇంద్రయ్యకే విపరీత బుద్ధి పుట్టిందో పాడునోటి మనుషులు అయ్యమీద నింద వేసింద్రో! బంగారం.... బంగారంలాంటి మనిషి కష్టసుకాలు ఇసారిచ్చేటోడు..." పోచయ్య మాటలకు గతుక్కుమన్నది రూపాదేవి. ఆ పాడునోరు తనదేగా.

"రూపాదేవిగారూ! కాస్త మేనేజర్‌కు గట్టిగా వార్నింగ్ ఇవ్వండి. ఆ మూడో నెంబర్ పేషెంటు తాలూకు వాళ్ళను కాఫీలకు, టిఫిన్లకు పీడిస్తున్నట్టు అనిపించింది. నాతో డైరెక్టుగా అనలేదుగాని గొణుక్కుంటున్నారు" వందన వచ్చి చెప్పింది.

రూప తల తిరిగిపోయింది. ఇన్ని సమస్యలుంటాయని తెలియదు.

"మంచిది. ఆ విషయం చూస్తాను."

"అతని లేకి గుణం అతనితోనే పోతుందనుకోవటానికి వీలులేదు. ఆయాలు, ఊడ్చేవారు కూడా కూర మిగిలిందా, కాఫీ యిస్తారా అంటూ పీడిస్తున్నారట." వందన మాటలకు మతిపోయింది. జీతాలు తక్కువ యిస్తే రోగులను పీడించుకుని డబ్బు లాగుతారని అంటారు. తను సరిపడా జీతాలు ఇస్తున్నా ఈ అత్యాశ ఎందుకో! వెడుతూ, వెడుతూ, ఓ ప్రొఫెసర్ పేషెంటు కూడా వార్నింగ్ యిచ్చాడు.

"నీ ఫీజుకంటే నీ స్టాఫ్ మామూళ్ళు క్లాసుగా ఉన్నాయె అమ్మాయి" అంటూ. అతని మాట పట్టించుకోలేదు. పైవాడు ఒక్కడు నిజాయితీ పరుడున్నా మిగిలిన వారు భయపడతారు కాబోలు.

"రెండు దాటినా భోజనం చెయ్యకపోతే నీ ఆరోగ్యం పాడవుతుందమ్మా." తండ్రి గొంతు విని తల ఎత్తింది.

"వస్తున్నాను నాన్నా...." హడావుడిగా అన్నీసర్దేసి లేచింది.

"దామోదర్ లాభం లేదు నాన్నా" అన్నది హుస్సురంటూ కుషన్‌కు చేరబడుతూ.

"నా కదే అనిపిస్తుందమ్మా. నిన్న రాత్రి కూరలో ఉప్పు ఎక్కువయిందని వంటావిడను పిలిచి నానామాటలు అన్నాడట. "అన్నపూర్ణా!" అంటూ పిలిచే వాడయ్య ఇంద్రయ్యగారు. నా పేరు కాదంటే రోజూ అన్నం పెడుతున్నావ్ అందుకు అన్నపూర్ణా అంటాను అనేవాడట. అంత మంచి కుర్రాడికి ఎందుకీ విపరీతబుద్ధి పుట్టిందో?" అన్నాడు కారు నడుపుతూ. ఆమెకు కోపం వచ్చింది. ఆయన లేనిది యిక్కడ గడవదా? అతని విషయం ఎత్తవద్దని శాసించటానికి నోరు విప్పినా మాట రావటంలేదు. అతన్ని అసహ్యించుకోబోయినా ఎక్కడో దాగిన అభిమానం హృదయపు పొరలు చీల్చుకుని బయటికి వస్తుంది.

భోజనంచేసి అలసటవల్ల నిదురపోయింది. మూడింటికి రుక్మిణివచ్చి కూతుర్ని లేపింది. అరగంట కూడా పడుకోలేకపోయింది.

"ఏదో ప్రమాదమయిన కేసు వచ్చిందటమ్మా."

ఆవులిస్తూ, గోళ్ళతో తల కొట్టుకుని, ముడతలు పడిన కాటన్ చీర వదిలి, నైలెక్స్ చీర కట్టుకుని బయలుదేరింది.

కడుపునొప్పి అని మెలికలు తిరిగిపోతోంది. అపెండిసైటిస్ అని అర్థం అయింది. ఆ అమ్మాయికి పదహారేళ్ళుంటాయేమో! తన కార్లోనే హైద్రాబాద్ బయలుదేరింది. మిగిలినవాళ్ళను బస్సులో రమ్మని, అమ్మాయి తల్లిదండ్రులను మాత్రం ఎక్కమంది.

"ఎక్కడికండీ?"

"ఈ అమ్మాయికి ఆపరేషన్ కావాలి. మీరు... బస్సులో వెడితే ఇంకా ఆలస్యం అవుతుంది" అన్నది ఆదుర్దాగా, వాళ్ళెక్కారు. అమ్మాయి మూల్గు ఎక్కువయింది.

"మీరు ఆపరేషన్ చేయరా?"

"ఆపరేషన్ థియేటర్ ఇంకా తయారవలేదు. అయితే ఎవరయినా రిటైర్డ్ సర్జన్‌ను అప్పాయింట్ చేయాలని చూస్తున్నాను...." అప్పటికే కారు ఊరు దాటింది. పని చాలా మందకొడిగా జరుగుతోంది. తనకేం తెలియదు. తండ్రి వ్యాపకాలు తండ్రికున్నాయి. తను జీతం తెచ్చుకుంటే బ్రతుకలేదా? బ్రతుకవచ్చుకాని ప్రత్యేకంగా నల్గురికి ఉపయోగపడుతూ బ్రతకడంలో అర్థం వుంది.

ఆ అమ్మాయిని ఉస్మానియాలో చేర్పించి, ఆపరేషన్ చేశాక వెను తిరిగింది. ఆమె తండ్రి కృతజ్ఞతాపూర్వకంగా వంద రూపాయలు ఆమె కారు సీటుమీద పెట్టాడు.

"ఇది మీ ఫీజు, రుణం రెండు కాదు. పెట్రోలు ఖర్చు మాత్రమే. మీ రుణం ఈ జన్మలో తీర్చుకోలేనేమో."

"అది కాదండీ...."

"మీరింకా చిన్నవారమ్మా. కాదనకండి. ఇలాంటి అనవసర ఖర్చులు నెత్తిన వేసుకోకండి. మీరు పీడించి అడగలేదు. బాధ్యతగా భావించి ఇస్తున్నాను."

"థ్యాంక్స్".... ఆమె వెనుకకు తిరిగి వచ్చేసింది. రాత్రి తొమ్మిది అవుతోంది. దామోదర్ గదిలో నుండి రేడియో పెద్దగా మ్రోగుతోంది. చికాకుగా చూచి లోపలికి వెళ్ళింది. అప్పటికే అందరూ వెళ్ళిపోయారు. రాత్రి డ్యూటీలో ఉన్న జానెట్ మాత్రం వుంది.

"ఎనీ ట్రబుల్ జానెట్?"

'లేదు మేడమ్! అమ్మగారే మనిషిని పంపారు. మీ పేషెంటు?"

"అవుటాఫ్ డేంజర్...." నవ్వి బల్లముందు కూర్చుని పోస్ట్ చూచింది. ఇలాంటి తరుణంలో ఇంద్రమోహన్ టీతోపాటు తీయతీయని కబుర్లు చెప్పేవాడు. తన

కారు శబ్దం వినిపించినా దామోదర్ దర్శనంలేదు. అతను పనిని ప్రేమించే వ్యక్తి! ప్రక్కవాడిని ప్రేమించే వ్యక్తి! నిట్టూర్చింది.

"ఒకసారి దామోదర్‌ను రమ్మను నర్స్...." అన్నది టపా చూస్తూ.

ఇప్పుడామెకు ఉత్తరాలకోసం ఆతృతగా ఎదురుచూచే అవసరంలేదు. తల్లీ తండ్రి ఇద్దరూ దగ్గరే వున్నారు.

ఆమె దృష్టి క్రిందున్న కవరుపై నిలిచిపోయింది. నాల్గుమూలలా పసుపు, ఎఱుపు వేలిముద్రలున్నాయి కాబట్టి శుభలేఖ అని గ్రహించింది. అంత అందంగా, పొందికగా వ్రాయగలవారెవరో ఆమెకు తెలుసు. ఆ పత్రిక తీసుకున్నది.

చి.సౌ. పూర్ణను.... చి. వీరవెంకటేశ్వర్రావుకిచ్చి... ఆమె కళ్ళ ముందు అన్నా చెల్లెళ్ళ చిలిపికయ్యం, ఆప్యాయత చూస్తే తనకు తోబుట్టువులు లేరని విచారం కలిగేది. పూర్ణకు డాక్టరంటే ఎంత మోజు? ఆరాధనాపూర్వకంగా చూచేది తనను. ఆ ఆత్మీయత, స్నేహలత మరిచిపోగలదా!

"డాక్టరుగారూ! మీకు తెలుపు, వంగపండు రంగు, లేతాకుపచ్చ రంగులు భలే సూటు అవుతాయి" అనేది కపటంలేకుండా. ఆ అమాయకమయిన ముఖం కళ్ళముందు కదిలింది. గాఢంగా నిట్టూర్చింది.

"ఏమండీ పిలిచారా!" నిప్పులమీద నిల్చుని అడిగినట్టు అడిగాడు దామోదర్.

ఆమెకు అతడిని చూస్తే చిరాకేసింది. క్రాపు నలగనివ్వడు. దుస్తులు మాయకూడదు కండ కరగకూడదు.

"మీరు సైట్ సీయింగ్ వెడుతూ చెప్పాల్సిన పని లేదా!"

"చెప్పకపోతే ఏం మునిగిపోయింది?"

ఆ తీక్షణమైన గొంతుకు, నిర్లక్ష్యమయిన పద్ధతికి చికాకు కల్గింది.

"సరే వెళ్ళండి...." అన్నది. అతనికి తనేం చెప్పిన అపశబ్దంగానే వినిపిస్తుందని అర్థం అయింది. చెప్పేది ఏదో తండ్రిచేత చెప్పించాలి.

"ఇంతకాడికి డిస్టర్బ్ చేయటం దేనికో, వెధవ ఆంక్షలు! బోడి పెత్తనాలు!" గొణుక్కున్నాడు, దామోదర్.

డ్రాయరులాగి ఉత్తరాలు అందులో వేస్తుంటే డైరీ కనిపించింది.

ప్రాణంలేని డైరీయే నా జీవితంలోని శాంతిని, సంతోషాన్ని దోచుకున్నది అనుకుని, అనుకోకుండా అది తీసుకుని డ్రాయరుకు తాళం వేసింది. మెల్లగా ఇంట్లోకి వచ్చేసింది. డైరీ మంచంమీద వేసి, సా [illegible] చేసేసరికి తండ్రి జీపు దిగాడు.

అందరూ హాయిగా నవ్వుకుంటూ భోజనాలు చేశారు.

"రూపా! నీకు ప్రసాద్ తెలుసా?"

"తెలుసు నాన్నా! నాకంటే సీనియర్. మనకు బంధువు అవుతాడని అన్నారు."

"ఆఁ..... అతని దగ్గరే చాలాసేపు గడిపానమ్మా. అతను సర్జరీ పాసయ్యాడు..."

"మనకు వాళ్ళు లాభంలేదు నాన్నా. ఎవరయినా రిటైర్డ్ వ్యక్తి కావాలి."

"అతను డాక్టరుగా కాక అల్లుడుగా వస్తే బావుంటుందని నా అభిప్రాయం..."

ఆమె మాట్లాడలేదు. బల్లమీది గ్లాసును అటూ, ఇటూ తిప్పుతూ కూర్చుంది.

"ఇరవై అయిదు వచ్చాయమ్మా! యింకా వయసు ముదిరాక చేసుకుంటే..." మధ్యలోనే ఆపింది తల్లి.

"ఆలోచిద్దాం...." లేచిందామె.

"నిదానంగా ఆలోచించు తల్లీ. మన కిష్టమయితేనే వెళ్ళి అడుగుతాను" అన్నాడు శ్రీహరి.

"వచ్చే నెలలో మీ నాన్నగారు పింఛను పుచ్చుకుంటారు. రిటైరయ్యాక చేయడానికి యెన్నో కార్యక్రమాలున్నాయి ఆయనకు. మేం ఊరెళ్ళితే నిశ్చింతగా వుండగలమా?" తల్లి అందుకుంది.

ఆవేదనగా నుదురు రాచుకుంటూ తన గదిలోకి వచ్చింది. ఇంద్రమోహన్ వెడుతూ అన్న మాటలు మరిచిపోతుందా తను!

"నిజమేనండీ! చాలా విలువయిన వస్తువును దొంగిలించుకుపోతున్నాను."

అతను దొంగిలించిన హృదయం తిరిగి పొందగలదా? ఆమె వేళ్ళు డైరీని తిప్పుతున్నాయి.

ఆమె ముఖం కోపంతో జేవురించింది. క్రిందవేయబోతూ ఆగింది.

"పై విధంగా వ్రాస్తే సంతోషిస్తాడు ఫూల్, ఈడియెట్! ఎంత మూర్ఖంగా వ్రాశాను, వాడు వ్రాయమన్న రూపాదేవి దినచర్య దీనివల్ల సంకుచితుడయిన విశ్వం పీడా ఆమెకు వదులుతుందనుకున్నానుగాని, ఆమె శీలంపై ఎంతనింద పడుతుంది! ఛీ...ఛీ..." అని మధ్యలో ఆపినట్టుంది.

"డైరీ వ్రాసే అలవాటులేని.... నేను నా ఆవేదనను చల్లార్చుకోవాలని వ్రాస్తున్నాను. విశ్వం రుణవిముక్తుడిని అయ్యే అవకాశం లేదు. వాడి సంకుచిత తత్వం గురించి రూపాదేవికి ఎలాచెప్పను, ఏమనిచెప్పను!"

"ప్రతి ఉత్తరం పొడిగా ఉంటుందని నిందించాడు. ఒక పవిత్రమూర్తిని గురించి ఏం వ్రాయను వీడికి! చదువుకున్న స్త్రీలంతా చెడిపోయిన బాపతేనట. ఈసారి ఖచ్చితంగా వ్రాస్తాను. ఇన్ని అనుమానాలతో ఈ వివాహం చేసుకోవటంలో అర్థం లేదని.... వాడిపై కోపంతో ఆమెపై ఎన్ని నిందలు వ్రాశాను...!"

"మీకు తగిన ఏ ఫారిన్ రిటర్న్‌నో చేసుకోండి అని చెబుదామని రూపాదేవి దగ్గరకు వెళ్ళాను. ఆమె చిరునవ్వు చూస్తూనే సర్వం మరిచిపోయాను."

"తెల్లని దుస్తుల్లో రూపాదేవి శాంతిదూతలా వుంది. ఆమెకు జడకంటే ముడే అందంగా ఉంటుంది. ఆమెను చూస్తూంటే మళ్ళీ జ్వరం తెచ్చుకుని రోగినయి పోదాం అనిఉంది. ఆమె స్పర్శామాధుర్యం దొరుకుతుంది.

ఆ తరువాత డైరీ నిండా ఆమెను గూర్చిన ప్రశంసలే! పొగడ్తలే. పరీక్షగా డైరీలో వ్రాత పరిశీలించింది. తనగురించి వ్రాసిన అవాకులు, చవాకులు అంతా ఒకే రకం సిరాతో ఒకేరోజు వ్రాసినట్టుంది. మిగతావన్నీ ఏ రోజు కారోజు వ్రాసినట్టుంది.

ఆమెకు అంతా అర్థం అయింది. క్రింది పెదవి బిగబట్టి ఆలోచనలో పడిపోయింది.

22

పెళ్ళి పందిరి కళకళ లాడుతోంది. ఇంద్రమోహన్, చందూ అందరిని ఆహ్వానించి కూర్చోబెడుతున్నారు. రామలింగం, బంధువులతో వెళ్ళి, పెళ్ళి కొడుకును, వియ్యాలవారిని ఆహ్వానించాడు.

"అందుకే అన్నారమ్మా, మగపిల్లలున్న ఇల్లు చెడదు, మోదుగులున్న వనం చెడదు అని అంతా పిల్లల ఏర్పాటేనట...." అమ్మలక్కలు అంటున్నారు.

"చిదిమి దీపం పెట్టవచ్చు, పిల్లలు! బొంగరాల్లా తిరుగుతున్నారు." అన్నారు మరికొందరు.

"ఇంద్రమోహన్!" చక్రం అరిచాడు. ఎర్రంచు తెల్ల మాధవరం చీరలో మెరిసిపోతూ, ఇద్దరు ముత్తయిదువులు మధ్య వస్తున్న చెల్లెలిని చూస్తున్న ఇంద్రమోహన్ పరుగెత్తుకు వెళ్ళాడు ఏమిట్రా అన్నట్టు చూచాడు.

"నాన్న కన్యాదానం చేయాలని కూర్చున్నారు. పెళ్ళి కొడుకు తండ్రి, ఆయన పినతండ్రి వస్తున్నారట. ఎదురు వెళ్ళమని అంటున్నారు."

"మంగళహారతి వద్దా?" చందు అడిగాడు. వియ్యాలవారి రాజసం చూస్తే మండిపోతోంది. ఉప్మాలో జీడిపప్పులేదని, కాఫీ పల్చగా ఉందని ఒకటే గోల. మనిషికో టవలు ఇవ్వలేదని, మేళాలతో పిలవలేదని అలక సాగించారు. ఇంద్రమోహన్‌కు ప్రపంచం అర్థం అవుతుంది. చందూకు ఇంకా అసహనము ఎక్కువ.

"రేపు మీ అన్న వివాహం కుదిరితే నువ్వూ ఫోజులు పెడతావు లేవోయ్..." చక్రం నవ్వాడు.

ఇంద్రమోహన్ జీపులోనుండి దిగిన వ్యక్తిని, అతడిని అనుసరించి వచ్చే పెళ్ళికొడుకు తండ్రిని చూచి క్షణం తెల్లబోయాడు. ధైర్యం కూడ దీసుకుని ముందుకు వెళ్ళాడు.

"నమస్తే తాతయ్యా.... నమస్కారమండీ. కన్యాదానం సమయానికి మీరు వస్తారో రారో అని కంగారు పడుతున్నాను" అన్నాడు.

తాతయ్య ముఖం చిట్లించి ముందుకు నడిచాడు.

"బాబాయ్! ఇతను పెళ్ళికూతురు అన్న. ముహూర్తాలు పెట్టుకునే రోజున నువ్వు సాగర్‌లో ఉన్నావ్."

తాతయ్య తుపాకి గుండు తిన్నంత ఉలిక్కిపడి ఇటుతిరిగాడు.

"ఏమిట్రా అబ్బాయ్..."

మళ్ళీ ఓసారి చెప్పాడు. ముసలాయన ముఖం ఎర్రగా మారిపోయింది. అసలే ఓఛాయ ఎక్కువుందాయె. ఆయన రూపాదేవి తాతయ్యే.

"అబ్బాయ్! నీకు పరువుగా బ్రతకాలని వుంటే ఈపెళ్ళి ఆపుచెయ్యి" అరిచాడు తాతయ్య.

"బాబాయ్!" ఆశ్చర్యంగా చూచాడు పెళ్ళికొడుకు తండ్రి.

"అవున్రా! వ్యభిచారిణి పొరుగయినా సహించమన్నారుకాని దొంగ పొరుగు ప్రమాదం అన్నారు" తాతయ్య తీక్షణంగా ఇంద్రమోహన్ వంక చూచాడు.

అతని ముఖం పాలిపోయింది. ఏం మాట్లాడగలడు? స్పృహలోకి వచ్చినట్టు తాతయ్య దగ్గరగా వెళ్ళాడు.

"తాతయ్యా! నన్ను క్షమించు. జరిగింది మీకు తెలియదు. అది ఈ రూపంలో శాపంగా మారుతుందనుకుంటే నిజం ఆనాడే చెప్పేవాడిని."

"ఏ నిజమయ్యా! ఏ పరిస్థితిలో దొంగతనం చేశావో చెబుతావా?" వెటకారంగా అడిగాడు.

"కాదండీ! మీరు పూర్తిగా అపార్థం చేసుకున్నారు...."

"ఏందయ్యా నంగిమాటలు, దొంగచూపులు, మా బాబాయ్ ఊఁ అనందే కన్యాదానం జరుగదు, ఈ పెళ్ళి జరుగదు."

"అలాగే. తప్పు నాదేమయినావుంటే శిక్షించండి. నేను దొంగతనం చేయలేదు. చూస్తుండగా ఎవరు చూచారు?" చాలా దీనంగా అడిగాడు.

'ఓహో! చాలావరకు వచ్చిందే వ్యవహారం! నా మనుమరాలు నిప్పయ్యా నిప్పు. అది అబద్ధం ఆడుతుందా?"

"తాతయ్యా! ఆ నిప్పువల్ల ఇంత ముప్పు వస్తుందని తెలిస్తే ఆనాడే నిజం చెప్పించేవాడిని..."

ఈ గోలకు అందరూ చుట్టూ పోగయ్యారు విషయం విన్నారు.

"ఇంద్రమోహన్, పెళ్ళికూతురి అన్న, మావాళ్ళ దగ్గర జీతంకి వుండి దొంగతనం చేశాడట. దొంగ చెల్లెల్ని చేసుకోవల్సిన ఖర్మ మాకేం పట్టలేదు."

"ఏమిట్రా కూశావ్! మా అన్నదొంగా!" చందూ దెబ్బతిన్న బెబ్బులిలా ముందుకు ఉరికాడు. చక్రం పట్టుకున్నాడు.

సినిమాలో చూపినట్టుగా అందరూ ఇంద్రమోహన్‌కు దొంగ, దొంగ అనలేదు. ఏదో వినరాని మాట వింటున్నట్లు చూస్తున్నారు. రామలింగం కూడా పందిరి దగ్గర నుండి వచ్చాడు.

"ఇంద్రా! ఏమిట్రా?"

ఏమని జవాబు ఇస్తాడు. కర్తవ్యవిముధుడిలా చూచాడు.

"ఎొక్కడో పొరపాటు పడ్డారండీ! దొంగతనం సంగతి అటుంచండి, తనది తను చూచుకోలేదు. ఇంతప్పటినుండి ఎరుగుదుము" అన్నారు చుట్టుప్రక్కలవారు. దూరంగా నిలబడ్డ శోభన్ కూడా కెమెరా భుజానికి వేసుకుని వచ్చాడు.

"తాతయ్యా! ఇంద్రుడిది తప్పయితే, వాడి చెల్లెలు ఏం చేసింది? నా మాట వినండి" విశ్వం వెళ్ళాడు.

"వాడు తీసిన డబ్బెంతో మేం ఇస్తాం...." చక్రం వంతపాడాడు. పెళ్ళి కుమారుని తండ్రి కాదంటే, కాదని మొండికేశాడు.

"మా ఇంద్రుడు దొంగా? రామలింగం తల తిరిగిపోయింది.

"ఇంద్రుడు, చంద్రుడు నీకు అనిపిస్తాడు. మాకు తెలుసు."తాతయ్య కంఠం దృఢంగా ఉంది.

"మావాడు దొంగతనం చేశాడని నిరూపించవయ్యా! ఏదో మనసులో పెట్టుకుని వాగుతున్నారు." స్యామ్‌సన్ వచ్చాడు.

"స్యామ్! నువ్వుండు. తాతయ్యా! ఏ పరిస్థితుల్లో చెయ్యని నేరం అంగీకరించానో, మీ మనవరాలు రూపాదేవి ముందే నిరూపిస్తాను. నన్ను నమ్మండి."

"ఉహుఁ! మీరేం చేసినా మాకొద్దీ సంబంధం! ఆడపిల్ల అనే జాలితో అమ్మాయి నిజం దాస్తుందని మీరు గ్రహించారు" నిక్కచ్చిగా అన్నాడు ఆ పెద్దమనిషి.

"ఏమండీ! ఇది పెళ్ళిఅనుకుంటున్నారా, పిల్లల ఆట అనుకుంటున్నారా! ఆడపిల్ల పెండ్లికని ఇల్లు కూడా అమ్మారు" ఊరివారు వాదించారు.

"వాళ్ళు ఇల్లే అమ్ముకున్నారు. ఈ అన్న గుణంలో ఏ కొంత ఆ పిల్లకబ్బినా మేం పరువే అమ్ముకోవాలి. వాడికి మినిష్టర్లతో దోస్తీ.....

"ఏయ్! ముసలీ! నువ్వూ మీ మినిష్టర్లు గంగలో దూకండి. మా అన్నను ఒక్క మాటన్నా మర్యాద దక్కదు" చందు గింజుకుంటున్నాడు.

"భగవంతుడా!" కుమిలిపోతూ చేతులు జోడించాడు రామలింగం, గోడ ఆసరాగా చేసుకుని నిలబడ్డాడు.

"మళ్ళీ జన్మంటూ ఉంటే, మధ్య తరగతి ఆడపిల్ల తండ్రిగా మాత్రం పుట్టించకు...." ఏడ్చాడు.

"నాన్నా! మీరూరుకోండి..." ఇంద్రమోహన్ కంగారుగా తండ్రిని తీసుకువెళ్ళి, వరండాలో కుర్చీలో కూర్చోబెట్టాడు. అమాయకంగా, ఎప్పుడూ నవ్వుతూ, చీకూ చింతా లేకుండా తిరిగే తండ్రికి ఇదో పెద్ద దెబ్బ!

"నాన్నా! మీరేం కంగారు పడకండి. ఈ అంతర్నాటకం త్వరలోనే ముగుస్తుంది" పెదవి కొరుకుతూ.

"పూర్ణ... పూర్ణ తల్లి...." ఆయన ఆవేదన అశ్రురూపంలో బయటపడింది.

"పూర్ణకేం ఫరవాలేదు. మీరు బాగుంటే నాకు ధైర్యంగా వుంటుంది నాన్నా" అన్నాడు. తండ్రికి ధైర్యం చెప్పి పందిరివైపు చూచాడు. తల వంచుకుని క్రింద పెదవి కొరుకుతూ కూర్చుంది పూర్ణ. చుట్టూ వున్నవాళ్ళ మాటలు అతడిని చూడగానే ఆగిపోయాయి. జయమ్మ పందిరిగుంజ కానుకుని నిలబడింది. ఆమె బలవంతంగా కన్నీరు ఆపుతుందని ఆమె వాలకం చెబుతోంది. పలుకరిస్తే ఓదారుస్తూ ఒక్కమాటంటే కన్నీరు జలజల రాలే ప్రమాదం వుందని మాట్లాడక మళ్ళీ పెద్దలున్న చోటికి వచ్చాడు. అప్పటికే కొందరు బంధువులు టూరిస్ట్ బస్ ఎక్కారు. కొందరు ఊరివారు, స్యామ్ వెళ్ళి పొగరుగా చాలైంజ్ చేస్తున్నారు.

"వివాహం కాకుండా మీరీ ఊరు దాటలేరు."

"ఏమిటయ్యా జబర్దస్తీ! ఏంచేస్తారేం? అటువైపు బంధువు అడిగాడు.

"మళ్ళీ యిలాంటి అవకతవక జరుగకుండా బుద్ధిచెబుతాను" అన్నాడు స్యామ్.

"మనసులో ఏదో వుంచుకుని, దొంగతనాలు అంటగట్టే మీకు గట్టిగా బుద్ధిచెబుతాం" అంటున్నాడు చందు.

అప్పుడే రూపాదేవి ఫియట్ వచ్చి ఇంటిముందు ఆగింది. చారల పేపర్ చుట్టిన పొట్లాం పట్టుకుని దిగింది.

"ఏమిటిదంతా?" అందరిని అడిగినట్టే అడిగింది. ఎవరు జవాబు చెప్పలేదు.

"తాతయ్యా! మీరెప్పుడు వచ్చారు?" తాతయ్య దగ్గరకు వెళ్ళింది. అతను మనుమరాలు వీపు నిమిరాడు.

"నువ్వెలా వచ్చావమ్మా ఈ నీతిమాలినవాళ్ళ పెళ్ళికి?" ఆయన తనేదో ఘనకార్యం చేసినట్టు జరిగిన విషయాలు చెప్పాడు. ఆమె రక్తం గడ్డకట్టుకు పోయినట్టు అయింది. ఇంద్రమోహన్ వంక చూచింది. అతను ఆమెనే తీక్షణంగా చూస్తున్నాడు. ఇద్దరి చూపులు లిప్తకాలంపాటు కలుసుకుని విడిపోయాయి. రూపాదేవి వెంటనే తాతయ్యవైపు తిరిగింది.

"తాతయ్యా! అతను దొంగకాదు. నేనే పొరపాటు పడ్డాను. ఆ విషయము నీకు చెబుదామంటే నువ్వు రాలేదు. నా పొరపాటు అంగీకరించాలనే ఈరోజు వచ్చాను" అన్నది ప్రాధేయపడుతూ.

"తమరేనాండి మావాడిపై ఇంత పెద్ద నేరంమోపింది" స్యామ్‌సన్ తీక్షణంగా రూపను అడుగుతుంటే విశ్వం, చక్రం ముఖాలు చాటుచేసుకున్నారు.

"స్యామ్..." ఇంద్రమోహన్ స్నేహితుడిని వెనక్కు లాగాడు.

"రూపా! నువ్వు నిజంగా అంటున్నావా, ఒక అమాయకురాలు...."

"లేదు తాతయ్యా!నీమీద ప్రమాణంచేసి చెబుతున్నాను. పొరపాటు, తొందరపాటు నావి. తొందరపడటానికి ఆస్కారం ఇచ్చింది, ఆయనే" అన్నది.

మరి కాసేపు చర్చలు జరిగాక, పెళ్ళికొడుకును పందిట్లోకి తెచ్చారు. అందరి ముఖాలలో ఆందోళన తగ్గింది. అంతవరకు పెదవిరక్తం వచ్చేలా కొరుక్కున్న పూర్ణ చటుక్కున లేచింది.

"అన్నయ్యా!"

"ఏమిటమ్మా!" కంగారుగా వెళ్ళాడు.

"నాకీ పెళ్ళి ఇష్టంలేదన్నయ్యా" అన్నది దృఢంగా.

"పూర్ణా! రామలింగం కూడా లేచివచ్చాడు.

"అవును నాన్నా! ఇందరి దయాభిక్షతో జరిగిన పెళ్ళి, పెళ్ళికాదు ఉరితాడు బిగింపు. శాశ్వతంగా ఖైదు..." ఆమె కన్నీరు కార్చింది.

"ఓహో" మగపెళ్ళివారు తమ అభిమానం దెబ్బతిన్నదని చిందులు వేయసాగారు. పూర్ణ చలించలేదు. ఈ తరం యువతిగా ధైర్యంగానే నిల్చుంది.

"అన్నయ్యా! నన్ను అర్థం చేసుకో. డబ్బిచ్చి ఈ బానిసత్వం కొనుక్కోలేను. ఇంత ఎదిగినా నాన్న దిగమంటే పెళ్ళిపీటలమీద నుండి దిగడం, కూర్చో అంటే కూర్చునే ఈ మరబొమ్మను నేను చేసుకోలేను." చేతులు జోడించింది. పూర్ణ వణికిపోతుంది.

"పూర్ణా!" ఇంద్రమోహన్ చెల్లెలి భుజాలచుట్టు చేయి వేశాడు.

"అన్నయ్యా..." అన్నది కన్నీరు ఒత్తుకుంటూ.

"ఇంద్రా! ఇదేం విపరీతంరా! పరువుగల వారెవరూ మన గడప త్రొక్కరు." రామలింగం వణికిపోయాడు.

"వద్దు నాన్నా! పూర్ణ అమాయకురాలు కాదు. అది అన్నీ ఊహించే అన్నది. ఈ విషయాలు ఎత్తి రోజూ ఆమె జీవితం నరకం చేస్తుంటే రోజు రోజు మరణించేకంటే, పోషించలేని స్థితివస్తే ఒక్కసారి ఇంత విషం యిద్దాం" అన్నాడు నిదానంగా.

"ఓహో! పోనీలే అని దయతలిస్తే మాలావు మాటలంటున్నావు. నువ్వే పొమ్మన్నావ్! కట్నం అడ్వాన్స్ అయిదువేలలో ఒక్కపైసా రాదు" పెళ్ళికొడుకు తండ్రి హుంకరించాడు.

"మాకా సంగతి తెలుసు. వెళ్ళి మా పేరుమీదుగా అయిదువేలు పెట్టి గాజులు చేయించివేయండి మీ అబ్బాయికి." చందు అన్నాడు.

"వెళ్ళిపొండి! మా అదృష్టం తీసుకువెళ్ళరుగా. మా నాన్న అర్థం లేని దానాలు ఎన్నో చేశాడు. అందులో యిదొకటి" అన్నాడు ఇంద్రమోహన్. బిలబిలమంటూ అందరూ టూరిస్ట్ బస్‌వైపు నడిచారు. సర్దుకోవటానికి తంటాలు పడుతున్నారు. తాతయ్య అప్రతిభుడయినట్టు నిలబడిపోయాడు. అతనికి ఇంకా మనుమరాలి మాటలు నమ్మదగినవిగా అనిపించలేదు.

"ఇంద్రమోహన్‌గారూ! ఈ వివాహం ఆగిపోయిందని విచారించకండి. అంత అనుమానంవున్న మనుష్యులతో అమాయకులు, అంతరాత్మ వున్నవారు కాపురం చెయ్యలేరు." శోభన్ ఓదార్చాడు.

"ఈ ఆశయాలు, ఆలోచనలు బాగానే వున్నాయి బాబూ, ఆచరించేది ఎవరు? ఏ తప్పు జరిగినా ఆడపిల్ల మెడకే ఉరి." రామలింగం బాధగా నుదురు రాచుకున్నాడు.

"నిజమేనండీ! ఇలాంటి యువకులు వేదికలెక్కి నోరు నొప్పిపుట్టే వరకు ఉపన్యాసాలిస్తారు. ఆచరణకు వచ్చేవరకు తప్పుకుంటారు." కవ్వింపుగా అన్నది రూపాదేవి.

"డాక్టరుగారూ!" దెబ్బతిన్నట్టు చూచాడు శోభన్.

"ఏం పొరపాటుగా అనలేదే. యిప్పుడు ఆ అమ్మాయిని, ఆమె అన్నను అభినందిస్తారు. మీకు మాత్రం లక్షల కట్నం కావాలి."

"చాలా బాగా అంచనా వేశారండీ."

"నా అంచనాలు యెప్పుడూ తప్పవు. ఇన్ని ఆదర్శాలు వల్లించకపోతే ఆ అమ్మాయికేంలోటు! వివాహం చేసుకోరాదూ!.... ఉహుఁ!" అక్కడ మళ్ళీ అంతస్తు, ఆస్తీ అన్నీ గుర్తుకు వస్తాయి" నవ్వింది హేళనగా.

శోభన్ గడ్డం రాసుకుంటూ నిల్చున్నాడు. చందూ అక్కను లోపలికి తీసుకువెళ్ళాడు. ఇంద్రమోహన్ తల్లి, తండ్రిని ఓదారుస్తున్నాడు.

"వెళ్లొస్తానండీ..." రూపాదేవి దగ్గరగా వెళ్ళింది.

"జీవితాంతం మరువలేని మేలు చేశారు ధన్యవాదాలు." ఇంద్రమోహన్ కళ్ళు చింతనిప్పుల్లా మెరుస్తున్నాయి.

"మీరు వెటకారంగా ధన్యవాదాలు చెప్పినా, మీరు చేసిన మేలుకు హృదయ పూర్వకమయిన ధన్యవాదాలు" అని గిర్రున తిరిగి తాతగారిని తీసుకుని వెళ్ళిపోయింది.

23

అన్నయ్యా! అమ్మా, నాన్న యింత బాధపడతారని తెలిస్తే బలిపశువులా పీటలమీద కూర్చునేదాన్ని" అన్నది పూర్ణ.

అతను ఎదిగిపోయిన చెల్లెలివంక ఆశ్చర్యంగా చూచాడు. నీరసంగా నవ్వాడు.

"వారికి మనకు మధ్య ఒకతరం తేడా వుంది పూర్ణా. స్యామ్ అందరికి భోజనాలు పెడుతున్నాడు. చూచివస్తాను" ఇంద్రమోహన్ లేచాడు.

"మీరు మన్నిస్తే ఒకమాట చెప్పాలని వచ్చాను ఇంద్రగారూ!" శోభన్ లోనికి వచ్చాడు. అతని మాట తీరులో ఏదో తేడా కనిపెట్టాడు.

"ఏమిటి శోభన్!"

"మీ పూర్ణకు నేను నచ్చితే, ఆమెను వివాహం చేసుకుంటాను."

"శోభన్!" ఆశ్చర్యంగా చూచాడు.

"అవును. మీ పూర్ణ దృష్టిలో నేను హనుమంతుడికి అన్నను. అయినా ఆమె అంటే నాకిష్టమే."

"ఏం పూర్ణా!...." ఇంద్ర అడిగాడు చెల్లెలిని.

"నాపై ఎవరూ జాలిపడక్కరలేదు." గోడవైపు ముఖం తిప్పింది పూర్ణ.

"అదేమిటో నువ్వే తేల్చుకో శోభన్. అవతల స్యామ్ ఒక్కడూ అవస్థ పడుతున్నాడు. విస్సీ, చక్రం చెక్కేసినట్టున్నారు" ఇంద్రమోహన్ బయటికి వెళ్ళాడు.

"పూర్ణా! నిజంగా నేను జాలిపడి చేసుకుంటానని అనుకుంటున్నావా? నీవు ఎప్పుడో నచ్చావు. నీ వ్యక్తిత్వం ఈరోజు చూచాను. నేను నీకు నచ్చానని తెలుసు..."

"ఎలా తెలుసు!" చురుకుగా చూస్తూ ఇటు తిరిగింది.

"చెప్పనా!" నవ్వాడు.

ఆమె తల వంచింది.

"నాగార్జునసాగర్‌లో నేను వస్తుంటే, వెడుతుంటే చూచే దొంగచూపులు, అన్నపేరుపెట్టి కాఫీలు, టీలు అందివ్వటం..."

"చాల్లెండి, గొప్ప రిసర్చి...." తనూ నవ్వింది.

"అంగీకారమేనా!"

"మీవాళ్ళు అంగీకరిస్తారా!"

"మీవాళ్ళు అంగీకరించినా కాదని వరుడిని వాపసు పంపిన నెరజాణవు నువ్వే అనుకోకు. మావాళ్ళు కొంత అయిష్టత ప్రకటిస్తారు. అది వేరే విషయం..." అన్నాడు.

"కాంగ్రాట్స్ మైడియర్‌బాయ్! గాడ్ మేబ్లెస్ యు..." ఆనందంగా వచ్చాడు స్యామ్.

అరగంటక్రితం శోకదేవతకు మారుపేరులావున్న పరిసరాలు ప్రాణం పోసుకున్నట్టు కలకలలాడాయి. బాజాలు భజంత్రీలు మ్రోగాయి. చుట్టుప్రక్కల వారు సంతోషంగా వచ్చారు.

ధోవతి లాల్చివేసుకుని,, పెళ్ళికొడుకుగా తయారయిన శోభన్‌ను గౌరవం, ప్రేమ ఉప్పొంగిపోగా కౌగిలించుకున్నాడు ఇంద్రమోహన్.

"ఒరేయ్! ఆ ఛాన్స్ అమ్మాయికి వదిలెయ్యరా..." స్యామ్ అరిచాడు. అందరూ నవ్వారు.

"నాది బస్సు ఆలస్యంగా రావటం నా అదృష్టంరా. లేకపోతే రోనా, ధోనా హమ్ నహీ జాన్‌తే..." పాషావచ్చి, శోభన్ తలకుతురాయి చుట్టాడు.

"బాబూ! ఆత్మీయత అంతా ఒక్కటే! మాకు చెప్పకుండా ఇంద్రుడు పెళ్ళి చేసుకున్నా మాకు బాధగానే వుంటుంది. అమ్మా, నాన్నా ఏమంటారో..." రామలింగం ఇబ్బందిగా చూచాడు.

"నాగార్జునసాగర్‌లో పూర్ణను, ఇంద్రమోహన్‌గారిని చూచాక, నేనో నిర్ణయానికి వచ్చానండి. మావాళ్ళతో ఆ మాటంటే పాతికవేల కట్నంలేనిదే, మాట్లాడవద్దన్నారు. వాళ్ళను ప్రసన్నులను చేసుకుని అంగీకరింపజేయా లనుకున్నాను. ఈ లోగా పూర్ణ వివాహానికి శుభలేఖ వచ్చింది."

"ఊఁ.... నీ బాధ అర్థం అయింది. అందుకే ఈ విధంగా భగవంతుడు అనుగ్రహించాడు. పద..." స్యామ్ చెయ్యిపట్టి తీసుకువెళ్ళాడు.

"ఇంద్రా! ఆలస్యం అయింది. మంచి ముహూర్తం వుందో లేదో."

"సంకల్పం కల్గినప్పుడే మంచి ముహూర్తం అంకుల్" అన్నాడు స్యామ్.

"నిజం... మంచివాడ్కి మంచి బుద్ధి కల్గినప్పుడే మంచి సమయ్..."

"ఒరేయ్ పాషా! మంచివాడ్కి ఎప్పుడూ మంచిబుద్ధే వుంటుంది. వెళ్ళి విస్సిగాడిని, చక్రంను పట్టుకురా." ఇంద్రమోహన్ ఆదేశించాడు.

అయిదారు గంటల ఆలస్యంగా పూర్ణ, శోభన్‌ల వివాహము వైభవంగా జరిగింది. రామలింగం ఆనందం ఇంతా, అంతా కాదు. వధూవరులు పందిట్లోనుండి లేస్తుండగానే, అతను ఓ టాక్సీ తీసుకువచ్చాడు.

"ఏమిటి నాన్నా!" ఇంద్రమోహన్ ఆశ్చర్యంగా చూచాడు.

"మాట్లాడకవెళ్ళి, శోభన్ తల్లిదండ్రులతో ఆశీర్వాదం పొంది, వారందరిని తీసుకుని రండిరా."

"అలాగే నాన్నా" అన్నాడు. చందూ కూడా తయారయ్యాడు. శోభన్ ఇబ్బందిగా చూచాడు.

"మేం వెడతాం. మా నాన్నగారి ఆశీస్సులు మేమే అందుకుంటాం. మీరెందుకు?"

"మీ బావం అర్థం అయింది బావగారూ. తిడితే మీతోపాటు మేం భరిస్తాం..." అన్నాడు చందు. వీరుడిలా, అందరూ ఆనందంగా కులాసాగా కబుర్లు చెప్పుకుంటూ, శోభన్ వూరు చేరారు. శోభన్ భయపడినట్టే అయన తండ్రి అగ్నిహోత్రుడయ్యాడు.

"కనీ, పెంచి, పెద్దచేసిన వారికంటే నీకు ప్రేమ, ప్రేమించిన పిల్ల పెద్దగా కనిపించారట్రా! వెళ్ళరా... వెళ్ళు, నాకు కొడుకే పుట్టలేదనుకుంటాను" ఆయన ధోవతి కొస చేతిలో పట్టుకుని చిందులేస్తున్నాడు.

"నాన్నా నా మాట విను..."

"వింటాన్రా! ఇంకా వినవలసినవి చాలా వున్నాయి. చదివేస్తే వున్న మతి పోయిందట...."

"మామయ్యగారూ!" ఇంద్రమోహన్ వెళ్ళి మృదువుగా అర్థించి చేతులు జోడించాడు.

"వివాహమంటే జీవితాంతం కలిసివుండే బంధం. మీరు అనుకున్నంత కాకపోయినా కట్న కానుకలకేం లోటుచేయం. మొదట అమ్మాయిని ఇంట్లోకి రానివ్వండి" అన్నాడు ప్రాధేయపూర్వకంగా.

అతను ఒకసారి నిశితంగా చూచి లోపలికి దారి వదిలాడు. అంత వరకు విచారంగా నిల్చున్న అతని భార్య వచ్చి అతడిని ఆహ్వానించింది. పూర్ణ చెయ్యిపట్టి లోపలకు తీసుకువెళ్లింది. శోభన్ చందువైపు చూచాడు.

"ఇంతాచేస్తే నేనే పరాయివాడిని అయినట్టున్నాను."

"మా ఇంద్రన్న దగ్గరున్న ఇంద్రజాలమే అది. మనుషుల్ని మచ్చిక చేయటంలో ఫస్టు! మనము వెళ్దాం పదండి" వెనకాల వాళ్ళు వెళ్ళారు. పూర్ణ కళ్ళతోనే పాదాభివందనం చేయాలని సూచించింది.

ఇద్దరూ నమస్కరించారు. ముఖం గంటు పెట్టుకునే ఆశీర్వదించారు. ఆమె చాప వేసింది. ఆయన ధోవతి కొసలాల్చి జేబులో దూర్చాడు.

"చూడయ్యా, నీపేరు తెలియదు. మేం డబ్బుకు కక్కుర్తిపడే రాక్షసులం కాము, కఠినాత్ములం అంతకంటేకాము. మధ్యతరగతి కుటుంబీకులం. ప్రతిదానికో ప్రణాళిక వేసుకుంటాం. మెడిసన్ చదివించాలంటే మాటలా? అప్పు, సప్పు చేశాం. ఆ అప్పు తీర్చటం అత్యాశా! సాంఘిక దురాచారమా?" అన్నాడు శోభన్ తండ్రి.

ఉన్నవారంతా బీదపలుకులు పలుకుతారని తెలుసు. ఇప్పుడేం అన్నా లాభంలేదని ఆయన అన్నదానికల్లా తందాన అన్నాడు.

"ఆశయాలు మంచివేననుకో. ఆచరణ కొచ్చేసరికే చిక్కు. ఈ సంఘం ఉంది చూశావ్, అబ్బాయికేం వంకో అంటారు" ఆయన వాదన కాదనలేదు. తను ప్రత్యక్షంగా అలాంటి నింద మోసుకున్నాడాయె.

"మామయ్యా! మా మాట మన్నించి, మా అమ్మాయికి ఆశ్రయం ఇచ్చినందుకు ధన్యవాదాలు, ఈ అయిదు వేలుంచుకొండి. వీలునుబట్టి మిగతాది సర్దుతాను" అన్నాడు.

"ఆc! ఇవ్వన్నీ ఇప్పటి మాటలు, రెండు మూడు నెలలకు రంగడెవరో, రాకాసి యెవడో?"

"నాన్నా...." శోభన్ ఏదో అనబోయాడు.

"శోభన్! ఈ విషయంలో నువ్వు కలుగజేసుకుంటే నాపై ఒట్టే. మేమిద్దరం వధూవరుల తరపు పెద్దలం" అన్నాడు.

"అబ్బాయి ఇస్తానంటున్నాడుగా తీసుకోండి" అతని భార్య అన్నది.

అతను డబ్బు తీసుకుని దాచాడు. అందరూ పెద్దపూర్ వచ్చారు. వ్రతాలు, విందులు, లాంఛనాలు అయిపోయాయి. వియ్యాలవారిని సకల మర్యాదలతో సాగనంపారు.

"మామయ్యా! పాతికవేలు కాకపోయినా పదిహేను వేలు త్వరగానే తెస్తాను" బస్స్టాండులో హామీ ఇచ్చాడు ఇంద్రమోహన్.

శోభన్, పూర్ణ ఇక్కడే ఉన్నారు. ఇంద్రమోహన్ డ్యూటీలో జాయిన్ అవటానికి తయారయ్యాడు. కొండంత కష్టము వచ్చినట్టే వచ్చి గోరంతలో తేలిపోయినందుకు సంతోషంగా ఉంది.

"అక్కయ్యా! హనీమూన్కు వెడతారుటే!" చందు అడిగాడు.

"ఏరా! నీకు రావాలని ఉందా?" వెక్కిరిస్తూ అడిగింది.

"పెద్ద నీకే పెళ్ళి అయినట్టు! నా పెళ్ళి అయిన్నాడు, నేను వెడతాన్లే..." మూతి ముడిచాడు చందు.

ఇంద్రమోహన్ తల్లికి చెప్పి ఆరువందలు శోభన్కు ఇచ్చాడు. ఆ డబ్బు పూర్ణకు బంధువులు చదివించింది.

"ఊళ్ళు తిరగటానికి ఈ చిన్న మొత్తం సరిపోదుకాని, ఏదో ఒక ఊరు, ఏకాంతంగా గడపటానికి చాలుతుంది. బెంగుళూరో, మైసూరో వెళ్లిరండి."

"ఈ గదిలో కూర్చుంటే ఏకాంతంగానే ఉంది అన్నయ్యా" అన్నది పూర్ణ తీక్షణంగా. అతను యెంత దాచిపెట్టాలని చూచినా, అతను ఏదో ఇస్తానని అనందే అత్తమామలు అంత సంతోషంగా వెళ్ళరని పూర్ణకు తెలుసు.

"నేను డబ్బు నీకోసం ప్రత్యేకంగా తేలేదమ్మా. ఏదయినా కొనుక్కొమ్మని అందరూ నీకు పెట్టిన డబ్బే" అన్నాడు. ఆ మర్నాడు నూతన దంపతులను హైద్రాబాద్ బస్ ఎక్కించి తేలికగా నిట్టూర్చాడు. అన్నీ మన చేతిలో ఉన్నాయి అనుకుంటాడు మానవుడు. కాని అందరికి అతీతమైన శక్తి ఏదో ఉంది, అనుకున్నాడు.

ఇంటికి వచ్చాడు. రామలింగం హాల్లో పచార్లు చేస్తున్నాడు.

"ఇల్లు కొన్నతను వచ్చాడురా, ఇంద్రా! ఈ శ్రావణమాసంలో గృహప్రవేశానికి మంచి ముహూర్తాలు ఉన్నాయట."

"మనము ఆషాఢమాసంలోనే ఖాళీ చేస్తామని చెప్పకపోయావా?" అన్నాడు.

"అంత నిశ్చింతగా అంటావ్! చిన్నాడికింకా సీటు రావాలి."

"అదే వస్తుంది నాన్నా. చందూ, ఒరేయ్ తమ్ముడుంగారూ!"

"వస్తున్నాను అన్నయ్యా" లడ్డు తింటూ వచ్చాడు.

"ఏరా! పూర్ణ పెళ్ళి మొదలుపెట్టిన నాటినుండి నువ్వు అన్నంమానేసి లడ్లే తింటున్నట్టున్నావ్!"

"మరే! తినకపోతే అమ్మ ఉంచుతుందా? అలా వీధిలో వెళ్ళేవారిని పిలిచి పెడుతుంది" అన్నాడు నిష్ఠూరంగా.

"అదే చేత్తో అయిపోకముందే నాకో రెండు పెట్టరా. నేనింతవరకు రుచి చూడలేదు" అన్నాడు మఠం వేసుకుని ఇంటిముందున్న అరుగుమీద కూర్చుంటూ. తల్లి ప్లేటులో లడ్లతోపాటు మరిన్ని ఫలహారాలు తెచ్చింది.

"అవునూ, హాస్టల్లోకంటే ఈ ఒక్క సంవత్సరం చక్రం తమ్ముళ్ళతో గదిలో సర్దుకుంటావా చందూ?" లడ్డు తీసుకుని అడిగాడు. చందు ఆలోచనలో పడ్డాడు.

"అది కాదన్నయ్యా, చదువు సాగుతుందా?"

"మొదటి సంవత్సరం చూడు. సాగదనుకుంటే రెండవ సంవత్సరములో హాస్టల్‌లో చేరి చదువుకుందువుగాని."

"అలాగే అన్నయ్యా" అన్నాడు. చందు. అతను మారాం చెయ్యటానికి ఆస్కారమేలేదు. కొందరు పిల్లలు వేరు కుటుంబం వేరు అన్నరీతులలో ప్రవర్తిస్తారు. ఇంద్రమోహన్ తనకు సమయమున్నా అన్నీ తమ్ముడిచేతే వ్రాయిస్తాడు.

"నాన్నా! నేను డ్యూటీలో జాయిన్ అయ్యాక వారంరోజుల్లో ఇల్లు చూచుకుని ఉత్తరం వ్రాస్తాను. తమ్ముడిని పంపించి మీరు వచ్చెయ్యండి. గుండిగలు, తప్పేలాలు, మంచాలు మాత్రం ఎవరింట్లోనైనా సర్దండి" అని తల్లి, తండ్రికి చెప్పాడు.

"అవన్నీ ఎందుకు అమ్మిపారెయ్యక." చందూ అన్నాడు.

"మేం పాతబడ్డాంరా, మమ్మల్ని అమ్మిపారెయ్యండి" కోపంగా చూచాడు రామలింగం.

ఇంద్రమోహన్ తండ్రిని జాలిగా చూచాడు. అతను ఇంటిమీద, వస్తువుల మీద ఎంత మమకారం పెంచుకున్నాడో తను ఎరగందికాదు. మాట మార్చి, మరేదో చెప్పాడు.

"ఇంద్రా! నల్గొండ నుండి ఓ స్నేహితుడు ఉత్తరం వ్రాశాడురా. అమ్మాయి బి.ఇడి. పాసయిందిట. కట్నకానుకలు యివ్వకపోయినా ఇద్దరూ కలిసి సంపాదించవచ్చు...."

"అవును సంపాదించవచ్చు నాన్నా! ఈ కాలం పిల్లలు వివాహం కాగానే మొగుడ్ని కొనేశాం అనుకుంటారు. ఆ తరువాత మీ స్థానభ్రంశం, చందుగాడి చదువాగిపోవటం తప్పదు. మరో మూడేళ్ళు ఓపికపట్టు...." అన్నాడు మధ్యలోనే. అదీ నిజమే అనిపించింది.

"నిజమేరా! నీ ఆలోచనే బావుంది" అన్నాడు. ముందున్న ఫలహారం మీద దండయాత్ర సాగించాడు ఇంద్రమోహన్.

24

డౌన్ క్రిందివైపు గుడి దాటుకుని వెళ్ళి నీళ్ళుపడే దగ్గర నిల్చున్నాడు. మీద చదునుగా వున్నచోట ఏదో షూటింగ్ జరుగుతున్నట్టుంది. జనం విరగబడి పోతున్నారు. ఆ సంగతి తెలియకవచ్చాడు ఇంద్రమోహన్. షూటింగ్ వాళ్ళ తిప్పలు వాళ్ళకున్నాయి. అటువంటి స్థలంలో షూటింగ్ అంటే రిస్క్‌తో కూడినపని. వాళ్ళ యిబ్బందులు గమనించకుండా తమ అభిమాన హీరోను చూడాలని జనం పడే తాపత్రయం చూస్తుంటే నవ్వు వస్తుంది. నీళ్ళు పడుతుంటే గమ్మత్తుగా వుంది. ఇంద్రధనస్సులోని ఏడురంగులకు తన జీవితాని కేదో పోలికవుంది. ఈ వూరు వచ్చి వారం రోజులు అయినా తనింకా రూపను చూడలేదు. ఎందుకో మనసు వెళ్ళాలని ఆత్రుత పడుతున్నా, కాళ్ళు కదలటంలేదు. ఆమె స్నేహము మల్లెపూల సౌరభం! ఆమె చెలిమి గులాబీల పరిమళం!

తనేదో తమాషాకు వ్రాస్తే, ఆమె దొంగ అన్నది. ఇద్దరిది ఒకరిపై ఒకరికి చెల్లిపోయింది. వెళ్ళాలా, వద్దా? తనీ ఊళ్ళో ఉద్యోగం చేస్తున్నట్టు తెలియదా!

తను మనసులో ఏదో దాచుకున్నప్పుడు తను వెళ్ళి పలుకరించడం బాగా వుండదేమో!

"సార్...సార్ నిమ్మకాయరసం కావాలా?" బండివాడు అడిగాడు. తలెత్తి చూచి, ఆశ్చర్యంగా నిలబడిపోయాడు. తల బుట్టలా అయిన పండుముసలి. ముష్టి యెత్తుకుని అయినా బ్రతకవచ్చు. అయినా కష్టపడి పని చేసుకుంటానని బండిని త్రోలుతున్నాడు. అలాంటివారికి చేయూత నివ్వాలి అనుకున్నాడు.

"ఓ గ్లాసు రసం ఇవ్వు" అన్నాడు.

అతను ఉత్సాహంగా, ఓ నిమ్మకాయచెక్క గ్లాసులో పిండి, చిటికెడు ఉప్పు వేసి, దాంట్లో ఓ సోడాకొట్టి పోసి ఇచ్చాడు. అది తీసుకుని నలభై పైసలిచ్చాడు.

"అయ్యా? పల్లీలు...." ఆశగా చూచిందో ముసలమ్మ.

"ఓ పావలావి ఇవ్వు" అన్నాడు. సోడాత్రాగి, పల్లీలు తీసుకుని ఆవిడకు పావలా యిచ్చాడు. దుమికే నీళ్ళు, నీటి తుంపర్లు, వాటి హోరు చూస్తూ క్రిందివరకు నడిచాడు.

"అయ్యా దండం...."

తల తిప్పాడు. 'లక్ష్మీనర్సింగ్ హోమ్' వాచ్‌మెన్ నిల్చున్నాడు.

"నీకు ఈ రోజు సెలవా?"

"ఒంట్లో బాగాలేదని వచ్చేశానయ్యా. కొత్తగా వచ్చిన మేనేజరుకు సీసాలు, చిరుతిండ్లు తెచ్చిపెట్టాలి. ఏమో బాబూ! మీరు వెళ్ళిపోయారు. ఆ ఆస్పత్రి కళే పోయింది. యాడి పన్లు ఆడనే ఆగిపోయినయి" అన్నాడు.

ఆపత్ బాంధవిలా ఆ సమయాన ఆదుకున్న రూపాదేవిని చూడకపోవటం తన దురదృష్టం.

"శ్రీహరిగారున్నారు కదా!"

"ఫారన్ వెళ్ళొచ్చాక అయ్యగారికి తీరికేలేదు. ఎప్పుడూ బొంబాయి మద్రాసు పట్టణాలు తిరుగుతుంటారు" అన్నాడు వినయంగా.

అతని కళ్ళముందు పూర్ణ వివాహానికి వచ్చిన రూపాదేవి అపురూప సౌందర్యం తళుక్కుమంది. అతడిలోని ఉత్సాహతరంగం తాడి ప్రమాణంగా లేచింది. నెమలిపింఛం రంగు జరీ బుటీల చీర, దానిపై పచ్చల హారం, వాలుజడ కాక ముడివేసుకుంది. అందంగా, హుందాగా ఉంది. ఒక్కక్షణం ఇద్దరి కళ్ళు కలుసుకున్నా, ఆ అందం తన హృదయ ఫలకంమీద ముద్రింప బడిపోయింది. పెళ్ళిలో గల్లంతు జరక్కపోతే తను తరువాత వివరాలన్నీ విశదీకరించేవాడు.

కాని ఆ గల్లంతు కాకపోతే పూర్ణ వివాహం శోభన్‌తో జరిగేదా!

"వస్తానయ్యా! మీ మీద దొంగతనము మోపిన పాపం ఊర్కెపోతుందా? అన్నీ దొంగతనంగా అందినకాడికి అందుకుంటున్నారు" అన్నాడు వెటకారంగా. అది వినలేకపోయాడు. అతనివంక తీక్షణంగా చూచాడు.

"అది కాదయ్యా! మంచి, చెడు ఉండాలికదా...." అన్నాడు తడబడ్డట్టు.

"ఊఁ...." ఓ రూపాయి కాగితం తీసి అతని చేతిలో పెట్టాడు. అతనికి ఉరుకుతున్న నీటిని చూచి ఓ నీటి బిందువు అయిపోవాలని కోర్కె కల్గింది. అలాగే నడుస్తూ చివరవరకు వెళ్ళాడు. ప్రప్రథమంలో కట్టిన ఆనకట్ట సగం కూలి కనిపించింది. మెల్లగా వెనుతిరిగాడు. అదే దారమ్మట యెన్నోసార్లు రూపాదేవి ఊరు వెళ్ళాడు. ఒక్కక్షణంలో జరిగే మార్పులకు అర్థం చెప్పలేము. అందుకే జీవితం క్షణభంగురం అన్నారు. ఇంటికి వచ్చేసరికి తల్లి, తండ్రి, పూర్ణ కూర్చుని ఉన్నారు.

"ఉత్తరం రాయలేదేం?" నొచ్చుకుంటూ తాళం తీశాడు.

"ఆదివారమే కదా అని వచ్చాం" అన్నారు.

"ఈ ఇల్లు చిన్నది. పైలాన్ కాలనీలో పెద్ద యిల్లు దొరుకుతుంది. అది తీసుకుని ఉత్తరం వ్రాయాలనుకున్నాను" వాళ్ళ సామాన్లు లోపల పెట్టాడు.

"చందూ వెళ్ళిపోయాడు. అల్లుడేమో చదువు అయ్యేవరకు అమ్మాయి నిక్కడే వుండమన్నాడట. ఏమోరా, ఏం తోచలేదు వచ్చేశాము." అన్నది జయమ్మ.

"ఏం పూర్ణా"! చెల్లెలివంక చూచాడు. ఆమె కళ్ళు దేదీప్యమానంగా వెలుగుతున్నాయా అన్న భ్రమ కల్గిస్తున్నాయి. ఎప్పుడూ అందమయినదే, అయినా ఆ అందానికి మెరుగు పెట్టినట్టు కనిపిస్తోంది. చెవులకన్న జూకాలకు బదులు రింగులు, జడవేసుకోవటంలో మార్పు స్పష్టంగా కనిపించాయి.

"ఏమిటన్నయ్యా అలా చూస్తావ్?" అన్నది పూర్ణ.

"మీ ఆయన ఎంత భాగం కొరుక్కుతిన్నాడోనని...."

"ఛీ...పో...." అవతలి గదిలోకి పారిపొయ్యింది పూర్ణ.

"చెల్లెలితో ఏమిట్రా హాస్యాలు!" జయమ్మ ముసిముసిగా నవ్వింది. మధ్యాహ్నం క్యారియర్ తెచ్చాడు. అందరూ భోజనాలుచేసి పడుకున్నారు. ఉన్న ఒక్క క్యాంప్ కాట్‌పై తండ్రి పడుకున్నాడు. తల్లికిరువైపులా పసిపిల్లల్లా కొడుకు, కూతురు పడుకున్నారు. పూర్ణ ఓ గంటసేపు అన్నతో కబుర్లు చెప్పింది. ఆ కబుర్లలో ఎక్కువభాగం తన భర్తను గురించే.

"తనకసలు కూరల్లో కొబ్బరివేస్తే గిట్టదు...." భోజనాలు అవుతుండగా చెప్పింది.

"తనంటే!..." అల్లరిగా అడిగాడు.

"తనంటే తెలియదా! ఫో. నేనుమాట్లాడను" మూతి ముడిచింది.

"అఁ.... చెప్పు. తనంటే శ్రీశ్రీ శోభన్‌గారు."

ఒక అయిదు నిమిషాలు మాట్లాడక వూరుకున్నారు. ఆ తరువాత మళ్ళీ చెప్పింది.

"ఆయనకు నీలం రంగంటే యిష్టంరా. మంచంపై దుప్పటి నలగ వద్దంటాడు."

ఆ కబురు, ఈ కబురుచెప్పి నిదురబోయింది. ఇంద్రమోహన్‌కు నిదుర రావటంలేదు.

"ఇంద్రా!"

"పిలిచారా నాన్నా!" లేచి కూర్చున్నాడు. తండ్రిని అంత గంభీరంగా యెన్నడూ చూడలేదు. పరీక్షగా చూస్తే ఆయన తలలో తెల్లవెంట్రుకల సంఖ్యే యెక్కువగా కనిపిస్తుంది. ముఖంలో ముడుతలు స్పష్టంగా కనిపించాయి. లేచివెళ్ళి తండ్రి ప్రక్కన కూర్చున్నాడు.

"ఇంద్రా! అల్లుడు తన చదువు అయ్యేవరకు పూర్ణను ఇక్కడే ఉండమన్నాడట. ఆ కట్నం డబ్బు యెలా సర్దగలం బాబూ!" అన్నాడు. అతని కళ్ళల్లో కొడుకుపై మోయలేని బరువు పడుతోందన్న బాధ స్పష్టంగా కనిపిస్తుంది.

"ఏదో ఒక మార్గం దొరక్కపోదు నాన్నా! ఒక ఆరునెలలు గడవనియ్యి, ఏదో చిట్‌ఫండ్‌లో చేరి, డబ్బు తెస్తాను" అన్నాడు.

"ఏమిటోరా! పట్నం మామయ్య ఓ సలహా ఇచ్చాడు."

"ఏమిటి నాన్నా?"

"తన తమ్ముడి కూతురు జానకిని చేసుకుంటే పాతికవేలు కట్నం ఇప్పిస్తాడట..." ఆశగా చూచాడు.

"నాన్నా! ఆ విషయము తరువాత ఆలోచిద్దాం. జీవితాంతం నా కట్నండబ్బు వాడుకున్నారన్న అపవాదు ఎందుకు? కాస్త ఊపిరి పీల్చుకోనివ్వండి" అన్నాడు.

"నీకు ధైర్యం ఉంటే చాలురా..." అన్నాడు.

ఈ మాత్రం బాధ్యతాయుతంగా తండ్రి ఆలోచిస్తే సంసారం యెప్పుడో బాగుపడేది. చేతులు కాలాక ఆకులు అన్నట్టుగా ఉంది.

తండ్రి కళ్ళు మూతలు పడ్డాక లేచి, సామాన్లు లోపలికి చేరవేశాడు.

"ఆఁ... పేరు తెలియదుగాని ఇక్కడే ఉంటున్నాడు..." ప్రక్కవాళ్ళమ్మాయి గొంతు వినిపించి బయటికి వచ్చాడు. అతని కళ్ళు వెడల్పు అయ్యాయి. అపనమ్మకంగా చూచాడు. రూపాదేవి వస్తోంది.

"నన్ను గుర్తు పట్టనట్టున్నారు...." కంటి కొసలలో కొంటెతనం మెరుస్తుండగా నవ్వింది.

"రండి...రండి... అమ్మా... పూర్ణా...." హడావుడిగా వాళ్ళను లేపేశాడు.

"ఏమిట్రా!" గుమ్మములో నిలబడిన రూపను చూడగానే జయమ్మ ముఖం ఉదాసీనంగా మారిపోయింది. ఆవులిస్తూ లేచి కూర్చుంది.

"ఇంకేం అవమానాలు మిగిలిపోయాయి తల్లీ!" అన్నది ఎంత నిదానంగా అనబోయినా, కంఠంలో కరుకుదనము కరకర లాడింది. రూప అభిమానపడలేదు.

"అమ్మా!" ఇంద్రమోహన్ కంగారుగాచూచి, ఉన్న ఒక్క కుర్చీ ముందుకు జరిపాడు. రూప వచ్చికూర్చుంది. రామలింగం గోడవైపు తిరిగి పడుకున్నాడు. పూర్ణలేచి అవతలి గదిలోకి పారిపోయింది.

జయమ్మ చూపులు ఎందుకొచ్చావన్నట్టున్నాయి. రూప గ్రహించింది.

"ఏదో చిన్న అపార్థంవల్ల దొంగతనం ఆపాదించబడింది అందుకు క్షమించండి. తాతయ్యకూడా తన తొందరపాటుకు చాలా చింతించాడు. వాళ్ళదగ్గర అయిదువేలు తీసుకువచ్చారు. అవి ఇచ్చివెడదామనే వచ్చాను." పర్స్‌తీసి డబ్బు ఆమెకు యిచ్చింది. యాంత్రికంగా అందుకున్నది.

"నిజంగా వాళ్ళు తిరిగి ఇచ్చారా?" ఇంద్రకు సందేహం వచ్చింది.

"అయిదువేల రూపాయలు అప్పనంగా ఇచ్చే సహృదయులం కాదండోయ్. మీరు కుంకం అంటించారు. చూడండి...." అన్నది రూప నవ్వుతూ.

"ధన్యవాదాలు...." అన్నాడు ఏమనలేక.

"హృదయపూర్వకంగా అంటే థాంక్స్...." అన్నది కొంటెగా అతనివంక చూచి.

"నిజంగా అంటున్నాము" అన్నాడు, కళ్ళతోనే తల్లిమాటలు లెక్కచేయవద్దని అర్థిస్తూ.

"వస్తానుమరి. పదిహేనురోజులయింది డబ్బు వచ్చి. కాని, మీరు యెక్కడ వున్నారో తెలియలేదు."

"ఇదిగో యిల్లు దొరకగానే వచ్చి కలుద్దాం అనుకుంటున్నాను. అశ్రద్ధ అయిపోయింది. త్వరలోనే వస్తాను" అన్నాడు. తల్లి మూడ్స్ చూస్తే కాఫీ సంగతి దేవుడెరుగు, మంచినీళ్ళు ఇచ్చే స్థితిలో కూడాలేదు. ఆమెను అడిగితే రెచ్చిపోయి, ఏదయినా అంటే బావుండదని ఊర్కున్నాడు.

రూప మరోసారి నమస్కరించి లేచింది. ఆమె ముఖం వచ్చినప్పుడు వున్నంత ప్రసన్నంగా లేదు. తల్లి ప్రవర్తనకు బాధపడిందని అర్థం అయింది. తమమధ్య జరిగిందేది తల్లికి తెలియదు. అలాంటప్పుడు ఆమె బాధపడడంలో, ముభావంగా వుండటంలో తప్పేమిలేదని అనుకున్నాడు. బయటివరకు వెళ్ళి సాగనంపి వచ్చాడు.

"ఇదో తంతు మనల్ని మూర్ఖుల్ని చెయ్యటానికి. ఉన్నవాళ్ళు కదా, ఏదన్నా సాగుతుందని నమ్మకం." జయమ్మ ఈసడించింది. పూర్ణ ఏదో అనబోయి అన్న రావటంచూచి ఊర్కుంది. ఇంద్రమోహన్ ఇరకాటంలో పడ్డాడు.

"ఇంద్రా! వాళ్ళు డబ్బున్నవాళ్ళు అయితే ఆ డబ్బు వాళ్ళ దగ్గరే వుంచుకొమ్మను. అవమానించటం, అభిమానించడం, అన్నీ వాళ్ళహక్కే అనుకుంటే యెలా? జరిగిందేదో జరిగిపోయింది. మళ్ళీ ఆ లంపటం యెందుకు? మీ నాన్నను వెళ్ళి ఈ డబ్బు వియ్యంకుడికి ఇచ్చిరమ్మను..." అన్నది, డబ్బు జాగ్రత్త చేస్తూ.

"ఉష్! డబ్బు దగ్గరుంటే నాన్నకు ఆపత్‌బాంధవులు ఎక్కువ అవుతారు. ఆదివారం నేను యిచ్చివస్తాను" అన్నాడు.

"ఉహు! డబ్బుంటే ఏదయినా అవసరం వస్తుంది. రేపు నేను పూర్ణ వెడతాం వియ్యాలవారి దగ్గరకు" అన్నదామె. అదీ నిజమే అనిపించింది. మధ్యతరగతి ప్రణాళికలు, అవసరాలు అలాంటివి. ఎవరూ ఏం చేయలేరు. పదిరూపాయలు దాచుకుందాం అనుకుంటే ఇరవై రూపాయల ఖర్చువస్తుంది. అందుకే తల్లి ప్రతిపాదనకు మౌనము వహించాడు ఇంద్రమోహన్. రామలింగం గారి గుర్రుమాత్రం లయబద్ధంగా వినిపిస్తోంది. అందరూ ఆయనలాంటి అదృష్టవంతులు వుంటే బావుండును. నిశ్చింత ఆయనకు పెట్టని ఆభరణం.

25

రూపాదేవి అయోమయంగా చూచింది అనుకోని అభియోగానికి. త్వరగా వెళ్ళి పేషెంటును చూద్దామన్నా అతడిని హైద్రాబాద్ తీసుకు వెళ్ళారు. ఆమెకు కనీసం తెలియజేయనయినాలేదు. నివాల్జిన్ రియాక్ట్ అయిందట.

"పాతస్టాక్ పెట్టి మా ప్రాణాలు తీస్తారా! అందుకే లక్షలకులక్షలు సంపాదిస్తారు, మేడమీద మేడ కడతారు" ఇష్టం వచ్చినట్టు మాట్లాడుతున్నాడు పేషెంటు తాలూకు మనిషి. విహ్వల అయి చూస్తుందామె. ఒకవంక తన నిర్లక్ష్యంవల్ల ప్రాణంమీదికి వచ్చిందే అన్న బాధ, మరొక వంక అతని మాటలకు జవాబు యివ్వలేని అసహాయత ఆమెను కృంగదీస్తున్నాయి.

"అతను క్షేమంగా వుంటే సరేసరి. లేకుంటే మీ నర్సింగ్‌హోమ్ నేల రాస్తాను..."

నర్సులు, బాయిస్ తమాషా చూస్తున్నారు.

"ఆవిడిచ్చిన మందేనన్న నమ్మకం ఏమిటండీ! దబాయించి మాట్లాడు తున్నారు" అప్పుడే అక్కడికి వచ్చిన ఇంద్రమోహన్ అడిగేసరికి తెల్లబోయాడు అతను.

"నువ్వెవరు?"

"పేషెంటుకు నువ్వు ఎవరో, ఈ ఆస్పత్రికి, డాక్టరుగార్కి నేనూ అంతే తెలిసిందా?"

"మీరిచ్చిన మందుకాక, మరేదయినా వేసుకునే అవకాశముందా?" అతను కోపంగా అడిగాడు.

"ఎందుకులేదు? తెలిసి, తెలిసి ఏ డాక్టరు తనరోగిని చంపాలని అనుకోడు. నర్స్ ఒకసారి స్టాక్ చెక్ చేయండి...." అన్నాడు.

ఇద్దరూ లోపలికివెళ్ళి వున్న మందులు చూచారు. ఎక్కడా అవకతవకలేదు. తారీఖు దాటిన మందులు లేవు. రోగి గది నుండి తెచ్చిన మాత్రలపై అసలు డేట్ లేదు.

"ఇవి ఎక్కడివి?" కోపంగా అడిగాడు ఇంద్రమోహన్.

"ఆస్పత్రిలోనే ఇచ్చారు" నీళ్ళు నమిలాడు అతను.

"ఇక్కడ నీ రోగికోసమే డేట్ ఎక్స్‌పయిరీ అయిన మందులు పెట్టారా? మరోగంటలో తేలుస్తాను మందులెక్కడివో...." అన్నాడు.

తన బుర్రంతా మొద్దుబారిపోయినట్టు, బేలగా చూస్తూ కూర్చుంది రూపాదేవి. ఆమెకంతా అయోమయంగా వుంది. ఆమె మంచితనాన్ని ఆసరాగా చేసుకుని, ఇష్టారాజ్యం ఏలుతున్న స్టాఫ్ ఏం జరుగుతుందోనని ఉబలాటంగా చూస్తున్నారు.

"నర్స్! మీ మేనేజరుగారి గది తాళాలు వున్నాయా?"

"చూస్తాను..." తేలుకుట్టిన దొంగలా తాళాలుతీసి ఇచ్చిందామె. రూపాదేవి చిత్రంగా చూచింది. అతని గదితాళాలు ఆమె దగ్గర కెలా వచ్చాయో అర్థం కాలేదు. ఇంద్రమోహన్‌ని అనుసరించింది.

"తాళాలు నర్స్ దగ్గరుంటాయని మీకెలా తెలుసు?"

"కొన్ని విషయాలు వాచ్‌మెన్ చెప్పాడు. వాటి నాధారంగా చేసుకుని ఉండవచ్చునని ఊహించాను. నా ఊహ సరియైనదే...." చిన్నగా నవ్వాడు.

ఆమె అయోమయంగా చూచింది. ఏమిటో అంతా స్థాలెగూడులా ఉంది.

"చూడండి రూపాదేవి, మనిషి జీవితంలోని సంఘటనలు చీకటి వెలుగుల్లా ఒకటి -చెడు, ఒక మంచి వెన్నంటే ఉంటాయి. డాక్టరంటే దేవుడనుకుని కొలిచినప్పుడు ఆనందపడతాం. అలాగే కొన్ని రోగాలు మన చేయిదాటి వెళ్ళిపోయాక, ఆ రోగి తాలూకువాళ్ళు శపిస్తారు. అది మానవనైజం..."

"అది నిజమే. నా పొరపాటు ఏం లేదని తెలిసి యెలా సరిపెట్టుకోను!" రూపాదేవి మధ్యలోనే త్రుంచివేసింది.

"పొరపాటు లేదనగానే సరిగాదు. ఎక్కడో మనవల్ల జరిగి ఉంటుంది. అందుకే నిందలు వచ్చినప్పుడు ఆనందించమని చెప్పటంలేదు. ధైర్యంతో నిలబడమని చెబుతున్నాను" అన్నాడు. నర్స్ ఇబ్బందిగా కదులుతుండగా దామోదర్ వాడే గదితీశాడు. ఇంద్రమోహన్, రూపాదేవి గదిలోకి తొంగిచూచి, ఏహ్యంగా, ఇబ్బందిగా చూస్తూ ఆగిపోయింది. ఒకప్పుడు ఆశ్రమ కుటీరంగా ఉండేది ఆ గది. తలుపు కెదురుగా బోసి నవ్వులు కురిపించే పాపాయి బొమ్మ ఉండేది. దాని స్థానములో అర్ధనగ్నంగా అసహ్యమైన భంగిమలోఉన్న నర్తకి కేలెండర్ ఉంది. తెల్లటి మల్లెపువ్వులాంటి దుప్పటి పరిచి ఉండే మంచంనిండా చీట్లపేకలు, స్కోర్ వ్రాసుకున్న కాగితాలు, ఖాళీ సిగరెట్టుపెట్టె పడి ఉన్నాయి.

నేలమీదయినా నిస్సంకోచంగా కూర్చోటానికి అనువుగా, శుభ్రంగా ఉన్న గదినేల, సిగరెట్టు పీకలతో అగ్గిపుల్లలతో అసహ్యంగా అడుగు పెట్టటానికి వీలులేనట్టు ఉంది.

"ఇక్కడ పేకాట యెవరు ఆడుతారు నర్స్!" రూపాదేవి అడిగింది కోపంగా!

"నాకేం తెలుసు!... రోగుల తాలూకేమో... కాదు, దామోదర్‌గారి స్నేహితులేమో...." అన్నది తడబడుతూ, రూపాదేవి కోపంగా ఇటు తిరిగింది.

శుభ్రంగా తుడిచిన స్టౌ, మంచినీళ్ళ కూజా, హార్లిక్స్ సీసాల్లో నింపిన సరుకులుండే చోట బీర్ బాటిల్స్, చిప్స్ పాకెట్స్ ఉన్నాయి. ఇంద్రమోహన్ వెళ్ళి అతని మంచం క్రిందినుండి ఓ కర్టెన్ లాగాడు. అందులో చాలా రకాల మందులున్నాయి.

"ఇదిగో ఇక్కడో అనుబంధ క్లినిక్ నడుస్తోంది." అన్నాడు.

"ఇవన్నీ డేట్ ఎక్స్‌పైర్ అయిన మందులు పారెయ్యమని తీసి వేశాం కదూ నర్స్..." రూపాదేవి తీక్షణంగా అడిగింది. ఆ మందులు చూచిన ఆమె ముఖం అభ్రమణిలా ఉంది.

"ఆc.... అవును. ఊర్కె అక్కడ పెట్టారు" నీళ్ళు నమిలింది నర్స్. నవ్వుకున్నాడు ఇంద్ర.

"మైగాడ్! నిన్న ప్రిస్క్రిప్షన్ వ్రాసి నివాల్జిన్, మైక్రోపైరిన్ లేదు తెప్పించుకో మన్నాను, వీళ్ళు ఇక్కడినుండి అందజేశారా! చాలా బావుంది...." ఆమె క్రిందిపెదవి నొక్కిపట్టి ఆలోచనలో పడింది.

"సారీ మేడమ్ నాకేం తెలియదు..." నర్స్ అంటుండగానే కోపమంతా బూట్లమీద చూపుతూ వచ్చాడు దామోదర్.

"యెవరి అనుమతితో ఈ గదితాళం తీశారు? నేను సూచెయ్యగలను...." చిందులు వేశాడు అతను.

"మేం అదే ప్రశ్న అడగాలనుకుంటున్నాము దామోదర్‌గారూ! ఎవరి అనుమతితో మీరు పాతమందులిచ్చి పేషెంట్ల ప్రాణాలు తీయాలనుకున్నారు?" ఇంద్రమోహన్ ప్రశ్న పదునుగా వచ్చింది.

"నేను... నేనిక్కడ మేనేజర్ని. యెవరి అనుమతి అక్కరలేదు." అన్నాడు దుడుకుగా.

"దాని యజమానుల అనుమతి కూడా అక్కరలేదా?"

"ఇవన్నీ అడగటానికి నువ్వెవరు?" దామోదర్‌కు మండిపోతోంది. అతనికంటే యెక్కువగా నర్స్ పరిస్థితి ఉంది. అందుకే ఇంద్రమోహన్ పరిచయం చెబితే యెంత దురుసుగా మాట్లాడాలో దామోదర్ మాట్లాడుతాడు. అభిమానంతో అతను వెనక్కుపడతాడు. ఒంటరిదయిన రూపాదేవిని యెంత ఏడ్పించాలో అంతా ఏడ్పించవచ్చునని ఆమె భావించింది. త్వరగా తనేదో ఘనకార్యం చేసినట్టు ముఖంపెట్టి పరిచయం చేయించింది.

"ఇతను ఇంద్రమోహన్‌గారని మీ స్థానంలో పనిచేసేవారు...." అన్నది త్వరగా.

"ఓహో! అదా సంగతి, దొంగతనాలు చేసేవారికి అందరిపై అనుమానము కలగడంలో అసహజమేమిలేదు" అన్నాడు దురుసుతనం, వెటకారం మిళాయించి.

"షటప్! దామోదర్, ఈ మందులు ఇక్కడ యెవరు పెట్టమన్నారు?" రూపాదేవి కోపంగా అడిగింది.

"ఓహో! దొంగను వెనుక వేసుకుని వచ్చే నన్ను మాటలంటున్నారా! ఇది చాలా బాగుంది...."

"దామోదర్! బంధువువని నీ ఆగడాలన్నీ సహించాను. మితిమీరిపోతున్నావ్. యెవరుదొంగో, యెవరు దొరో నాకు బాగా తెలుసు. నువ్వు డేట్ ఎక్స్‌పయిరీ అయిన మందులు అమ్మావన్న దానికి సంజాయిషీ ఏమిటి?"

"అమ్మానని ఈ నర్స్ చెప్పిందా! చూడు నిన్ను ఏం చేస్తానో...." దామోదర్ ఒబ్బుతిన్న పులిలా ముందుకు దూకాడు.

ఇంద్రమోహన్ ఆపాడు, అతని చేయిపట్టి.

"అరఘడియ స్నేహాలు ఇలాగే ఉంటాయి భాయిసాబ్, శాంతించు. అక్కడ పేషెంటుకు ఏదయినా జరిగితే మనకు శ్రీకృష్ణ జన్మస్థానము ప్రాప్తి" అన్నాడు నింపాదిగా.

"మందులు ప్రమాదం కలుగజేస్తాయా? లోగడ ఎన్నో ఇచ్చాం...." నోరు జారాడు దామోదర్.

"అన్నిసార్లు మంచి జరగాలని ఏముంది? డాక్టర్లకు తెలియకనా అంత ఖరీదయిన మందులు పారవేసేది?"

"ఇప్పుడేం చేద్దాం?" దిగులుగా చూచాడు దామోదర్.

ఇంద్ర నవ్వుకున్నాడు. పులుల్లా ఎగిరే మనుషులంతా అవకాశం వస్తే అరనిమిషంలో పిల్లుల్లా మారిపోతారు. దామోదర్ అలాగే దిక్కులు చూడటం మొదలెట్టాడు.

"మొదట వెళ్ళి ఆ పేషెంటు సంగతి చూద్దాం. తరువాత ఏం చేయాలన్నది ఆలోచించాలి" అన్నాడు ఇంద్ర.

"మీరు ఏదయినా పనిమీద వచ్చారా?" అప్పటికి తేరుకుని అడిగింది రూపాదేవి.

"కాలుకు చిన్న దెబ్బ తగిలితేనూ..." అన్నాడు ప్యాంటు కాస్త యెత్తి చూపుతూ.

"పూర్తిగా చెక్కుకుపోతే కాస్త దెబ్బ అంటారు..." ఆదుర్దాగా అతని పాదానికి కట్టుకట్టిందామె. దూది అయోడిన్‌లో అద్ది కాలుమీద వేసింది.

"ఒక్క క్షణం భగ్గుమన్నట్టు అనిపిస్తుంది. మరుక్షణం హాయిగా ఫీలవుతారు" అన్నది. అతను మంట అనుభవించే స్థితిలోలేడు. అందమైన ఆమె పాలభాగం కేసి చూచాడు.

"మీ స్పర్శలో విద్యుత్ ప్రవాహముంది" అనుకున్నాడు మనసులో. ఆమె కట్టుకట్టింది.

"మీరూ రాకూడదూ?" అన్నది దిగులుగా.

"తప్పకుండా ఇంటికివెళ్ళి చేసేది ఏముంది?" అన్నాడు వచ్చి కార్లో కూర్చుంటూ.

దామోదర్ ముఖం గంటుపెట్టుకున్నాడు. వెనుకసీట్లో ఇబ్బందిగా కదిలాడు.

"మీ అమ్మా, నాన్నకు చెప్పి వెడదామా?"

"అమ్మా, నాన్న పూర్ణను తీసుకుని, వియ్యాలవారింటికి వెళ్ళారు. ఆ అయిదువేలు అందగానే ఎక్కడలేని ప్రేమలు పుట్టుకువచ్చాయి. వారంరోజు లుండమన్నారట. ఉండిపోయారు" అన్నాడు హాస్యంగా.

కారు ముందుకు సాగింది.

26

బ్యాగు పట్టుకుని వచ్చే రూపాదేవిని చూచి తన సీట్లోకి పోబోయిన ఇంద్రమోహన్ ఒక్క క్షణం ఆగాడు. "నా కోసం రాలేదుకదా..." అనుకుని మరుక్షణమే తన అమాయకతకు నవ్వుకున్నాడు. బ్యాంకుకు డబ్బుకోసం రాకూడదని యెక్కడున్నది.

"యెలా ఉంది మీ కాలు?"

"మీ దయవల్ల తగ్గిపోయింది" అన్నాడు. ఆమె చిరునవ్వు శరత్కాల చంద్రకాంతిలా ఉంది.

"మధ్యాహ్నం ఒకసారి రాకూడదూ?" అర్థింపుగా చూచింది.

"మీరు ఆజ్ఞాపించాక రాకుండా యెలా ఉండగలను?" అనుకున్నాడు. వస్తానని ఆమెను పంపాడు. అందరి చూపులూ తమవైపే ఉండటం గమనించి చకచక బయటికి వెళ్ళిపోయిందామె.

"మీ బంధువులా?" ప్రక్క క్యాషియర్ అడిగాడు.

"స్నేహితులు..." అన్నాడు. అతని కళ్ళలో ఈర్ష్య స్పష్టంగా కనిపించింది. అందమైన అమ్మాయి మాట్లాడితే గౌరవము కాదూ!

"ప్రేమలాంటి వ్యవహారం ఏమయినా ఉందా?"

"ఉహు..." అన్నాడు విననట్టే.

"బి, కేర్ ఫుల్ భాయ్! డాక్టరమ్మ కదా, నవ్వుతుందని భ్రమపడేవు. పేషెంట్లను మెస్మరైజ్ చేయటం వాళ్ళ వృత్తి...." అతను ఊర్కొనేలా లేడు.

"అలాగా, డాక్టర్లతో మీకు చాలా అనుభవం ఉన్నట్టు ఉందే" అన్నాడు అమాయకంగా.

"ఆఁ... వాళ్ళ హొయలు చూచి బోల్తాపడ్డాను. ఆఫ్టరాల్ బి.కామ్‌గాడిని, అన్నది" ఆముదం త్రాగినట్టు ముఖంపెట్టాడు.

ఉప్పెనలా వచ్చిన ఉత్సాహం తగ్గిపోయి ఆలోచనలో పడ్డాడు. అతను మధ్యాహ్నము లక్ష్మీ క్లినిక్ వైపు నడుస్తున్నా ఎన్నో ఆలోచనలు చుట్టుముట్టాయి. చిన్నగా నవ్వుకుని ఓ నిర్ణయానికి వచ్చాడు. తనంతట తాను బయటపడడు. ఆమె ముందుగా హృదయం విప్పి చెబితే అంగీకరిస్తాడు. అవును, అంతే.

"రండి...రండి, భోజనము చేస్తూ మాట్లాడుకుందాం" అన్నది. అప్పటికే వాచ్‌మెన్ అన్నీ బల్లమీద సర్దిపెట్టాడు. క్యారియర్ విప్పాడు!

"క్యారియర్ తెప్పించుకుంటున్నారేం?"

"నాన్న యెక్కువ హైద్రాబాద్‌లో ఉంటున్నారు, దామోదర్ తన బండారం బయట పడిందని చెప్పకుండా చెక్కేశాడు. ఇక్కడ పనులు చూచుకోవటం మహాయాతనగా ఉంది" అన్నది టవల్‌తో తుడుచుకుంటూ.

అతను చేతులు కడుక్కుని వచ్చాడు. ఇద్దరూ కూర్చున్నారు.

"మీరు బాగా చిక్కిపోయారు" అన్నాడు వడ్డిస్తూ.

"ఇంకా నయం, మనిషినే మాయం అవుతానేమోనన్న భయం పట్టుకుంది. ఒక్కొక్కసారి చిత్రమయిన ఆలోచనలు వస్తాయి? మనిషికి ఏం కావాలి? అన్నం, బట్ట, తోడు, నీడ అనిపిస్తుంది. ముద్ద అన్నం కోసం ఇంత యజ్ఞం చేయాలా? నాకున్నది సరిపోదా అనిపిస్తోంది. అన్నీ కట్టిపెట్టి హాయిగా అందరు ఆడపిల్లల్లా జీవించాలనిపిస్తుంది" అన్నది అన్నం కలుపుతూ.

"మనిషి ఆశాజీవి రూపగారూ!"

"మళ్ళీ గారెలు, వడలు యెందుకు?"

"క్యారియర్‌లో లేవుగా అందుకు?" నవ్వాడు. "ఇది చాలు అనుకుంటే జీవవాహినికి అడ్డుపడినట్టే, ఆశతో ముందుకు సాగాలి. సాధించామన్న నిశ్చలతకన్నా, సాధించాలన్న తపనే ప్రబలమైనదని నేను అనుకుంటాను. ఒక్కటే చూసుకోవాలి. ఆశ దురాశ కాకూడదు" అన్నాడు.

కబుర్లతోపాటు భోజనము కూడా ముగించారు. ఇద్దరూ విశ్రాంతి గదిలో కూర్చున్నారు.

"మీరు అన్నీ మరిచిపోయి ఈ మిగతా పని పూర్తి చేయించాలి ఇంద్రగారూ" అన్నది.

"మళ్ళీ మరిచిపోయిన గారెలు గుర్తుకు తెప్పిస్తున్నారేం?" ఎగతాళిగా అన్నాడు.

"జరిగింది తలచుకుంటే నాకే సిగ్గుగా ఉంది. శాపాల, పాపాల పట్ల నమ్మకం లేకపోయినా ఒక్కటి నిజమండీ. మనము అనవసరంగా యెవరినైనా నిందిస్తే, మళ్ళీ ఎప్పుడో అప్పుడు మనమీద దెబ్బతీస్తాయి. మిమ్మల్ని దొంగ అన్నందుకు బాధపడుతున్నారు. నన్నో కులటగా ప్రచారం చేశారు. ఒకసారి ఒంటరిగా వుండటం చూచి ప్రేమ ఒలకబోశాడు దామోదర్. ఒకసారి చెడిన స్త్రీ పదిసార్లు చెడినా తప్పులేదన్నట్టు మాట్లాడాడు...."

"రాస్కెల్...." పళ్ళు కొరికాడు.

"మనము ముందుకు వెడుతున్నామా వెనక్కు వెడుతున్నామా అర్థం కావటం లేదు. మీ స్నేహితుడినే తీసుకుందాం...."

"అదంటా గుర్తుచేయకండి ప్లీజ్! నేను కూడా స్వార్థంతో సంకుచితంగా ప్రవర్తించాను. ఏం చేయాలి చెప్పండి! నా డిగ్రీ రాకతో తమ కష్టాలు పోతాయని ఆశతో ఎదురుచూచే తల్లిదండ్రులు, నా డిగ్రీతో తమ కోర్కెలు తీరుతాయని ఆశగా ఎదురుచూచే తోబుట్టువులు, అప్పుడు అయిష్టమయినా ఆ పనికి అంగీకరించక తప్పలేదు...."

"తెలిసి చేసినా, తెలియక చేసినా తప్పు, తప్పే. దానికి శిక్ష అనుభవించాలి..." అన్నది నవ్వు బిగపట్టి సీరియస్‌గా. దానికి అతను నవ్వాడు.

"ఏ శిక్ష విధించినా నేను సిద్ధమే. నేను ఎప్పటికి ఈ అపార్థం తొలగిపోదా, ఆ డైరీ పూర్తిగా చదివే అవకాశమే రాదా అని యెంత అల్లాడిపోయానో..."

"శిక్ష అడిగారుకదా! రూపాదేవి కోర్కె నంబర్ సో అండ్ సో ప్రకారం ఈ లక్ష్మి క్లినిక్, నర్సింగ్ హోమ్ నిర్మాణం, ఉగాదినాటికి పూర్తి చేయాలని తీర్మానించారు." అన్నది.

"ఓహ్! ఇంతేనా, నేను ఇంకేమో అనుకున్నాను" అన్నాడు తేలికగా.

"మొదలుపెట్టినందుకు పూర్తి చేస్తాను. ఆడవారు ఆరంభశూరులు కారని నిరూపించుకోవాలి."

"చూడండి. ఈరోజునుండి వచ్చి పని ప్రారంభిస్తాను" అన్నాడు లేచి వెళ్ళటానికి ఉద్యుక్తుడవుతూ.

"థాంక్స్..." అతన్ని సాగనంపుతూ బయటివరకు వచ్చింది. అంతవరకు మబ్బు కప్పుకున్న ఆకాశం మబ్బులు తొలగి నిర్మలంగా అయింది. ఆ ఆకాశం తన మనసులా వుంది అనుకుంది. పనివారు, స్నేహితులు ఎందరో దొరుకుతారు. కాని, నిజంగా పనిచేసేవారు, స్నేహం చేసేవారు అరుదుగా దొరుకుతారు. ఎంత పెద్దగండం గడిచిపోయింది! దురదృష్టవశాత్తు ఆ పేషెంటు చనిపోతే తన వృత్తికే భంగం వాటిల్లేది. కోర్టులు, గొడవలు, ఎన్ని వుండేవి. ఆ క్షణంలో ఇంద్రమోహన్ గనక రాకుంటే తన పరువు బజార్న పడేది. అతని స్నేహితుని తమ్ములు అతడిని హైద్రాబాద్‌లో గౌరవించే తీరు చూస్తుంటే కళ్ళు చెమర్చాయి. కొందరు అందరూ ఉండి కూడా తమ స్వార్థంతో ఒంటరివా రవుతారు. మరికొందరు ఎవరూ లేకపోయినా తమ గుణగణాలతో అందరికి ఆత్మీయులవుతారు. ఆ కోవకు చెందినవాడే ఇంద్రమోహన్ అనుకుంది.

సాయంత్రం అతను వచ్చి పనిచేయించి, సైకిల్‌పై వెడుతుంటే ఆమెకు ఏదో స్ఫురించింది. అప్పుడే శ్రీహరి ట్రంకాల్ వచ్చింది.

"ఇంకా రెండురోజులు ఆలస్యం అవుతుంది రూపా. మనము ఓ ఆదర్శంతో అనుకున్న సంబంధం అలా అయింది. ఫారిన్ రిటన్డ్ కుర్రాడున్నాడు. ఎమ్.ఇ. అయిందట.... అతనుంటాడా లేదా కనుక్కుని మాట్లాడతాను. ప్రసాద్‌కు కుదిరిపోయింది."

"అదంతా మీ యిష్టం నాన్నా? ఒక పని చేయండి. మీరు వచ్చేటప్పుడు ఓ స్కూటరో, మోటార్‌బైకో తీసుకురండి నాన్నా."

"రూపా! నీ ఆరోగ్యం బావుందా! అసలు నేను చెప్పేదానికి, నువ్వు అడిగేదానికి పొత్తు వుందా?"

తండ్రి కంగారు చూచి నవ్వుకుంది. తండ్రి అంతకుపూర్వమే ఏం చెప్పాడో ఆమెకు గుర్తులేదు.

"నాన్నా! ఫోన్‌లో తర్కందేనికి? నేను చెప్పింది మాత్రం మరిచిపోకండి" అని ఫోన్ పెట్టేసింది. నాల్గురోజుల తరువాత తనకు రావటం కుదరలేదని ఓ రాజ్‌దూత్ మాత్రం జూనియర్ ఇంజనీరు చేతికిచ్చి పంపాడు. అతను తీసుకువచ్చి పెట్టి వెళ్ళగానే, ఇంద్రమోహన్ వచ్చాడు.

"రండి... మీకోసమే చూస్తున్నాను. ఎలా వుంది మోటార్‌బైక్?"

"చాలా బావుంది. మీ కోసమా?" ఆశ్చర్యంగా అడిగాడు.

"ఏం నడపకూడదా?"

"కాదని ఎలా అనగలను..." నసిగాడు.

"అబ్బే! నేను నడపడం మీకు బొత్తిగా నచ్చలేదని మీ ముఖం చెబుతోంది" అన్నది నవ్వును బిగబట్టి.

"మీరు చాలా పొరపడుతున్నారు. కావాలంటే మీకు నేర్పిస్తాను..." అన్నాడు.

"అయితే మీకు నడపటం వచ్చన్నమాట."

"ఆహా! ఒక్క స్నేహితుడికి హాస్టల్లో వాహనం వుందంటే అది ఉమ్మడి వాహనం అవుతుంది. కాలేజిలో అప్లయిడ్ సోషియలిజమ్..." అన్నాడు.

"నాకు గాదు. వద్దు మొర్రో అంటారేమో ననుకున్నాను. అదిమీకే" అన్నది తేలికగా.

"పరిహాసం ఆడుతున్నారా?"

"పరిహాసం పనులయిపోయాక తీరికగా ఆడుదాం. నిజంగానే మీకే. అందులో నా స్వార్థం లేకపోలేదు. త్వరగా పనులు కావాలని..." అన్నది తన

కంత పెద్ద గిఫ్ట్ ఇచ్చానుకదా. ఒక్క అడుగు ముందుకు రాదేం జడపదార్థం అనుకుంది.

"నా స్వార్థం అని అనకపోతే ప్రేమ కానుక అనకూడదూ? చూస్తాను" అనుకున్నాడు ఇంద్రమోహన్.

27

లక్ష్మీ నర్సింగ్‌హోమ్ నిర్మాణము, అనుకున్న శాఖల ప్రారంభము చాలా ఘనంగా జరిగింది. ఆ ఫంక్షన్‌రోజు పని కల్పించుకుని హైద్రాబాద్ వెళ్ళిపోయాడు ఇంద్రమోహన్. అది చాలా బాధగా వుంది రూపకు. తను ఎంత అభిమానించిన వ్యక్తి, దాని సత్వర నిర్మాణానికి మూలపురుషుడు, అతను గతించిన విషయము అతనింకా మరిచిపోలేదన్నమాట. అప్పటికే రాత్రి పదిగంటలు దాటింది. ఆ సమయములో వెళ్ళటం క్షేమంకాదని, మూతలు పడుతున్న కళ్ళతో పడక చేరింది.

ఇంద్రమోహన్, ఆమె కలసి, నిర్మాణం పూర్తిచేశారు. కాబట్టి అతడిని అభిమానిస్తుందని భావించిన శ్రీహరిగార్కి ఈ చిక్కుముడి అర్థం కాలేదు. తాతయ్య గంభీరంగా వుండిపోయారు.

మర్నాడు ఉదయం వచ్చిన అతిథులతోనే సరిపోయింది. ఏ చిన్న శబ్దం అయినా ఇంద్రమోహన్ వచ్చాడని భావించింది రూప. అతను రాలేదు. ఒక విధంగా తనే చొరవతీసుకోవాలి. అతను యెన్నో విధాలుగా ఆలోచిస్తాడు ఆస్తి, అంతస్తు, చదువు తమిద్దరి మధ్య అడ్డుగోడలా ఉంది. అది ఛేదించుకుని అతను తనంతట తాను రాలేడు. ఒంటరితనం, యాంత్రిక జీవితంతో అలసి పోయింది. ఏదో మార్పు కావాలి. ఇదీ అని చెప్పలేకపోయినా, ఇంద్రమోహన్

సమక్షంలో తాను పొందే అనుభూతి, ఆనందం అనిర్వచనీయ మైనది. అది తనకు శాశ్వతం కావాలి. అతని సహచర్యంలో సర్వం మరిచి పోవాలి. ఒకరిని ఒకరు బాగా అర్థం చేసుకున్నారు.

మెల్లగా కారు ఇంద్రమోహన్ ఇంటివైపు పోనిచ్చింది. రాజ్‌దూత్‌ను చూచి ఆమె ముఖం వికసించింది. తలుపు తీసే వుంది. ముందు గదిలో జయమ్మ ఒత్తులు చేసుకుంటోంది.

"పూర్ణ రాలేదాండీ?" అని ప్రశ్నించింది. ఇంద్రమోహన్ యెక్కడ అని అడగటానికి ఇబ్బందిపడుతూ.

"నువ్వామ్మా, దా కూర్చో." ఆమె కుర్చీ చూపింది.

"పూర్ణఉ అత్తగారు వాళ్ళింటి దగ్గరే ఉంచేయమందమ్మా. ఎప్పటికయినా వాళ్ళ ఇల్లు చేరవలసిన పిల్లేకదా అని వుంచేశాను. ఆ అత్తగారి గడుసుదనం చూడమ్మా. మేం యిస్తామన్న అయిదువేలు యిస్తే, మొత్తం బ్యాంకిలో వేసి, వడ్డీ కాపురంపెట్టటానికి పంపుతుందట" అన్నది దిగులుగా.

"శోభన్ ఏమన్నాడు?"

"ఏమంటాడమ్మా! స్కాలర్‌షిప్పో ఏందో గవర్నమెంటోళ్ళు యిస్తారట. అది వచ్చాక తీసుకువెడతానన్నాడు" అన్నది. రూపాదేవి తను చెప్పేది శ్రద్ధగా వినక అటు యిటు చూస్తోందని గ్రహించింది.

"ఈయన కూరలు తెస్తానని వెళ్ళాడు. ఇంద్రుడు మోటార్‌బైక్ యిచ్చిరావాలమ్మా పని అయిపోయింది అన్నవాడు ఎక్కడకు వెళ్ళాడో... అన్నది ఒత్తుల డబ్బా మూసివేస్తూ.

"వస్తే నేను రమ్మన్నానని చెప్పండి" లేచిందామె. అక్కడ నిరాశే కల్గింది.

"కాఫీ పుచ్చుకుని వెళ్ళువుగాని వుండమ్మా."

"మళ్ళీ వస్తానండీ..." బయటికి వచ్చింది. ఆమె మనసు ఇంటికి వెళ్ళటానికి మనస్కరించలేదు. అలా క్రింది రోడ్డు గుండా లాల్ బహద్దుర్ కెనాల్ వైపు వెళ్ళాలని మెల్లిగా కారును పోనిచ్చింది. క్రిందికి దిగుతుండగా అకస్మాత్తుగా ఆమె దృష్టి నీళ్ళల్లో కాళ్ళు వ్రేళ్ళాడదీసి కూర్చున్న ఇంద్రమోహన్ మీదికి మళ్ళింది. అతను తనలాగే సతమతమవుతున్నాడా! ఆలోచించింది, రెండు నిముషాలు. వెనుకగా వచ్చిన లారీ బొంయి, బొంయి మని గోల మొదలు పెట్టింది. తన పొరపాటు తెలుసుకుని కారు ప్రక్కగా పార్క్‌చేసి, నడిచి వెళ్ళింది. ఏకాగ్రతతో నీటిలోని తన ప్రతిబింబం చూచుకుంటున్నాడు. తన తల ప్రక్కనే రూప తల కనిపించేసరికి ఉలిక్కిపడ్డట్టు యిటు తిరిగాడు.

"ఇంద్రా..." ఆమె గొంతు ఆమెకే క్రొత్తగా వినిపించింది. ప్రక్కనే కూర్చుని అతని భుజంమీద గడ్డం ఆన్చింది. అతనింకా ఆ పిలుపు తనను పిలిచిందా, భ్రమపడుతున్నానా అని ఆలోచిస్తున్నాడు. అపనమ్మకంగా ఆమెవైపు చూడబోయాడు.

"వద్దు ఇంద్రా! కొన్నిరోజులుగా మనసు, శరీరం విశ్రాంతిలేక అల్లాడి పోతున్నాయి. ఇప్పుడెంత విశ్రాంతిగా వుందో...." అన్నది అతని భుజంమీద గడ్డం తీయకుండానే.

"రూపా..."

"గారూ అనవేం?" నవ్వి గడ్డంతోనే అతని భుజం చక్కిలిగింత పెట్టింది.

"నేనెందుకు వచ్చానో తెలుసా?"

"ఊc.... నిన్న ఫంక్షన్‌కు రానందుకు నాతో దెబ్బలాడటానికి వచ్చారు..."

"అబ్బబ్బ బూరెలు, గారెలతో చంపేస్తున్నారు."

"డాక్టరును చంపితే వచ్చే నష్టం నాకు తెలియనిది కాదు" అన్నాడు చిన్నగా నవ్వి. సాగర్ జలాలమీదుగా తేలి వచ్చే చల్లనిగాలి, శరీరాలను తాకి

హాయిని గొల్పుతోంది. పశ్చిమాద్రివైపు పరుగెడుతున్న సూర్యుడి కాంతి తగ్గి, అరుణవర్ణం దాల్చి గమ్మత్తుగా, మత్తుగా అనిపించింది. అతను మృదువుగా ఆమె గడ్డం తొలగించి, ఆమె కభిముఖంగా తిరిగాడు.

"ఈ వాతావరణం చూస్తే ఏమనిపిస్తుంది?" కంటికొసలలోని మెరుపు అతని కంట పడకూడదని తల వాల్చింది. అతను యెందుకో అనవసరంగా ముఖం తుడుచుకున్నాడు.

"ఏమనిపిస్తుంది! హాయిగా ఈ ఒడ్డున, ఆ బండమీద కూర్చుని మూడు రాళ్ళు ఏరి పొయ్యి పెట్టుకుని, ఓ మట్టికుండలో అన్నం ఉడకేసుకుని, ఆవురావురుమనే ఆకలితో ఆ వుడికీ వుడకని అన్నం తింటూ, అవతల గట్టు చూస్తుంటే యెంత అద్భుతంగా వుంటుంది...." అతన్ని మాట్లాడనియ్యలేదు. చటుక్కున చేత్తో అతని నోరు మూసింది. కోపంగా చూచింది.

"ఒట్ఠి జడపదార్థం! యువతీయువకులకు ఈ పరిసరాలు చూస్తే ఆకలిట, ఉడికీ ఉడకని అన్నమట గుర్తుకు వచ్చేది! బకాసురుడి తమ్ముడు యెక్కడో..." చిరుకోపం ప్రదర్శించింది. అతను ఫక్కున నవ్వాడు. తన నోటికి అడ్డంగా వున్న ఆమె చేతిని తీసుకుని గుప్పిట్లో బిగించాడు.

"మరెన్నో, మరింకెన్నో కోర్కెలు కల్గుతాయి. అవి బయటపెడితే గూబ గుంయిమంటుంది."

"ఎన్నిసార్లు అనిపించామో..."

"గూబ కాకపోయినా బుర్ర గుంయిమంది...."

"ప్లీజ్! ఇంద్రా ఆ విషయం మరిచిపో" అన్నది అర్థింపుగా.

"నిజంగా నమ్మమనే అంటున్నావా?" కళ్ళలోకి లోతుగా చూచాడు.

"ఇంద్రా!" దెబ్బతిన్నట్టు చూచింది.

"రూపా! ఇంతవరకు నాకు జరిగిన అనుభవాలరీత్యా నా అదృష్టంపై నాకు నమ్మకంలేదు."

"ఇది అదృష్టమా?"

"కాదా! మనిద్దరికి దేనిలో పోలిక..."

"మీరిన్నాళ్ళుండి నన్ను యింకా ఆస్తులతో, అంతస్తులతో పోలుస్తున్నారా?" కినుకగా అడిగింది.

"చూడు రూపా! జీవితాలు ముడి వేసుకుంటున్నప్పుడు మనసు విప్పి మాట్లాడుకోవాలి. సంఘములో పాతుకుపోయిన పాత భావాలు కొన్ని వున్నాయి. వాటిని ఉల్లంఘించాలంటే ధైర్యం, ఆ తరువాత యెదురయిన సమస్యల నెదురుకునే సాహసం..."

"చాలు ధైర్యం, సాహసం నాకు పుష్కలంగా వున్నాయి. ఇన్ఫిరియారిటీ కాంప్లెక్స్ నీలో తలయెత్తుతుందేమో చూచుకో..." అన్నది పదునుగా.

"ఆ విషయంలో నిశ్చింతగా వుండు రూపా..." ఈసారి చొరవగా ఆమె చెయ్యిపట్టి దగ్గరకు లాక్కున్నాడు. అతని భుజంపై తల ఆన్చింది. నీళ్ళలో కదులుతున్న ప్రతిబింబాలు కనిపించాయి. అతని చేయి ఆమె మెడ నుండి, వీపు పైకి జారింది. ఆ స్పర్శలోని, చల్లదనం తీయగా ఒళ్ళంతా ప్రాకింది. ఆమె అణువణువు పులకరించిపోయింది. అప్రయత్నంగా కళ్ళు చమర్చాయి.

"రూపా!"

"ఇంకా సందేహాలు, సమస్యలు మిగిలివున్నాయా?" తల లాగి, అతనికి అభిముఖంగా కూర్చుంది.

"కన్నీళ్ళా!... యెందుకు?" కంగారుగా అడిగాడు.

"ఎందుకా! యింత చదివాను, అంత డబ్బుంది, ఏ సింహాసనమైనా లేని ఇంద్రుడిని పెళ్ళాడే దురదృష్టం పట్టినందుకు బెంగ..." అన్నది నవ్వుతూ, వెటకారంగా.

మధ్య వేలుతో కన్నీరు మీటివేశాడు. అతను నవ్వాడు.

"ఓహో! అదా బెంగ? తాతయ్య చూడక, అతను మెచ్చకపోతే అచ్చమైన ఆయన పెద్దరికం దెబ్బతింటుందేమోనని కన్నీరెట్టుకున్నావనుకున్నాను" అన్నాడు.

"తాతయ్య నాకు సంబంధం చూచాడని చెప్పొద్దులే. నాకు ఈ చదువుతో ప్రేమించి, వరుడిని చూచే తీరికలేదు. అయినా చూచాం, మీ విశ్వానికేం కన్ను ఒంకరా, కాలు ఒంకరా..."

"బుర్రే వంకర!"

"బుర్రలోకి దూరి చూస్తామా ఏమిటి?"

ఆమె చేయి తీసుకుని చెంపకు ఆన్చుకున్నాడు ఇంద్రమోహన్.

"మరి రేపు నన్ను చూడ్డానికయినా తీరిక వుంటుందా?"

"ఉహుఁ! నా వుద్యోగం, బాధ్యత నాకంటే నీకే బాగా తెలుసు, అందుకే తీరిక కోసం పోట్లాడాలి నువ్వు" అన్నది. ఆమె నవ్వు మల్లెలు వెదజల్లినట్టు అనిపించింది.

సంధ్య చీకట్లు అలముకున్నాయి. నీడలు గమ్మత్తుగా కనిపించాయి.

అతను లేచి, ఆమెకు చెయ్యి అందించాడు. ఆమె అరచేతిలో సున్నితంగా పెదవులతో స్పృజించింది.

"ఊఁ.,.. లే రూపా! ఏ పోలీసువాడయినా చూస్తే మనిద్దరిని లాకప్‌లో వెయ్యగలడు."

"ఎందుకు?" అన్నది లేస్తూ.

"నిన్ను నేను లేవదీసుకొచ్చానని అభియోగంతో..."

"మరీ బావుంది. ఓ.... హైదరాబాద్‌లో ఎవర్నో అరెస్టు చేసినట్టు చదివాను..." అన్నది. అతని చెయ్యి పట్టుకుని నడుస్తూ.

"ఇలా నడుస్తుంటే ఏమనిపిస్తుంది!" ఈసారి ఇంద్రమోహన్ అడిగాడు.

"నీలాంటి జడపదార్థం ప్రక్కన నడుస్తున్నందుకు, ఆ నీళ్ళలో నిన్ను త్రోసి నేను దూకుదాం అనిపిస్తుంది" అన్నది చిరుకోపంగా.

"నాకలా అనిపించటంలేదు. సప్తపదిలావుంది. రూపా, జడుడని అన్నావ్ కదూ!"

"మహా కానట్టు..." అన్నది కవ్వింపుగా.

"నువ్వెంత కవ్వించినా, నా నియమాలు నాకున్నాయి. మరోసారి అలాంటి మాటలనకు..." అన్నాడు. ఈసారి అతని కంఠం గంభీరంగా మారిపోయింది.

"అయితే.... అందుకే నువ్వంటే ఇష్టం... ఇంద్రా..." అని గొణుక్కుంది.

"మేడమ్‌గారూ ఏమిటో సెలవిస్తున్నారు?" తమాషాగా అడిగాడు.

"మాకు కొన్ని నియమాలున్నాయని..." కార్లో కూర్చుంది. అతనొచ్చి కూర్చోగానే తలుపు వేసింది.

ఇద్దరూ దిగారు. ఇంద్రమోహన్ ఇంటిముందు.

"ఇంట్లోకి ఎందుకు? నేను వెళ్ళిపోతాను."

తాతయ్య కంఠం వినిపించడంతో యిద్దరూ అప్రయత్నంగా ముందుకు నడిచారు.

"రామలింగంగారూ! పెద్దవాడిని, ఆడపిల్ల తరపువాడిని, వచ్చి అడుగు తున్నాను, అంగీకరించండి..."

"చూడండి. అబ్బాయి, అమ్మాయి ప్రేమించుకున్నారని, ఏదో కారణంచేత కోపాలు పెంచుకున్నారని తెలియదు. మీ అమ్మాయి వాడి స్నేహితుడికి వాగ్దత్త అని మాత్రమే తెలుసు..."

అతని మాటలు మధ్యలోనే త్రుంచేశాడు తాతయ్య. "తస్సదియ్యా! మారుతున్న కాలం అర్థం చేసుకోలేదు. ఏదో వున్నవాడని సరదాపడిన మాట వాస్తవమే. తాంబూలాలు పుచ్చుకున్న పెళ్ళిళ్ళే ఆగిపోతున్నాయి."

"అది సరేనండీ, వాడేం చిన్నకుర్రాడా మేం చెబితే వినటానికి. అలాంటి పోట్లాట ఏదయినా వుంటే వాళ్ళే రాజీ పడతారు..." అన్న రామలింగం చీకట్లో నుండి, లైటు వెలుగులోకి వచ్చిన రూప, ఇంద్రను చూచాడు.

"అదిగో వాళ్ళేవచ్చారు..." అన్నాడు రామలింగం. అలా ఇద్దరూ కలిసి రావటం చూచి తాతయ్య ఆనందంగా కళ్ళు చికిలించాడు. ఇంద్రమోహన్ నమస్కరించి, రూపను మోచేత్తో పొడిచాడు. ఆమె వచ్చి, తాతయ్యకు, రామలింగానికి నమస్కరించింది.

"తస్సదియా! పాతికేళ్ళు పెంచి, పెద్దజేసిన వారికంటే సంవత్సరం పరిచయంలో ఎంత అధికారం సంపాదించావయ్యా ఇంద్రయ్యా" ఇద్దర్నీ దగ్గరగా తీసుకున్నాడు. జయమ్మ భుజాలనిండుగా పమిట లాక్కుని కాఫీ గ్లాసులున్న ట్రే పట్టుకుని వచ్చింది.

తాతయ్య చెయ్యి మృదువుగా ప్రక్కకు తీసి, వెళ్ళి ట్రే తీసుకుంది రూప.

"ఆహా! కాబోయే కోడలి లక్షణం ప్రదర్శించావ్." తాతయ్య పెద్దగా నవ్వాడు. ఆమె పెద్దవారికిచ్చి, ఇంద్రమోహన్‌కి ఇవ్వబోయింది. నోటికి అందించ మన్నట్టు కళ్ళతో సైగచేశాడు. తలమీద పోస్తానన్నట్టు బెదిరించింది.

"నువ్వూ తీసుకోమ్మా" జయమ్మ మిగిలిన గ్లాసు రూపకు అందించింది.

"ఈరోజే శ్రీహరికి చెప్పి ముహూర్తాలు పెట్టిస్తాను" తాతయ్య మాటను అందరూ ఆమోదించారు.

28

రైలుబండి లయబద్ధంగా శబ్దంచేస్తూ విశాఖనుండి విజయవాడ వైపు పరుగెత్తుతోంది. ఇంద్రమోహన్ ఆవులిస్తూ సమయం చూచాడు. పదిన్నర అయింది, ఫస్ట్‌క్లాసు కంపార్ట్‌మెంటులో తాను, రూప ఇద్దరే ఉన్నారు. విజయవాడలో యెవరయినా రావచ్చు. తన తొడమీద ఉన్న రూప తలను దిండుమీదికి చేర్చి లేచి ఒళ్ళు విరుచుకున్నాడు. ఎదుటి సీటుపై బెడ్‌షీటు, దిండు వేసుకున్నాడు. జోకొట్టినట్టుందేమో నిశ్చింతగా నిదురబోతుంది అనుకున్నాడు. దుప్పటి ఆమె గొంతువరకు కప్పాడు. ఒంగి ఆమె నుదురు ఒక ప్రక్కగా ముద్దుపెట్టుకున్నాడు. నెలరోజులుగా హానిమూన్ ట్రిప్‌లో ఉన్నారు. తెల్లవారితే, హైద్రాబాద్‌లో వుంటారు. స్యామ్ ఇచ్చే పార్టీకి అటెండ్ అయి. సాగర్ వెళ్ళిపోవాలి. వచ్చి తన ప్రక్కమీద వాలాడు. యెన్నో పుస్తకాలు బుట్టలో పెట్టుకున్నా చదవటమే కుదురలేదు. పైనున్న పుస్తకం చేతిలోకి తీసుకున్నాడు. శోభన్ తనకు ప్రత్యేకంగా బహుకరించిన అడవి బాపిరాజుగారి కోణంగి నవల అది. అదితీసి పేజీలు తిప్పగానే ఓ ఉత్తరం క్రిందపడింది. అది తీసుకున్నాడు. తను కారెక్కుతుండగా వచ్చింది. గబగబ చదివి, పైనే పుస్తకంలో పెట్టాడు. ఈనెల రోజుల్లో తనకు ఏం తెలియదు. తనకు రూప, రూపకు తనుగా గడిపారు. ఇప్పుడు తమిద్దరు నెలరోజుల క్రితం వివాహం చేసుకున్న దంపతుల్లా లేరు. ఎన్నో సంవత్సరాల పరిచయంలా వుంది. ఒకరికొకరు యెంతో చేరువ అయినట్టుంది.

"ఇంద్రా!..." గొణిగినట్టు పిలిచి అటు తిరిగి పడుకుంది రూప.

"ఏమిటి రూపా?"

"విజయవాడ వచ్చిందా?"

"ఇంకారాలేదు" అన్నాడు. ఉత్తరం విప్పాడు.

డియర్ ఇంద్రా!

నన్ను నువ్వు సంకుచితుడు అన్నా, మరేమన్నా పరవాలేదు. చక్రం అన్నదాంట్లో పొరపాటేం లేదు. నాకు కాలేజి చదువులు చదివిన అమ్మాయిలపై నమ్మకం లేదు. ప్రతీ పురుషుడు తన భార్య పవిత్రంగా ఉండాలనే కోరుకుంటాడు. నేను ఆ కోవకు చెందినవాడినే. అనుమానాలకు అపార్థాలకు తావుండరాదని ఒక అమాయకురాలిని, పల్లెటూరి పిల్లను వివాహం చేసుకుంటున్నాను. ప్రేమలు, నాగరికత, సోషియల్‌గా తిరగటం అనే పదాలకు అర్థం తెలియని అమాయకురాలు. అంతేవాసులే కాని వాళ్ళ నాన్నకు ఆడంబరాలు గిట్టవు. మనమధ్య యెన్ని కలతలొచ్చినా మనం స్నేహితులమే. అన్నవరంలో జరిగే మా వివాహానికి నువ్వు తప్పకరా. నువ్వూ ఓ ఇంటివాడవయితే చూడాలని ఉంది.

.... నీ విశ్వం

గాఢంగా నిట్టూర్చాడు. "ఈ రూప పూర్తిగా నన్ను పిచ్చివాడిని చేసింది. వాడికి శుభాకాంక్షలయినా పంపలేదు" అనుకున్నాడు. "తన వివాహం రోజు రమ్మని విశ్వానికి ఉత్తరం రాస్తే రూపాదేవి చింపేసింది. ఇప్పుడా ఉత్తరం చూస్తే మండిపడుతుంది" అనుకున్నాడు. అన్ని చిన్న, చిన్న ముక్కలుచేసి, కిటికీలోనుండి బయటకు గిరాటువేశాడు.

"ఏమిటి...ఆఁ..." ఆవులిస్తూ లేచి వచ్చింది రూప.

"ఏదో చిత్తుకాగితం" అన్నాడు.

"ఊఁ...." తూలినట్టు లేచివచ్చి అతని ప్రక్కన పడుకుంది. అతని గుండెలమీద తల వాల్చింది.

"పోనీ విజయవాడలో నాల్గురోజులుండి పోదామా?"

ఆమె జుట్టులోకి వేళ్ళుపోనిచ్చి, చిన్నగా నవ్వాడు.

"నీది ఇష్టారాజ్యం! నాది ప్రభుత్వఉద్యోగం..." అతన్ని మాట్లాడనివ్వలేదు. ఇద్దరూ తన్మయావస్థలోవుండి, బండి వేగం తగ్గిందికూడా గమనించలేదు.

"మిస్టర్..." అంటూ తలుపు బాదిన చప్పుడుకు ఇద్దరూ ఉలిక్కిపడ్డారు. మరోసారి తమకంగా దగ్గరగా తీసుకుని, పెదవులు, గడ్డం ముద్దుపెట్టుకుని వదిలాడు. ఆమె కంగారుగా లేచి తన సీటుమీద పడుకుని నిండా ముసుగు పెట్టింది.

"ఏయ్ రూపా! తలుపుతియ్యి."

"ఉహు, నువ్వే తియ్యి" అన్నది, ముసుగు తియ్యకనే. బయటనుండి మాటలు, తలుపు కొట్టడం వినిపించింది.

ఇంద్రమోహన్ లేచి తలుపు తీశాడు. గార్డ్ తనలో తను నవ్వుకోవటం చూచి పట్టుపడిన దొంగలా, ఏం ఎరగనట్టు మంచి నిదురలో నుండి లేచినట్టు ముఖం పెట్టి బుద్ధిమంతుడిలా కూర్చున్నాడు.

"రండి... పై బెర్త్‌లే మీ యిద్దరివి. మీకు... అయిమీన్ లేడీస్‌కు ఏదయినా కష్టం అనిపిస్తే, మీలో మీరు అడ్జెస్ట్ అవ్వవచ్చు." గార్డ్ ఆగంతకుడితో ఇంగ్లీషులో చెప్పాడు. బుట్టపట్టుకుని ముద్దబంతిపువ్వులా వున్న అమ్మాయి ముందు, ఆ వెనుక సూట్లో విశ్వం వచ్చారు.

"హాయ్ విస్సీ!..." ఇంద్రమోహన్ లేచి, అమాంతం స్నేహితుడిని కౌగిలించుకున్నంత పనిచేశాడు.

"ఇంద్రా! నువ్వా, ఎక్కడినుండి? ఏమిటి కథ?"

"హనీమూన్ ట్రిప్ నుండి. సిమ్లా, అలహాబాద్ నుండి కలకత్తా వచ్చాం. రెండురోజులు విశాఖపట్నంలోవుండి ఇంటికి బయలుదేరాం. మీరు హనీమూన్

ట్రిప్‌నుండేనా?" ఉత్సాహంగా అడిగాడు. కుతూహలంగా వంగి ఒక మూలకు సామాన్లు సర్దుతున్న అమ్మాయిని చూచాడు. రవ్వల ముక్కుపుడక తళుక్కున మెరిసింది.

"కూలి సార్..."

"రా ఇంద్రా, కాసింత కాఫీ త్రాగి, కూలి ఇచ్చివద్దాం..." చెయ్యిపట్టి లాగాడు. ఇద్దరు బయటికి వెళ్ళారు.

"సావిత్రీ సామాన్లు జాగ్రత్త..." హెచ్చరించి దిగాడు విశ్వం.

ఇంద్రమోహన్ బొమ్మలు ముడుచుకున్నాయి. కూలీకి డబ్బులిచ్చి కాఫీ పట్టించుకువచ్చాడు విశ్వం.

"చెప్పరా బడుద్ధాయ్! చెప్పాపెట్టకుండా వివాహం చేసుకున్నావేం!"

"రూపకు ఇష్టంలేదు అందరికి ఆహ్వానాలు పంపటం..." కాఫీ సిప్ చేస్తూ చెప్పాడు.

"మైగాడ్! నువ్వు రూపను చేసుకున్నావా?" కాఫీకప్పు వదిలేసేవాడే కాని, కాస్తలో అది రైల్వేవారిదని గుర్తుకు వచ్చినట్టుంది.

"అవును..." అన్నాడు చిరునవ్వుతో అతని ముఖకవళికలు గమనిస్తూ...

"ఆ చెడి..." పోయిందని అనలేకపోయాడు. స్నేహితుని భార్య అంతమాట ఎలా అంటాడు?

"చూడు విశ్వం! నీలా నేను పెద్ద, పెద్ద ఆశలు ఆశయాలు పెట్టుకోలేదు. నా భార్య ఇలా వుండాలి అలా వుండాలి అని కలలు కనలేదు. జీవితంలో వివాహం ఒక ముఖ్యమయిన మలుపు. వివాహానికి పూర్వం యెలా వున్నారు, ఏమిటి అనికాదు, వివాహము తరువాత ఒకరికి ఒకరు లాయల్‌గా వున్నారా లేదా అనేది ప్రశ్న..."

"రూపాదేవిపై అంత నమ్మకం కుదిరిందా? మధ్యలోనే స్నేహితుని మాట త్రుంచివేస్తూ అడిగాడు విశ్వం.

"కల్గిందనే అనుకుంటున్నాను. నీ విషయం చెప్పు" అన్నాడు, అతనితో తర్కానికి దిగితే లాభంలేదని తెలిసి.

"నా ఉత్తరం అందలేదా?"

"నేను కారెక్కాక అందింది" అన్నాడు. గార్డ్‌విజిల్ వేశాడు. ఇద్దరూ కంపార్ట్‌మెంటులోకి ఎక్కారు. రూపాదేవి ఇంకా దొంగ నిదురపోతోంది.

"రూపా!..." భుజం పట్టి కుదిపాక, ఆమె ఆవులిస్తూ లేచింది. ముఖానికి చిరునవ్వు పులుముకుని పలుకరించింది.

"సావిత్రి..." విశ్వం పిలిచి పరిచయం చేశాడు. వాళ్ళకు నమస్కరించబోయిన చేతులు ఆగిపోయాయి, సావిత్రి ముఖంలో రంగులు మారిపోయాయి. పలుకరించబోయిన రూపను తొడమీద చేత్తో చరిచి హెచ్చరించాడు ఇంద్రమోహన్.

చూస్తుండగానే ముఖంలో రంగులు మారి స్పృహతప్పి పడిపోయింది సావిత్రి.

"సావిత్రి!" కంగారుగా పట్టుకున్నాడు విశ్వం. ఇంద్రమోహన్ నీళ్ళు చిలుకరించాడు ఆమె ముఖంమీద. అయిదు నిమిషాలకు కళ్ళు విప్పింది. ఆమె కళ్ళలో భయం రెపరెపలాడింది. దీనంగా ఇంద్రమోహన్ వంక చూచింది. ఆ కళ్ళల్లో అర్థింపు భయం చూచి కరిగిపోయాడు. కళ్ళతోనే ఆమెను ఊరడించాడు. రూపాదేవి భర్తను గమనించి, తను మాట్లాడబోయి కూడ మాట మింగింది. ఫ్లాస్క్‌లోని పాలు తీసి, బ్యాగులోని మాత్రతీసి ఇచ్చింది.

"యెప్పుడయినా ఇలా వచ్చిందా అమ్మాయ్!"

రాలేదన్నట్టు తలాడించింది ఆమె ముఖం యెన్నో లంఖణాలు చేసినట్టుగా పాలిపోయింది. యెదురుగా నిలువెత్తు భూతం నిల్చున్నట్టు భ్రమపడుతుంది. ఏ క్షణంలో తన జీవితం బ్రద్దలవుతుందోనని ప్రాణం బిగపట్టుకుని కూర్చున్నట్టు పడకకు చేరబడింది.

"సావిత్రీ! లే, పైన పడుకుందువుగాని..." విశ్వానికి భార్య పరాయి మొగాడి పరుపుపై పడుకోవటం కాస్త ఇబ్బందిగా ఉంది.

"ఆ అమ్మాయి కాస్త కుదుటపడని..." ఇంద్రమోహన్ వారించాడు. తన భార్యను స్నేహితుడలా చూడటం ఇష్టంలేదు. యెంత జాగ్రత్తగా ఉన్నా ఇలాంటి వారు తటస్థపడుతూనే వుంటారు. ఆ చెడిపోయిన రూపను చేసుకున్నాడు. కాబట్టి ఆ మాత్రం ఫస్ట్ క్లాసులో ప్రయాణం చేసే అవకాశం వచ్చింది వెధవకు– అనుకున్నాడు, కసిగా. ఇంద్రమోహన్ ఆలోచనలు వేరుగా వున్నాయి. తాము గుర్తించలేదని నమ్మించాలని అనుకుంది రూప.

"మీ దే ఊరమ్మాయి?"

సావిత్రి మరో రకంగా అర్థంచేసుకుని దిండులో ముఖం దూర్చి, బావురు మన్నది.

"ఏయ్... ఏం రోగం వచ్చింది?" అసహనంగా అరిచాడు విశ్వం.

"విస్సీ! మతిపోయిందేమిట్రా! తల్లిదండ్రులు దగ్గర లేరు. జబ్బు చేసింది, అది భరించలేకపోతోంది" అన్నాడు గాని, తమ ఉనికి భరించలేకపోతుందని అతనికి బాగా తెలుసు. తెల్లవారేవరకు కలిసి వుండాలి. ఈ ఉత్కంఠత భరించలేక ఆ అమ్మాయి ప్రాణం పోయినా, పోవచ్చు. విశ్వం బాత్రూమ్ కన్నా వెడితే రెండు ముక్కల్లో ఆ అమ్మాయికి ధైర్యం చెబుదాం అనుకున్నాడు.

కాని విశ్వం భార్యకు అడ్డంగా నిల్చున్నాడు. ఏం చేయాలో తోచలేదు. అతను గడ్డం రాసుకుంటూ బయటికి వచ్చాడు. చివరగా ఉన్న క్యాబిన్ దగ్గర గల్లంతు జరుగుతోంది.

"సెకెండ్ క్లాసులో ఈ న్యూసెన్స్ ఉంటుందని ఫస్ట్ క్లాసులో ప్రయాణం చేసినా, నాకు పై సీటే ఇస్తారా?" మిస్ గంగ నిలదీసింది టి.సిని. అతను బిక్కమొహం వేశాడు.

"నేను ఏం చేయనండీ! క్రింది సీట్లో ఉన్నావిడకు కాలు నొప్పిట. ఆమె ప్రత్యేకంగా వేయించుకుంది. నేనేం చేయను?"

"ఏట్లో దూకండి. రైల్వేవాళ్ళపై రిపోర్ట్ చేసి ఏడు చెరువుల నీళ్ళు త్రాగించకపోతే నా పేరు మిస్ గంగే కాదు."

ఇంద్రమోహన్ బుర్రలో మెరుపులాంటి ఆలోచన వచ్చింది. తమవి రెండూ క్రింది సీట్లే, చిటికె వేశాడు.

"మిస్ గంగా..." అనబోయి నాలుక కరుచుకున్నాడు.

"ఓ ... నీవా! ఇంద్రమోహనా, చంద్రమోహనా ఏదో పేరు ఉందే..." అన్నది ఆమె ఆలోచిస్తూ.

"ఇంద్రమోహన్ అంటారులెండి. మీ సిస్టర్‌కు పెళ్లి అయిందా మేడమ్..."

"నీకు కాందే నా చెల్లెలికి యెలా అవుతుందయ్యా! ఒక్క సంబంధం నచ్చదు. డబ్బు ఉంటే ఉద్యోగం ఉండదు. ఉద్యోగం ఉంటే అందం ఉండదు. అందం ఉంటే హోదా ఉండదు..."

అక్కడ నవ్వితే చేతిలో ఉన్న బ్యాగు ముఖాన రువ్వగలదని టి.సి. దూరం వెళ్ళిపోయాడు. ఇంద్రమోహన్ ఆమెతో మాట్లాడటం ప్రారంభించాడంటే అప్పుడే ముగింపు ఉండదని తెలుసు.

29

"అమ్మయ్య! సావిత్రి ప్రాణానికి ఢోకాలేదు" అన్నాడు ఫస్ట్ క్లాసు క్యాబిన్ బోల్ట్ వేస్తూ.

"ఇంద్రా! మీ స్నేహితుడు మనిషేనా?" పక్క పరుస్తూ అడిగింది రూప.

"మనిషి కాదు మగాడు..." అన్నాడు, దిండు దుప్పటిపై బెర్త్‌పై వేస్తూ. రూప కోపంగా చూచింది.

"నువ్వు అమ్మాయివా?"

"అది నువ్వు సర్టిఫై చేయాలి" అన్నాడు కొంటెగా నవ్వుతూ.

'షటప్... నాకు ఒళ్ళు మండుతుంది."

"చైన్ లాగి ఫైరింజన్‌కు ఫోన్ చేయనా?"

"కాదు, మీ స్నేహితుడిని మెంటల్‌ఆస్పత్రికి పంపు" అన్నది కోపంగా.

"విధి చాలా చిత్రమయిన పనులు చేస్తుంటుంది. వాడు కోరిందేమిటీ, వాడికి దొరికిందేమిటి? సావిత్రి సంగతి బయటపడితే నువ్వన్నట్టు మెంటల్ ఆస్పత్రికే ఫోన్ చేయాల్సి వస్తుంది" అన్నాడు, ఆమె పరిచిన పడకపై మఠం వేసుకుని కూర్చుంటూ.

"ఆ అమ్మాయి కూడా అంత భయపడవల్సిన పని లేదు." అన్నది చికాకుగా.

"ఆ అమ్మాయి పెరిగిన వాతావరణము అటువంటిది. నోరు జారామంటే విశ్వంలాంటి వారి ముందు ఏమయినా వుందా?" అన్నాడు వెనక్కువాలి. ఆమె చేయి పట్టి దగ్గరగా తీసుకున్నాడు. ఆమె ప్రక్కన కూర్చుని అతని గుండెలపై తలవాల్చింది. లయబద్ధంగా కొట్టుకుంటోంది.

"ఇంద్రా! ఇంత అపనమ్మకంతో ఆ సంపారం యెలా వుంటుంది?"

"కత్తిమీద సాములా..." మరింత చేరువగా హత్తుకున్నాడు. కిటికి అద్దం నుండి వెనక్కు వెడుతున్న చెట్లు, చేమలు, మినుకు మినుకుమనే నక్షత్రాలు, విద్యుత్ దీపాలు గమ్మత్తుగా కనిపించాయి.

రైలు చక్రాలకు తాళం వేస్తున్నట్టు అతని హృదయం కూడా లయబద్ధంగా కొట్టుకుంటోంది. అతనితో పంచుకున్న ప్రతి క్షణం అపురూపమైనది, అనిర్వచనీయమైనది. మనిషికి కావల్సిందేమిటని రూపాదేవిని అడిగితే తడుము కోకుండా చెబుతుంది.

'ఆప్యాయత, అనురాగం పంచిఇచ్చే తోడు కావాలని' అతను లైటు ఆపడానికి చేయి చాచాడు.

"ఉండనియ్యి ఇంద్రా! ఈ వెలుతురులో, నీ సమక్షంలో... ఓహ్...." అన్నది తల అతని హృదయానికి రుద్దుతూ.

"స్వర్గం కనిపిస్తుందా!" అతను ఫక్కున నవ్వాడు.

"స్వర్గం నరకం అంటూ ఎక్కడో లేవు ఇంద్రా! మన చేతుల్లో మన మనసుల్లో అనునయించుకోవటంలో వున్నాయి" అన్నది. అతను స్నేహితులు ఏర్పాటుచేసిన పార్టీ వాళ్ళు వేసే జోక్స్ గుర్తుచేసుకుని నవ్వుకున్నాడు. వాళ్ళ భావాలకంటే వేగంగా గమ్యం చేరుకోవాలని, కాలంతో పోటీపడాలన్నట్టు, సాగింది ముందుకు గోదావరి ఎక్స్‌ప్రెస్.